வெட்டவெளி
மனிதர்கள்

வெட்டவெளி மனிதர்கள்

இந்துசெல்லா

மாமழைப்
பதிப்பகம்

வெட்டவெளி மனிதர்கள் (நாவல்)
ஆசிரியர் : இந்துசெல்லா©

வெளியீடு : மாமழைப் பதிப்பகம்
பொலினினி ஹில்சைடு, நூக்கம்பாளையம்
சித்தலப்பாக்கம், சென்னை-600131, Ph: 044- 4952 0902

Vettaveli Manithargal (Novel)
Author : Inthusella©
Publishers : Mamazhai Pathipagam
Bollineni Hillside, Nookumpalayam
Sithalapakkam, Chennai-600131, Ph: 044- 4952 0902

first edition : April 2016
reprinted : December 2019

Pages: 198

ISBN : 978-93-81208-84-7

Rs. 150

நாற்பதாண்டு காலம் என்னில் பாதியாக,
என் தோளோடு தோள் கொடுத்து,
எல்லாவிதத்திலும் என் பின்னிருந்து இயக்கி,
இவ்வூனையும் உயிரையும் காத்து
என்றென்றும் என் சிந்தையில் நின்று
தன்னை ஒளித்து என்னை ஒளிரவிட்டவளுக்கு.

உங்களுடன்...

கடலூர் மாவட்டம், பெண்ணாடம் இவனுடைய மண். 1970இல் இளைஞனாகப் படிப்பை மட்டும் முடித்த நிலையில் இவனுக்கு உத்தியோகம் கொடுத்து மதிக்கத்தக்க மனிதனாக உயர்த்தியது மதுரை நகர். அவ்வகையில் மதுரைக்கு நன்றிக் கடன்பட்டவன். மதுரை வேலை கைவிட்டுப் போனபின், அங்கிருந்து புறப்பட்டு, தமிழக வடஎல்லையில் வங்கக் கடலோரத்தில் முப்பத்தெட்டு வருடம் இவன் வாழ்க்கை நங்கூரமிட்டு நின்றது. (மத்திய அரசுப் பணி, கல்பாக்கம்)

1966-76 களில் தமிழ்ப் படைப்புகள் பலவற்றைப் படித்து மகிழ்ந்தவன், பின் எழுதவும்செய்தான். 1983 க்குபின் எழுதுவதை மட்டுமல்ல வாசிப்பையும் முடக்கிக்கொண்டான். இதற்குப் பிந்திய தமிழ் எழுத்துலகப் பரிணாம வளர்ச்சியின் பரிச்சையமில்லாது போயிற்று. சென்ற 2015 ஏப்ரல் திங்களில் இயற்கை எய்திய புகழ் பெற்ற எழுத்தாளர் ஜெயகாந்தனின் மறைவுச் செய்தி கண்களைக் குளமாக்கியது. ஜெயகாந்தன் காலத்தவன் எனும் பெருமை நெஞ்சை நிமிரச் செய்கிறது. மிக நீண்ட இடைவெளிக்குபின் தமிழ் நாவல்களைத் தொட ஆரம்பித்தான். அண்மைக் காலத்திய தமிழ்ப் படைப்புகள் வியக்க வைக்கின்றன. வித்தியாசமான கவித்துவமிக்க தமிழ் நடை, மலைக்க வைக்கும் அற்புதமான சொற்பிரயோகங்கள், காட்சிப் படுத்தும் தன்மைகள் என்று படைப்புகள் மயங்க வைக்கின்றன.

1971-73 களில் நடப்பதாகச் சொல்லப்படும் இந்த '**வெட்டவெளி மனிதர்கள்**' 1983-இல் குறு நாவலாக எழுதப்பட்டது. மதுரையில் இவன் வாழ்ந்தது குறுகிய காலமே. மதுரையில் இவன் தங்கியிருந்த பழங்காநத்தம், ஜகதா தியேட்டர், தமிழரசி ஹோட்டல், நண்பர்கள், நண்பர்கள் செய்த உதவிகளென்று இவனது அனுபவங்களே தொடக்க அத்தியாயத்தில் சொல்லப்படுவது. பழங்காநத்தம் **செண்பகம் இன்டஸ்ட்ரி**யில் வேலை பார்த்தபொழுது அலுவலக நண்பர்கள் டைப்பிஸ்ட் **ஹரிகிருஷ்ணன்**, கிளார்க் **பன்னீர்செல்வம்**, சேல்ஸ் ரெப்ரஸெண்டிவ் **ஜெயராமன்** போன்றவர்களின் நினைவு அவ்வப்போது வந்துபோகும். இதை திரும்ப எழுதிய போது மீண்டுமொரு முறை மதுரையில் வாழ்ந்துவிட்ட உணர்வு இவனுக்கு.

கதையாடலில் சிலயிடங்கள் இவனை நெகிழச் செய்து மேலே எழுத விடாமல் பண்ணியதுண்டு. உத்தமமான காதலைச் சொன்ன விதத்தில் இவனுக்குள் மனநிறைவு. இது ஒன்றும் தமிழ் இலக்கியத்தில் சொல்லப் படாத காதல் கதையில்லை. இவனின் தூரிகையிலிருந்த வண்ணத்தைச்

செலவழித்து வரையப்பட்ட சித்திரம். கனகராஜ்- அருணாவின் ஆரோக்ய மான காதலை, அதன் உணர்வுகளை, மென்மையாக, அசலாக மிகுந்த நாகரீகத்தோடு, வரையறுத்துக்கொண்ட எல்லையை மீறாமல் கூறியிருக் கிறான். காதலர்களின் மேல் சமுதாயம் வீசிய வெப்பமும், வெருப்பை யுங்கூடக் கோடிட்டிருக்கிறான்.

பெண்களால் புனிதமாகப் போற்றப்படும் தாலி, தாம்பத்தியம் பற்றி விவாதித்ததோடு தீண்டாமை, ஜாதீய வேறுபாடுகள், மற்றும் அன்றைய தேவதாசியிலிருந்து இன்றளவு நிலவும் விபச்சாரம் வரை பேசப்பட்டிருக் கின்றன. எந்தக் காலத்திலும் எந்தச் சமுதாயத்திலும் முற்போக்குச் சிந்த னைகள் எதிர் நீச்சலுக்கு ஒப்பானது. எனவே சமூக சாடல் இவனது இலக்கல்ல.

பலதரப்பட்ட வேறுபாடுகள், விருப்பு வெறுப்பு, சுயநலம், ஒழுக்கக்கேடு, நேர்மையின்மை, தரக்குறைவான விமர்சனம், மற்றவர் பண்புகளைக் கொச்சைப்படுத்துதல் போன்ற சமுதாயச் சீர்கேடுகள் இந்த நூற்றாண் டிற்கு மட்டும் சொந்தமில்லை, சில ஆயிரமாண்டுகளுக்கு முந்திய நம்ம வருக்குப் பரிச்சயமானவைதான். இருப்பின் குறைந்தபட்சப் புரிதல் ஒவ் வொருவருக்கும் தேவை. அந்தப் பிரக்ஞையே இல்லாமல் வாழ்ந்து, வாழ்ந்த அடிச்சுவடுகள்கூட அதில் ஆகுதியாகிப்போன அவலந்தான் நிதர்சனம்.

பட்டதாரிப் பெண்ணும் சரி, வெட்டவெய்யிலில் கூலிவேலை செய்யும் பெண்ணும் சரி, அன்றிலிருந்து இன்றுவரை ஆணாதிக்கப் பிடியிலிருந்து மீள முடியவில்லை. மானுடத்தில் ஆண் தன் சரிபாதியைப் பெண்ணுக்குப் பகிர்ந்ததாகச் சொல்லப்படுகிறது. ஆனால் அவர்களின் சகிப்புத் தன்மை, பொறுமை, தியாகங்கள் பெரிதாகக் கருதப்படுவதில்லை. குடும்பத்தோடு தன்னைப் பிணைத்துக்கொண்டு அணுவணுவாகத் தேய்ந்து, அவளின் உணர்வுகள் காலங்காலமாய் ஆணின் காலடியில் மிதிபட்டு மறைந்து போவதுதான் உண்மை. ஒவ்வொரு கணவனும் மனதளவிலாவது அர்த்த நாரீஸ்வரராகச் சிலமணி நேரம் வாழ்ந்தால்கூடப் பெண்களுக்கு நல்ல தீர்வு கிடைக்கும். இதுகாறும் இவனுள் உள்வாங்கப்பட்டப் பெண்ணியப் பதிவுகள் யதார்த்தமாக, இயல்பாக சொல்லப்பட்டிருக்கிறன. பெண்களைப் போற்றி மதிக்கத் தவறிய எந்த சமுதாயமும், கலாச்சாரமும், தேசமும் சிறந்து விளங்கியது கிடையாது.

40 ஆண்டுகாலம் தமிழகத்தின் சந்து பொந்துகளிலெல்லாம் **தந்தை பெரியார்** தன் தோளில் தூக்கிச்சுமந்த பிரச்சாரத்தின் பலன், சமுதாயத் தில் 1960,70களில் ஜாதீய மேலான்மை சற்றுக் குறைந்து சகோதரத்து வமும், சமத்துவச் சமூக நல்லிணக்கமும் மலர்ந்து வந்ததாக உணர்ந் திருக்கிறான். உயர் ஜாதியர்கூட அப்போது தங்களை அடையாளங் காட்டிக்கொள்ளத் தயங்கினார்கள்.

பள்ளிப் பருவத்தில் **குத்தூசி**யைத் தொட்டுப் பார்த்ததனால் நாத்திகத்தைச் சற்று அறியும் வாய்ப்பு கிட்டியது. இவனுள்ளும் தந்தை பெரியார் வாசம் செய்கிறார். ஜாதீயத்தைத் தாண்டி சுயமரியாதையையும் மனித நேயத்தையும் சிந்திக்க வைத்தவர் அவர்தான்.

வாழ்நாள் இறுதி வரை சமுதாயத்திற்காகத் தந்தை பெரியார் பட்ட பாடு வீண்பாடாகியதோ என்கிற ஐயம் நெஞ்சில் எழுகிறது. ஜாதி மத மாச்சரியங்கள் தேய்ந்துவருவதாக நினைப்பதுங்கூட பிரமையோ எனும் ஆதங்கம். ஜாதீய அமைப்புகள் அரசியல் இயக்கங்களாக வடிவமும் வலிமையும் பெற்று மிகப்பெரும் சக்தியாக ஒன்றுபட்ட சமுதாயக் கோட்பாடுகளுக்கு எதிராக அறைக்கூவலிடும் அவலம் நடுநிலையாளர்களைக் கவலையுறச் செய்கிறது. இன்றைய சமுதாயம் எந்த இலக்கை நோக்கிப் பயணிக்கிறது எனும் கேள்வியும் அச்சமும் சிந்தனையாளர்களின் புருவத்தை நெளிய வைக்கிறது.

வாசகர்கள் இன்றைய சமூகச் சூழலை மனதில் கொள்ளாமல் இந் நாவலின் கால கட்டத்தை மனதில் கொள்ளவேண்டும். உங்களை நாற்பத்தைந்து ஆண்டுகள் பின் நோக்கி மதுரைக்கு அழைத்துச் செல்கிறது இந்நாவல். முதல் பக்கத்திலிருந்து கடைசிப்பக்கம் வரை தொய்வில்லாமல் பயணிக்கக்கூடிய உங்கள் நேரத்தைத் தனதாக்கிக் கொள்வதின் மூலம் இவனின் முயற்சி நிறைவைத் தந்ததாகும்.

இந்நாவலை முதன் முதலாக வாசித்துப் பாராட்டியவர் நண்பர் திரு. **ம. சேரலாதன்** அவர்கள். அன்னாருடைய மனம் திறந்த பாராட்டுக்கும், கருத்துகள் சொல்லிப் பாராட்டிய இனிய நண்பர் **ம. ரவி** அவர்களுக்கும் இவனுடைய நன்றி உரித்தாகுக.

முனைவர் **திரு. பெருமாள்முருகன்** அவர்களின் தொடர்பும் நட்பும் இவனுக்குக் கிடைத்த இனிமையானதொரு கொடை. இனிமையும் எளிமையும் ஒரு சேர வாய்க்கப்பட்ட சிறந்த தமிழ்ப் படைப்பாளருடன் பழகும் சந்தர்ப்பங்கள் சில ஆண்டுகளாகத்தான். இவன் வாழ்வின் பெரும் பகுதி பேராசிரியர் போன்ற படைப்பாளர்களின் தொடர்பில்லாமலே கழிந்துவிட்ட ஏக்கப் பெருமூச்சு இதயத்திலிருந்து எழுகிறது.

சிலகாலம் திரு. பெருமாள்முருகன் அவர்களின் எழுது கோல் முடக்கப்பட்டிருந்தது. எந்தத் தமிழ் இவரை முடக்கி வைத்ததோ அந்தத் தமிழ் இவரைக் கோடானுகோடி தமிழ் உள்ளங்களிடம் கொண்டு சேர்த்தது. அன்னாருக்கு இழைக்கப்பட்டது, தனக்கேற்பட்டதாக இதய அடித்தளத்திலிருந்து எழுந்த உணர்வே அவரைத் தொடர்புகொள்ள வேண்டுமென்ற உந்துதலை ஏற்படுத்தியது.

பேராசிரியரின் படைப்புகள் இந்திய பிற மாநில மொழிகளில் மட்டுமின்றி ஆங்கிலத்திலும் மொழியாக்கம் செய்யப்பட்டுள்ளது என்பது தமிழுக்குப் பெருமை சேர்த்ததாகவே எண்ணப்படுகிறது. இவரின் உயிரோட்டமான கவிதைகள் கர்நாடக ஸ்வரங்களில் பயணப்படவும் தொடங்கிவிட்டன. கர்நாடக சங்கீத இசைப் பாடகர் T.M கிருஷ்ணா அவர்களால் இவரின் கவிதைகள் மேடையில் பாடப்பட, திரு. பெருமாள்முருகன் அவர்களின் படைப்புகள் அடுத்த சிகரத்தைச் சென்றடைந்திருப்பது மிகுந்த மகிழ்ச்சியுறச் செய்கிறது.

ஐரோப்பிய, அமெரிக்க மண்ணில் மட்டுமில்லாமல் கிழக்கு ஆசிய நாடுகளிலும் தடம்பதிக்கும் வாய்ப்பினைப் பெற்ற **திரு.பெருமாள்முருகன்** அவர்களின் கடல் கடந்த பயணங்கள் மேலும் மேலும் அவரைச் சிறப் படையச் செய்யும் என்பது திண்ணம்.

நான் இனி எழுதமாட்டேன், **எழுத்தாளன் பெருமாள்முருகன் இறந்து விட்டான்** என்று சங்கல்பம் மேற்கொண்டு வாளாயிருந்த கால கட்டத்தில், உவகையுடன் இவனது வேண்டுகோளை ஏற்றுக் கருத்துரை வழங்கிய முனைவர் **திரு. பெருமாள்முருகன்** அவர்களுக்கு உள்ளார்ந்த நன்றியை அவசியம் சொல்லியாக வேண்டும்.

GK பப்ளிஷர் அன்பர் **மோகன்தாஸ்** அவர்களுக்கு பிரத்தியேகமான நன்றியைத் தெரிவித்தாக வேண்டும். மற்றும் சிறப்பாக இந்நூலின் அட்டை வடிவம் செய்துகொடுத்த **திரு. கோபு ராசவேல்** அவர்களுக்கும் மனங்கனிந்த நன்றி.

நாள்: 09.12.2019   **இந்துசெல்லா**

(P.V. செல்லபெருமாள்)
sellaperumalpv@yahoo.com
Ph: 9445375921 & 7708024944

இனிய நண்பர் இந்துசெல்லா (**P.V.** செல்லபெருமாள்) அவர்களின் அன்பும் கருணையும் நிறைந்த மனதிலிருந்து உருவாகியிருக்கும் படைப்பு 'வெட்டவெளி மனிதர்கள்.' அடிப்படையில் இது ஒரு காதல் கதை. ஆனால் வெறும் காதல் கதைஅல்ல. இதற்குள் பேசப்படும் சமூக அரசியல் விடயங்கள் பலப்பல. அங்காங்கே பெண்ணியமும் சற்று சூடாக தொனிக்கின்றன. வரலாற்றுத் தகவல்கள் ஏராளம். பெரியாரும், அண்ணாவும், முத்துலட்சுமி ரெட்டியும், ருக்குமணி அம்மையாரும் வரலாற்றுப் பாத்திரங்களாக அல்ல அன்றாட வாழ்வின் அங்கமாகவே இந்நாவலில் இடம் பெறுகிறார்கள். வாழ்க்கைப் பார்வையும் அவற்றை விவாதிக்கும் களங்களும் வாசிப்புத்தன்மையைக் கூட்டுகின்றன. வியப் பூட்டக் கூடிய ஈடுபாட்டால் கூடிவந்த படைப்பு இந்நாவல்.

முனைவர் **திரு. பெருமாள்முருகன்**
கவிஞர், தமிழ்ப் படைப்பாளி

பிறந்து விட்டேன்...

கருவறையே கல்லறையாகிய கதி எனக்கில்லை!
நான் யாரென அறிய உதவும் மருத்துவ விஞ்ஞானம்
தானே தாழிடாவிடில் கருவிலே கரைந்திருப்பேன்!
அன்னை கண்ணீரில் ஒளிந்திருப்பேன்!

அப்பத்தா மறுத்தார், அண்டை வீட்டார் மறுத்தார்,
அப்பாவும் வெறுத்தார், முகஞ் சுழித்தார், எதற்காக?
பெட்டைப் பிறந்தா சாதிக்கப்போகிறது என சலித்தார்!
ஆண் பிறந்தால் அகிலமாளுமென என் பிறப்பைக்
கண்டித்தார், எனை சுமப்பவளை நிந்தித்தார்—நான்
கருவாகி உருவாகுமுன்பே தடை பலவுஞ் செய்தார்!
ஆண் வந்து பிறக்காதா ஆனந்தம் துளிர்க்காதாவென
அன்னையவள் அழுதாள், பட்டினியில் தொழுதாள்!
அன்னை அழுதபோதெல்லாம் நானும் அழுதேன்
காலை உதைத்து எம்பியும் விம்பியும் அழுவேன்!

ஈரைந்து திங்களாய் இரக்கமின்றி ஏசிப்பேசினர்—எனை
சுமந்த பாவந் தவிர சூதறியா அன்னையைத் தூற்றினர்!
நானிருக்கும் இவ்வறை எனக்குமட்டும் சொந்தமில்லை
முன்பே மூன்று அக்காள் உறைந்தயிடம் இதுதானாம்!
இரவலாக மூச்சி வாங்கி இதுநாளும் சுவாசித்தேன்
இனிதே பிறந்திட்டேன் என் சுமை அவளுக்கேன்?
என்னையும் அன்னையும் பிரித்த மருத்துவச்சி—எனை
யாரென ஆர்வமுடன் பார்த்தாள், என் கை காலை
பார்க்கவில்லை, கண் மூக்கைப் பார்க்கவில்லை
மருத்துப்போன தேடலில் மாற்றம் மட்டும் வரவில்லை!
என்னையும் எவரையும் பிறப்பித்தது பெண் என்றால்
புவியில் நான் வந்து பிறந்ததில் பாவமென்ன கண்டீர்?

இந்துசெல்லா

1

பழங்காநத்தம் – திருப்பரங்குன்றம் நெடுஞ்சாலையிலுள்ள சிறிய காம்பவுண்ட். சார் கனகராஜ் இருக்காகளா..? இப்படி கேட்டபடி அந்த காம்பவுண்டில் ஒரு நாள் தென்றலாய் அருணா நுழைந்தாள். குரல் வந்த திசையில் அவன் கவனம் திரும்பியது. பல்லவன் செதுக்கிய பளிங்குச் சிலையாய், விண்ணைப் பிளந்து மண்ணில் வந்துதித்த வண்ணமயிலாய், கைதேர்ந்த கலைஞன் தீட்டிய ஓவியமாய் அத்தனை அழகும் ஒரு சேர குவிந்து கிடந்தது. பார்க்கையில் படாடோபமில்லை என்றாலும் எளிமையிலும் ஏற்றமுள்ள எழில் பாவையாய் ஜொலித்தாள். சைக்கிளைத் துடைத்துக் கொண்டிருந்தவனின் பார்வை அவளோடு ஒட்டிக் கொண்டது. அந்த சௌந்தர அழகிலிருந்து மீளப் பிரயாசைப்பட்டான். கனகராஜ் உட்பட எட்டு குடும்பஸ்தர்கள். அவளும் அங்கே குடி வருவதாக உத்தேசம். அவள் கேட்ட விவரங்களைச் சொன்னான். எட்டாவது வீட்டிற்கு அருணாவும் குடி வரப்போகிறாள்.

கனகராஜ் இருபத்தைந்து வயது பேச்சுலர். பிரம்மச்சாரியான இவனுக்கு, அவள் அங்கே குடிவருவதுபற்றிய பெரிய சிந்தனை ஏதுமில்லை. ஆனாலும் அன்றே அவனுள் கிளர்ச்சியை உண்டாக்கிவிட்டாள். அவளுடன் பேசிய அந்தச் சில நொடிகளை அவனால் எளிதாய்த் தள்ளிவிட முடியாது. வீணையின் நாதமாய் யாழினைத் தோற்கடிக்கும் அந்தத் தேமதுரக் குரல் இன்னும் அவன் காதில் ரீங்காரமிடுகிறது. சிதறிய முத்துக்கள் போல அந்தச் சிரிப்பில் அன்றே சிதைந்து போனான்.

நடராசன், சேதுபாண்டியன் போன்ற குடும்பஸ்தர்களுக்கு அருணா அங்கே குடிவருவது பிடிக்கவில்லை. அவர்களின் முகம் அன்றே சுருங்கிக் கருத்துவிட்டது.

பலரும் மதிக்கத்தக்க மிடுக்கான, சகஜமான அவளின் சுபாவம் அவர்களுக்குப் பிடிக்கவில்லை. பளிச்சென்ற முத்துப்பல் சிரிப்பு பிடிக்கவில்லை. அவளின் அழகு பிடிக்கவில்லை. திருமணமாகாத, அதுவும் அத்தனை அழகுடைய பெண் குடிவந்தால் பிரச்சனை வரு மாம். அன்றே ஆரூடம் சொல்லியாகிவிட்டது. தான் குடி வந்த பத்து மாதங்களில் வீட்டைக் காலி செய்ய நேருமென அப்போது அருணாவும் நினைக்கவில்லை. அதற்குத் தானும் காரணமாவோம் என்று கனகராஜும் யூகிக்கவில்லை.

மேற்கு வெளி வீதியில் கனகராஜும் அருணாவும் ஒரு மாலைப் பொழுதில் சந்தித்துக்கொண்டனர். அலுவல் முடிந்து அவன் சைக் கிளிலும் அவள் பஸ்ஸிலும் வீட்டிற்குத் திரும்புவது வாடிக்கை. அரு ணாவைப் பார்த்ததும் சட்டென விழிகள் இரண்டும் கீழிறங்கின. ஆனாலும் வெகு நாள் பழகிய தோரணையில் அவள் பேச ஆரம்பித் தாள். அருணா காம்பவுண்டிற்குக் குடிவந்த இந்த மூன்று வாரத்தில் அவளுடன் தனிமையில் நேருக்கு நேர் பேசிய சந்தர்ப்பம் குறைவு. அவள் யாரிடமாவது பேசும் அழகைக் கதவிடுக்கில் பார்த்து ரசிப் பவன், நேருக்கு நேர் அவளைப் பார்த்துவிட்டால் நிலைகுலைந்து போவான். அந்த அழகு தேவதையின் மேல்கொண்ட மையலில் சில நேரம் கேட்க வந்ததைக்கூட மறந்துவிடுவான்.

வெளிவீதிக் கோடியில் பஸ் ஏறினால் இரண்டாவது ஸ்டாப் பழங்காநத்தம். ஏதோ ஒன்று இருவரையும் வெளிவீதிக் கோடியில் சந்திக்க வைத்து தம்பதியைப் போல இணைந்து பாதையோரம் நடக்க வைத்திருக்கிறது. அவளின் பச்சரிசி பல் வரிசை மத்தாப்பை மங்கச் செய்ய, பஸ் ஸ்டாப்பில் நின்ற பல விழிகள் அவளை விழுங்கின. சுண்டியிழுக்கும் அந்த வசீகரப் பெண் மயிலுடன் சேர்ந்து நடக்கத் தயங்கியவனின் கால்கள் இப்பொழுது களி நடைபோட்டன. அது அவனுக்குப் பெருமையாகக்கூட இருந்தது.

கனகராஜ் பெண்களுடன் பேசுபவன் பழகுபவன்தான். ஒரு எல் லைக்குள் நின்று, கண்ணியமாக நடந்துகொள்வான். பெண்களை நேர் கொண்டு பார்க்கவே தயங்குவான். அதை கௌரவக் குறைச்ச லாகக்கூட ஒரு காலத்தில் நினைத்தான். ஆனாலும் பெண்களைச் சமமாக மதிப்பவன். அலுவலகத்திலும் சரி பொது இடங்களிலும் சரி பெண்களைப் பார்த்து சலனப்படுபவனில்லை. ஒரு நொடிப் பார்வை. அந்தக் கனத்தோடு எல்லாம் ஓடி ஒளிந்துவிடும். பிறகு அவனுண்டு அவன் வேலையுண்டு என்றிருப்பான். அழகிய பெண்களைக் காணும் பல இளங்காளையர்கள் அழகை ரசிப்பதோடு நிறுத்திவிடாமல், அதற்கும் மேலே பறந்து, கொஞ்சிக் குலாவி, சல்லாபித்துப் படுக்கை அறை வரை கற்பனையில் அவளைக்கொண்டு சென்றுவிடுவார்கள்.

கனகராஜ் அப்படிப்பட்டவனில்லை. அவன் சிந்தையில் எந்தப் பெண்ணனங்கும் இதுவரை வந்து மோதியதில்லை. ஆனால் சிலதினங் களாக இந்த தேவதை அவனை ஆட்டிப்படைக்கிறாள்.

பேச ஆரம்பித்த அருணா அவனுக்கு நன்றி சொன்னாள். நான்கு நாட்களுக்கு முன்பு அவளுடைய தாய்க்குத் திடீரென உடம்பு முடியா மல் போக, அவளை ஆஸ்பத்திரிக்கு அவன்தான் கூட்டிப்போனான். கனகராஜ் மட்டும் அப்போது இல்லாமலிருந்திருந்தால் அருணா தன் தாயை இழந்திருப்பாள். நன்றி சொன்னபோது உள்ளுக்குள் நெகிழ்ந்துவிட்டாள்.

அவனுடைய பரோபகார குணம், நேர்மையான நடத்தை, கண் ணியமான பேச்சு என்று அங்கே வந்த சில நாட்களில் அவனைப் புரிந்துகொண்டாள். அருணாவின் நன்றியைப் பெருந்தன்மையோடு நிராகரித்தாலும் அதை உணர்வுபூர்வமாய் வெளியிட்ட விதம் அவனை ஈர்த்தது. அவளோடு இணைந்து செல்லும் அனுபவம் அவனுக்கு புதிது. மனசுக்குள் இது நாளும் உணராத குறுகுறுப்பு. காலடிப் பாதம் மண்ணில் பதியாமல் அத்தனை மிருதுவாக நடந்தான். சில சமயம் உரசியும் தள்ளியும் நடந்தனர். வளையல் கை உரசல் மென்மையான கிரக்கத்தை ஊட்டிற்று. மென்மையான மணம் அவளிடமிருந்து பரவி அவனைத் தழுவியது. திடீரென்று கார் சத்தம். அவள் பக்கம் சாய்ந்துவிட்டான். பதற்றம் அவனைத் தள்ளிச் செல்ல வைத்தது. அவளைப் பார்த்தான். அமைதியாக முறுவலித்தாள்.

கனகராஜ் ஓரளவு ஆணழகன்தான். ஐந்தேமுக்காலடி உயரம். மா நிறத்திற்கும் மேலே கொஞ்சம் வெளுப்பான நிறம். அகண்ட மார்பு, திரண்ட தோள்கள். இளங்காளைக்குரிய உடற்கட்டு. நீண்ட சற்று மெலிந்த ராஜ அம்சம் பொருந்திய கை விரல்கள். களையான நீள் சதுர முகவெட்டு. அளவான நெற்றி. அதில் சுருண்டு வளைந்து விழும் முடிக்கற்றை. கூர்மையான விழிகளுக்கு அழகூட்டும் வெட்டருவாள் போன்ற வளைந்த அடர்ந்த புருவங்கள். எடுப்பான நாசி, கருத்த கம்பளிப்பூச்சி மீசை என்று கனகராஜை வர்ணித்துக்கொண்டே போகலாம்.

ஆணழகனுக்குரிய லட்சணங்கள் அனைத்துமிருந்தும் தன்னைப் பற்றிய சுயமதிப்பீடு இல்லை. ஒரு பெண்ணால் தான் விரும்பப்படுகிற அளவிற்கு எல்லாத் தகுதியும் தனக்கு இருப்பதாகக்கூட அவன் உணர்ந்ததில்லை. ஆனால் கடந்த சில தினங்களாக ஏதோ ஒன்று கண்ணாடி முன் நின்று தன் பிம்பத்தை பல கோணங்களில் பார்க்க வைக்கிறது. தலையை வாரிவிட்டு அழகு பார்க்கச் செய்கிறது. ஏனோ தானோவென உடுப்பவன் தற்போது சிரத்தையுடன் பிறர் கவனத்தை

ஈர்க்குமளவிற்கு எடுப்பாக உடுத்துகிறான். அழகாக நகத்தை வெட்டிக் கொள்வதும் அவ்வப்போது மீசையை வெட்டி ஒழுங்கு படுத்துவதுமாக அவன் காட்டும் அக்கறை கொஞ்சம் அலாதிதான்.

இந்த மாற்றங்கள் இவனிடம் மட்டுமில்லை அருணாவிடமும்தான். ஆபீஸில் பல ஆண்களோடு பழகுபவள். ஆனாலும் இதுவரை எவனிடமும் லயித்துப் போகவில்லை. கனகராஜின் கம்பீரமான எடுப்பான தோற்றம், நற்குணங்கள் அவள் பக்கம் இழுத்துவிட்டது, அலுவலகத்திலிருந்து வீட்டிற்குத் திரும்பும் நேரங்கூட தற்போது இருவருக்கும் அத்துப்படி. பஸ்ஸில் திரும்பிக் கொண்டிருக்கும்போது கனகராஜின் சைக்கிள் தெரிகிறதாவென அவள் விழிகள் தேடும். அவனைக் கண்டுவிட்ட மகிழ்ச்சியோடு பஸ் ஸ்டாப்பில் இறங்கி மெல்ல நடப்பாள். காம்பவுண்டிற்குள் தான் நுழைவதற்குள் அவன் சைக்கிளில் வந்து சேரவேண்டுமென்ற சின்ன எதிர்பார்ப்பு மனதிற்குள். அதுபோல் தன்னை முந்திச் செல்லும் பழங்காநத்தம் பஸ்ஸில் அருணா இருப்பதை உறுதி செய்துகொண்டு அவனும் வேகமாக சைக்கிளை மிதிப்பான்.

பஸ்ஸிலிருந்து இறங்கி நடப்பவளைக் கண்டதும் மகிழ்ச்சி துள்ளும். சைக்கிள் ஓசையை வைத்து அவன் நெருங்கிவிட்டதை உணர்ந்தவளின் இதயம் லேசாகப் படபடக்கும். காம்பவுண்ட் கதவை நெருங்கியவுடன் முதலில் யார் நுழைவது என்ற தயக்கம். அவன் அவளைப் போகச் சொல்ல இவள் அவனைப் போகச் சொல்வாள். அர்த்தம் பொதிந்த புன்னகையோடு சரி. அந்த சில நொடிகள் பேச மொழியின்றி மௌனம் சைகையால் வழி நடத்த, முரண்டு பிடித்து அவளை முதலில் உள்ளே செல்ல வைத்துவிடுவான். எப்போதோ இப்படி நடந்தால் யதார்த்தம். தொடர்ந்து நடந்தால் கவனிக்கப்பட வேண்டியதென்று நடராஜனும் சேதுபாண்டியனும் முனுமுனுக்க ஆரம்பித்துவிட்டனர்.

சில நாள் கனகராஜ் தாமதமாக வீட்டிற்கு வருவான். அவன் வரும் வரை வீட்டில் இருப்பு கொள்ளாது. மனசு பரபரக்கும். காலையிலும் மாலையிலும் ஒரு முறையாவது அவன் முகத்தைப் பார்க்காது போனால் மனசு கூம்பிவிடும். எதையோ தொலைத்துவிட்ட தவிப்பு. காம்பவுண்ட் கதவு திறக்கும் போது எட்டிஎட்டிப் பார்த்து ஏமாந்து போவாள். பின்பு வெறுத்துப்போய் ஒரு பத்திரிகையை வைத்துக்கொண்டு வாசலில் உட்கார்ந்து விடுவாள். கண்கள் பத்திரிக்கையிலும் காது கதவு திறக்கப்படும் ஓசையை உன்னிப்பாய் கேட்டுக் கொண்டுமிருக்கும். அவன் நுழைவதைக் கண்டவுடன் வகுப்பறை மாணவியைப் போல எழுந்துகொள்வாள். மார்பு விரிந்து குறுக, பெருமூச்சோடு அவனைப் பார்த்து ஒரு புன்னகை. அருணாவின் நடத்தையில் காணும் இந்த மாற்றங்கள் அவள் தாய்க்குப் புரியாமலில்லை.

அவளது கணிப்பில் கனகராஜ் நல்ல பிள்ளையாகத் தோன்றினான். அதனால் கனகராஜை வீட்டிற்கு அழைப்பதுண்டு. தூரத்திலிருந்து அருணாவைப் பார்த்துப் பரவசப்படுபவனுக்கு அவளருகில் அமர்ந் திருக்கும்போது ஏனோ எல்லாமே பறந்து ஓடி ஒளிந்து விடும். வெகு பவ்வியமாக உட்கார்ந்திருப்பான். அவள்தான் பேச்சுக் கொடுப்பாள். பேசப்பேச உற்சாகத்தில் பல விஷயங்களை அலசுவான். தாயும் மக ளும் கேட்டுக்கொண்டிருப்பார்கள்.

ஈ மொய்க்காத பலா இல்லை எறும்பு ஊராதக் கரும்பில்லை என் பது போல, சர்வ அழகு பொருந்திய அருணாவைக் கண்டும் காணா மல் செல்லும் இளஞர்களிருக்க முடியாது. இந்திர லோகத்து மேன கையும் இவள்தான் ஊர்வசியும் இவள்தான். அழகான பெண்களைப் பார்க்க முடியும். ஆனால் அழகோடுகூடிய அறிவு, தெளிவு, துணி வுள்ள பெண்கள் குறைவுதான். பார்வையில், பேச்சில் அத்தனை கம் பீரம். அவள் அழகைக்கண்டு யாரும்சட்டென சுலபத்தில் நெருங் கிவிட முடியாது. உதட்டில் புன்னகை விரிந்தாலும் தகாதவர்களி டம் வார்த்தைகள் தனலாய்க் கொப்பளிக்கும். அப்படிப்பட்டவள் மனதையே கனகராஜ் அசைத்துவிட்டான்.

வீட்டில் அவனோடு பேசிய சந்தர்ப்பங்களில் அவனின் சொந்த விவரங்களைக் கேட்டறிந்ததில்லை. நடந்துகொண்டே இப்போது கேட் டாள். பெற்றவர்களுக்குக் கனகராஜ் ஒரே பிள்ளை. அவர்களை கோயில்பட்டியில் விட்டுவிட்டு உத்தியோக நிமித்தம் மதுரையிலிருக் கிறான். மதுரையில் தனக்கொரு நிரந்தர வேலையைத் தக்க வைத்துக் கொள்ள வேண்டுமென்பது அவன் லட்சியம். தன்னைப் பற்றியும் அருணா சொல்லிக்கொண்டாள். புதுக்கோட்டை பக்கமிருந்து சிறுமி யாய் தன் தாயுடன் மதுரைக்கு வந்திறங்கியவள். கூலி வேலை செய்து காப்பாற்றிய தாய்க்கு இப்போது எல்லாமே இவள்தான். மதுரை தங்களுக்கு வாழ்வு கொடுத்தாலும் மீனாட்சியம்மன் கோயில் கோபு ரங்கள் உயர்ந்து நிற்பதுபோல அதைச்சுற்றி வாழும் மக்களின் மனம் உயர்வாகயில்லை என்ற வருத்தம் அவளுக்கு. சம்பாஷனை இருவரு ரையும் நெருக்கமாக்கிக் கொண்டிருந்தது.

கழுத்தை ஒயிலாகச் சாய்த்துப் பளிச்சென்ற பட்டவர்த்தனமான அவள் சிரிப்பு அவனின் சித்தம் கலங்க வைத்தது. அந்த வட்டநிலா முகம் ஏற்கனவே பரிச்சையமானதுபோல உணர்ந்தான்.

“அருணா ! ஒங்கள எப்பவோ பாத்து பளகின மாதிரியிருக்கு எனக்கு...”

“சார்...இந்த முவம் மட்டுமா இல்ல இன்னும்...”

பல் வரிசை அழகு காட்டிக் கேலியாகக் கேட்டாள். பழங்காநத்தம் பஸ்ஸ்டாண்டை நெருங்கும் போது கனகராஜ் அவளைப் போகச்

சொல்லி பின்தங்கிக் கொண்டான். அவளோடு இணைந்து நடந்து வந்ததில் இதுவரை அனுபவித்திடாத குதூகலத்தில் மூழ்கிவிட்டான். அந்த சந்தோஷம் அறுபடாமல் தமிழ் அரசி ஓட்டலில் டீ சாப்பிட்டு விட்டு அறைக்குத் திரும்பினான்.

ஞாயிறு விடுமுறை. வெகு நேரம் தூங்கிவிட்டு மெல்லக் குளித்து முடித்து காலை உணவுக்குச் செல்லும் கனகராஜ், வழக்கத்திற்கு மாறாக மார்கழி பனியைக்கூடப் பொருட்படுத்தாமல் வெளியே கிளம்பிவிட்டான். அறையைப் பூட்டிவிட்டுத் திரும்பியபோது வீட்டு வாசலிலிருந்தபடி அருணா தலையை நீட்டினாள். பளிச்சென்ற அந்தச் சிரிப்பு ஒரு வினாடி மின்னலாய்த் தாக்க, சமாளிக்க முடியாமல் புன்னகைத்தான். அவள் தரிசனம் கிடைக்குமா என்ற சிறு ஏக்கத்தோடுதான் வெளியே வந்தான். அவளைக் கண்டுவிட்டதில் கொள்ளை சந்தோஷம். கருப்புநிற அகலகரையிட்ட வாயில் வேஷ்டியின் முனையைக் கையில் பிடித்தபடி மிடுக்காகத் தன்னைக் கடந்து செல்பவனை ரசித்துப் பார்த்தபடி அருணா வாசலில் நின்றிருந்தாள்.

"என்ன சார், இம்புட்டு வெள்ளெனக் கிளம்பிட்டீக?" சுந்தரேசம் பிள்ளை கேட்டார்.

"சும்மாத்தே சார் கொஞ்ச தொலவு நடந்துபோயி வரலாமேன்னு"

அருணா அங்கே குடிவந்த பின் கனகராஜ் கொஞ்சம் மாறித்தான் விட்டான். நடையில் கொஞ்சம் மிடுக்கு. முன்பெல்லாம் ஏதோ சிந்தனையில் பூமியைப் பார்த்தபடி செல்வான். தலையை நிமிர்த்தி மார்பை உயர்த்தி நடக்கிற அளவுக்கு தான் சாதித்தது ஒன்றுமில்லை என்கிற எண்ணம். இப்போது நடையில் மட்டுமில்லை பார்வை, பேச்சிலுங்கூட ஒரு தெளிவு, பொலிவு. மனதிற்குள் நளினமானதொரு மகிழ்ச்சி துள்ளல்.

கனகராஜ் காம்பவுண்டை ஒட்டிச் சில வீடுகள். அடுத்து குமரகம் பிறகு ஒரு குறுக்குத்தெரு. பின் ஒன்றிரண்டு சிறிய வீடுகள் அவ்வளவு தான். சாலையின் இடப்பக்கம் ரயில்வே லைன். ரயில்வே ட்ராக்கை ஒட்டிய பள்ளந்தான் திறந்தவெளிக் கழிப்பிடம். அன்டர்வேர் ஜட்டியைக் கழற்றி தோளில் போட்டபடி ஆண்களின் தலைகளாய்த் தெரியும். திருமங்கலம் தார்ச்சாலை கழுவி விட்டது போல அழகாய் மேற்கு நோக்கி ஓடுகிறது. பழங்காநத்தம்–பைக்காரா மலைக்கிடையில் பசுமையான வயல்வெளிகள். மத்தியில் A.R.A.S & P.V.P.V. மோட்டார் கம்பெனி. வயல்களுக்கு மத்தியில் மோட்டார் கம்பெனி கம்பீரமாய்க் காட்சியளிக்கிறது.

பசுமலை வரை நடந்துவிட்டு வரலாமென்று நினைத்தவன் பைக்கராவில் ஒரு டீ சாப்பிட்டுவிட்டுத் திரும்பினான். பைக்காரா மலை

அடிவாரத்திலிருந்து மலையேறும் பாதை. சுற்று வட்டாரப் பகுதியில் எங்கு நின்று பார்த்தாலும் மலை உச்சியிலுள்ள பங்களா கம்பீரமாகத் தெரியும். வயல்களில் நெற்பயிர்களின் மேலே வெண்மேகமாய்ப் படிந் திருக்கும் பனித்துளி காலைக்கதிரவன் ஒளியில் ரம்யமாய்க் காட்சித் தர, சலசலவென்று வாய்க்காலில் வளைந்தோடும் நீர், வரப்பு ஓரத் தில் தலையாட்டும் புற்களின் அழகை ரசித்தபடி அறைக்குத் திரும் பிக் கொண்டிருந்தான். மோட்டார் கம்பெனியை நெருங்கும்போது வாட்ச்மேன் கனகராஜைப் பார்த்து நலம் விசாரித்தார்.

இந்தக் கம்பெனியின் ஒரு பகுதியில் 'செண்பகம் இன்டஸ்ட்ரீஸ்' இடம் பெற்றுள்ளது. இங்குதான் கனகராஜ் முதன்முதலாக வேலை பார்த்தான். மோட்டார் கார் பழுது பார்க்கப் பயன்படும் கருவிகள், அதன் உதிரி பாகங்களைத் தயாரிக்கும் சிறிய கம்பெனி. இதன் உரிமையாளர் P. V. **பா ***** அவர்களை எளிதில் மறக்க முடியாது.

(2012 பிப்ரவரி 20, இந்து ஆங்கில நாளேட்டில் P. V பா அவர் களின் பண்முகத் திறமை, சாதனைகளை வெளியிட்டிருந்ததைக் கண்டு வியப்பும் பெருமிதமும் அடைந்தேன். 1971இல் நான் அருகில் நின்று பார்த்த P. V பா அல்ல. எவரும் மிக எளிதில் எட்டிப்பிடிக்க முடியாத பலசிகரங்களைத் தொட்ட மாமனிதர். வியத்தகு பல பரிமா ணங்களை உடையவர். மதுரைக்கு மட்டுமின்றி ஒட்டுமொத்த இளை ஞர்களுக்கு உதாரணப் புருஷராக, இன்ஸ்பிரேஷனாகத் திகழ்ந்திருக் கிறார். அவருடைய பணியாளனாக என் தோளில் அவர் கைவைத்து பேசிய தருணங்கள் பசுமையானவை.)

P. V. **பா** ராணுவ அதிகாரியைப் போன்ற தோற்றமுடையவர். நல்ல ஆஜானுபாகுவான உயரம், மிடுக்கான நடை. கண்டிப்போடு கூடிய தெளிவான பேச்சு மற்றவர்களைத் தயங்க வைக்கும். எப்போது கடுமையாகப் பேசுவார் எப்போது கனிவாகப் பேசுவாரெனக் கணிக்க முடியாத சுபாவம். நல்ல உயர்ந்த பண்பும் மனித நேயமுமுடையவர். பொறியாளர் பட்டம் பெற்ற பின்பு ஜெர்மெனியில் தொழில்நுட்ப மேற்கல்வி பயின்றவர். இவரின் நேரடிப் பார்வையில் ஒரு வருடம் வேலை பார்த்த அனுபவம் கனகராஜுக்கு பல படிப்பினையைக் கொடுத்தது.

மதுரை ரைபிள் கிளப்பின் முக்கியப் பொறுப்பில் கம்பெனி முத லாளி P. V. பா இருந்தபோது, ரைபிள் சூட்டிங் டோர்னமெண்ட் பசு மலையில் நடந்தது. மேல் மட்டத்திலுள்ள பல கம்பெனி முதலாளிகள், செல்வந்தர்கள், அரசு அதிகாரிகள் என டோர்னமெண்டில் பலரும் கலந்து கொண்டனர். ஆபீஸ் ஊழியர்களோடு கனகராஜும் சேர்ந்து உதவியாளர்களாகப் பணிபுரிந்த அனுபவம் அவனுக்குப் புதிதாக

இருந்தது. ரைபிள் கிளப்பின் அலுவலகக் கட்டிடக் கால்கோல் விழா புதூரில் P.V பா அவர்களின் முயற்சியில் சிறப்பாக நடந்தது. மதுரை நகர **மேயர் முத்து**, தமிழக மின்சாரத்துறை அமைச்சர் **ஓ. பி. இராமன்** என்று பல முக்கியஸ்தர்கள் நிகழ்சிக்கு வந்து சிறப்பித்தது, P.V பா வின் தலைமையில் சைக்கிள் ரேஸ் போட்டி தமுக்கம் மை தானத்தில் நடந்ததைக்கூடச் சில நேரம் நினைவுகூறுவான்.

கனகராஜ் மதுரைக்கு வேலை பார்க்கச் செல்கிறான் என்றறிந்து அவனுடைய ஊர்க்காரர் ஒருவர் பசுமலையிலிருக்கும் தன் உறவினர் விலாசத்தைக் கொடுத்து சந்திக்கச் சொன்னார். பசுமலையில் மீனாட்சி மில் காலனியில் அவரைக் கண்டுபிடித்துவிட்டான். ஊர்ப் பெயரைச் சொன்னவுடன் பொன்னுரங்கத்திற்கு அவ்வளவு மகிழ்ச்சி. பொன்னுரங்கம் மீனாட்சி மில்லில் வேலை பார்க்கிறார். அன்று சித்திரைத் திருவிழாவிற்குக் கிளம்பிக் கொண்டிருந்தவர்கள் கனகராஜையும் சேர்த்துக் கூட்டிச் சென்றனர். கள்ளகழர் வைகை ஆற்றில் இறங்கும் வைபவத்தையும், ஆயிரக்கணக்கான மக்கள் கண்டு களிக்கும் காட்சியையும் அன்றுதான் முதன்முதலாகப் பார்க்கிறான். மதியம் ஓட்டல் சாப்பாடு, அலங்கார் தியேட்டரில் சினிமாவென்று மதுரையில் வந்திறங்கிய முதல் நாளே வெகு மகிழ்ச்சியோடு கழிந்தது. கனகராஜ் பேயிங் கெஸ்டாக அவர்கள் வீட்டில் தங்கிக்கொள்வதாக ஏற்பாடு. காலையிலும் இரவிலும் வீட்டுச் சாப்பாடு, மதியவேளைக்கு ஓட்டல் சாப்பாடு. நாற்பது வயதை எட்டிக்கொண்டிருக்கும் பொன்னு ரங்கத்திற்குக் குழந்தையில்லை. அவர்களிடம் மிகுந்த பணிவோடும் பண்போடும் நடந்துகொள்வான்.

ஒரு மாதம் சென்றிருக்கும். பொன்னுரங்கம் கடிதம் ஒன்றைக் கொடுத்தார். வீட்டில் விசேஷம் நடக்கயிருப்பதால் வேறிடத்தில் தங் கிக் கொள்ளும்படி சொல்லி எழுதியிருந்தது. இதைச் சற்றும் எதிர் பார்க்கவில்லை. தானிருப்பது இடையூராக இருந்தால் நேரிடை யாகச் சொல்லியிருக்கலாம். இப்படித் திடுதிப்பென்று சொன்னது வருத்தமாயிருந்தது. ஆனாலும் சமையத்தில் அவர் செய்த உதவிக்கு நன்றி சொன்னான். உடனடியாக எங்கே எப்படி வீடு பார்ப்பது, என்ன செய்வதென நாள் முழுக்கக் குழம்பினான். இந்தக் குறைந்த நாட்களில் அவனுக்கு நெருங்கிய நண்பரென்று யாருமில்லை.

மோட்டார் கார் சர்வீஸ் பிரிவில் வேலை பார்க்கும் பலரும் காக்கி உடை அணிந்திருக்க ஒருவர் மட்டும் டெரிலின் சர்ட், பேன்ட் டுமாய் வேலை செய்வதை சிலநேரம் வியப்போடு பார்ப்பான். கனக ராஜைப் பார்த்து அவரும் புன்னகைசெய்வார். அன்று வாடிய முக மாய்க் கவலையோடு காணப்பட்ட கனகராஜிடம் என்ன விவர

மென்று கேட்டார். கொஞ்சங்கூடத் தயங்காமல் தங்கள் வீட்டில் வந்து தங்கிக்கொள்ளச் சொன்னார். அந்த இக்கட்டான வேளையில் அவரே முன் வந்து செய்த உதவி அவனைத் தழுதழுக்கச் செய்து விட்டது. அந்த அன்பர் பெயர் டேவிட்நாதன் என்பதே அன்றுதான் அவனுக்குத் தெரியும்.

நண்பன் டேவிட் நாதனுக்குத் தாயில்லை. தந்தை தம்பியுடன் சொந்த வீட்டில் வசிக்கிறார்கள். அன்று மாலையே கனகராஜ் பெட்டி படுக்கையுடன் டேவிட்நாதன் வீட்டிற்கு வந்துவிட்டான். சில நாட் களுக்குப் பின்பு தற்போதிருக்கும் காம்பவுன்டிற்கு மாறினான். ஆனா லும் அங்கிருந்த நாட்கள் அவனுக்குச் சொர்க்கந்தான். நாதன் வீட்டி லிருந்து பார்த்தால் பைக்காரா மலை, பசும் வயல்வெளிகள் கண் ணுக்கு விருந்தளிக்கும். மதுரை வட்டார மொழியில் அந்த மக்களின் அன்பான பேச்சில் லயித்துப் போவான். இரவில் பைக்காராவில் நடக்கும் கோயில் கூத்து நிகழ்ச்சி, எரிந்த கட்சி எரியாத கட்சி உரை யாடல்களை வீட்டிலிருந்தபடியே கேட்டு மகிழ்வான்.

நாதன் மூலம் கனகராஜிக்குச் சில நண்பர்கள் ஏற்பட்டனர். முத்து ராமலிங்கம், சந்திர போஸ், ஜவஹர், முத்துக்காளை என்று நான்கைந்து நண்பர்கள். ஓய்வு நேரத்திலும் ஞாயிறு விடுமுறைகளிலும் கூடிப் பேசி மகிழ்வார்கள். புகைப்பிடித்தல், மது போன்ற கெட்டப் பழக்கங்களுக்கு அப்பாற்பட்டவர்கள். அதிகபட்சம் டீ அருந்துவார்கள். நல்ல திரை படங்களுக்குப் போய் வந்து அதைப் பற்றி வெகு நேரம் வாதிப்பார்கள்.

முற்போக்குச் சிந்தனையோடு சமுதாயத்தை ஆராய்வார்கள். வெவ்வேறு ஜாதியராக இருந்தும் அந்த வட்டத்தைத் தாண்டி, மதத் தைத் தாண்டி தங்கள் எதிர் காலத்தைவிட இளந்தலைமுறை, அதன் வீச்சு, கல்வி, தொழில் மற்றும் பொருளாதாரத்தின் மேம்பாடு பற்றி எல்லாம் மிகுந்த அக்கறையோடு, சிரத்தையோடு பேசுவார்கள். ஏழை–பணக்காரன், முதலாளி–தொழிலாளி, ஆண்டான்–அடிமை கீழ்ஜாதி–மேல்ஜாதி போன்ற பாகுபாட்டினைப் பற்றிக் காரசாரமாக விவாதிப்பார்கள். சோஷியலிச சமதர்மக் கொள்கைகள் அவர்களை ஈர்த்தாலும் எந்த அரசியல் கட்சிகளைச் சாடாமலும், சாராமலும் சிந்திப்பவர்கள். இவர்கள் கூடிப் பேசும் அந்த மணித் துளிகள் அவர் களைப் பொருத்தமட்டில் பயனுள்ளதாகக் கழியும்.

திருமணமாகாத இந்த இளைஞர்கள் காதலைப் பற்றி, இளம் பெண் களைப் பற்றி ஒரு நாளும் பேசுவதில்லை. சினிமா காதலைக்கூட சினிமாவாகவே பார்ப்பர். உண்மைக்காதலுக்கு இவர்கள் எதிரி யில்லை. நண்பர்கள் வீட்டு இக்கட்டான சூழலில் முன்னின்று வேண் டிய உதவிகள் செய்வார்கள். முத்துராமலிங்கம் இளங்கலை பட்ட

தாரி. பள்ளி மாணவர்களுக்கு மாலை நேரத்தில் இலவசமாகப் பாடம் சொல்லிக் கொடுப்பான். பள்ளிப் படிப்பு முடித்தவர்களுக்கு மேற் படிப்பு, வேலை வாய்ப்புக்கான வழித்தடங்களைக் காட்டி அவர் களே முன்னின்று ஆவனசெய்வார்கள். நண்பர்களின் குடும்ப சுப நிகழ்ச்சிகளில் கலந்து கொள்வதில் எல்லோருக்குமே கொண்டாட் டந்தான்.

கனகராஜின் அலுவலகத்திற்கு வந்து பொன்னுரங்கம் தன் வருத் தத்தை மீண்டும் ஒருநாள் தெரிவித்துக்கொண்டார். அவனைத் திடு மென்று வெளியேற்றிய குற்ற உணர்வு, அவன் கையைப் பிடித்துக் கொண்டு வருத்தம் தெரிவித்தார். யாருடைய அறிமுகமுமில்லாமல் முதன்முதலில் மதுரையில் அடியெடுத்து வைத்தபோது இன்முகத்தோடு வரவேற்று தன்னை தங்கியிருக்க அனுமதித்ததே மிகப்பெரிய உதவி. தன்னுடைய நன்றியைத் திறந்த மனத்தோடு சொல்லிக் கொண்டான்.

மிகவும் மகிழ்ச்சியாக ஒரு வருடம் ஓடியிருக்கும். ஒருநாள் முதலாளி கனகராஜைக் கூப்பிட்டு வேலையைப் பற்றிக் கேட்க, இவன் ஏதோ பதில் சொல்ல, பேச்சு வாக்குவாதமாக மாற, நீ வேலையைவிட்டு வீட்டிற்குப் போகலாமென்று முதலாளி ஒரே போடாகப் போட, ஒன்றும் புரியாமல் திகைத்து நின்றுவிட்டான். தவறு செய்திருந்தால் மன்னிக்கும்படியும், தயவுசெய்து வேலையைவிட்டு நீக்காதீர்கள் என்று மன்றாடிக் கேட்டான். சம்பள பாக்கியைப் பெற்றுக்கொண்டு வீட்டிற்குப் போகலாமெனச் சொல்லிவிட்டு விருட்டென வெளியே சென்றுவிட்டார் முதலாளி. அவனைப் பொறுத்தமட்டில் கொடுத்த வேலையைத் திறம்பட செம்மையாகச் செய்பவன். வேலையைவிட்டு நீக்கிய காரணம் புரியாமல் குழம்பினான். ஒருவேளை இன்னும் பவ்வியமாக தணிவாக பணிவாக நடந்திருக்கவேண்டுமோ? முதலா ளியிடம் நல்லெண்ணம் பெற செயற்கையாகக் குனிந்து வளைந்து குழைந்து அவனால் நடிக்க முடியாது. அந்தச் சமத்தான கலையைக் கைவரப் பெறாதவன். அவன் அவனாக வேலை பார்த்தான். காலை யில் வழக்கமான உற்சாகத்தோடு அலுவலகம் சென்றவன் பத்தரை மணிக்கு வேலையற்றவனாய் வீதிக்கு வந்துவிட்டான்.

மாலையில் விவரமறிந்த அவன் நண்பர்கள் யதார்த்த நிலையை எடுத்துச் சொல்லி சமாதானம் செய்தனர். ஓர்க்ஷாப் தொழிலாளியாக இருந்தால் யூனியன் தலைவரிடம் பேசச் சொல்லிப் பார்க்கலாம். கிளரிக்கல் வேலையாளர் என்பதால் தினக் கூலித் தொழிலாளியைப் போல் நினைத்த மாத்திரத்தில் எளிதாக வேலையைவிட்டு நீக்க முடிந் தது. நேர்மையான, கடமையுணர்வுள்ள ஊழியனாகப் பணியாற்றியும் முதலாளி தொழிலாளிக்கு இடையேயுள்ள மடுவுக்கும் மலைக்குமான வித்தியாசத்தை அன்றுதான் உணர்ந்தான். மனிதாபிமானத்தோடு

செயல்பட்டால் எந்த கம்பெனி முதலாளியும் முதலாளியாக நீடிக்க முடியாது எனும் உண்மை நிலையைப் புரிந்துகொள்ளத் தலைப் பட்டான். காம்பவுன்டில் குடியிருக்கும் நண்பர் பழநியப்ப செட்டி யாரின் உதவியால் பின்பு வள்ளி ட்ரேடிங்கில் கனகராஜ் வேலைக்கு அமர்ந்தான்.

A. R. A. S, & P. V. P. V கம்பெனி வாட்ச்மேனிடம் சில நிமிடம் பேசி விட்டு நடையைத் தொடர்ந்தான். நெடுஞ்சாலையில் திருப்பரங்குன்றம் திருமங்கலம் செல்லும் TVS டவுன்பஸ் மற்றும் விருதுநகர், சிவகாசி மார்க்கமாய்ச் செல்லும் பேருந்துகள் ஒன்றிரண்டு சென்றன. ஞாயிறு விடுமுறையாயிருந்தும் சில மில் தொழிலாளர்கள் சைக்கிளில் சென்றனர். குமரகம் அருகில் வரும்போது நாதன் எதிர்பட்டான்.

“என்ன நண்பா, வெள்ளென எங்கிட்டுப் போயி வாரீர்?”

“சும்மா...கொஞ்ச தொலைவு நடந்து போயி வாறே நாதன்...”

“சும்மாவா, ஓய் விஷயமிருக்கு, கொஞ்ச வித்தியாசமாத்தே தெரியரீர்.”

“அதெல்லா ஒண்ணுமில்ல...”

“முகத்திலத் தெளிவு, நடையில மிடுக்கு, ட்ரஸ்க்கூட பளிச்சின்னு மாறித்தே போயிட்டீருய்யா. ரொம்ப சந்தோஷம். காரணந்தே தெரியல”

“காலயில கேலி செய்யணுமா...?”

“இல்ல நண்பா! இந்த மாறுதல் உம்ம நலஞ்சாந்து ஆரோக்கிய மானதா இருந்தா மகிழ்ச்சித்தே...”

“ஓமக்குத் தெரியாத ரகசியம் ஒண்ணுமில்ல”

“உணர்ச்சி வசப்படாதேயும். சும்மாத்தே சொன்ன. பொறவு பாக் கலாம்...” கனகராஜ் தோளைத்தட்டிச் சொல்லிவிட்டு நடந்தான்.

கைக் கடிகாரம் மணி எட்டரையைக் காட்டியது. அறைக்குப்போக லாமா ஓட்டலுக்குப் போகலாமா என்ற குழப்பம். அறைக்குச்சென்றால் அருணாவின் தாயார் சாப்பிட அழைப்பார்கள். அடிக்கடி அவர்கள் வீட்டில் சாப்பிடுவது சரியில்லையென நேரே தமிழ் அரசி ஓட்டலுக்குச் சென்றான்.

2

வேலையைப் பறிகொடுத்த சமயத்தில் உத்தியோக நிமித்தம் கோயம்புத்தூர் போன்ற தொழில் நகரத்திற்குப் போகலாமென்ற எண்ணமிருந்தது கனகராஜுக்கு. ஆனாலும் கடந்த ஒரு வருட கால மாக மதுரை காற்றைச் சுவாசித்து, இந்த மண்ணின் மணத்தை நுகர்ந்தவனால் அப்படி எளிதில் போக முடியவில்லை. தமிழகத்தின் மிகப் பழமை நகரமான இந்த நான்மாடக்கூடல், கூடல் நகர், திருஆலவாய் என்றெல்லாம் அழைக்கப்படும் மதுரை நகர், சரித்திரத்திலும், இலக்கியத்திலும், புராணங்களிலும் சிறப்பான இடம் பெற்றது. நகரின் மையத்தில் மீனாட்சி அம்மன் ஆலயம். அதைச் சுற்றி நாற் சதுரத்தில் சித்திரை வீதி, ஆவணிமூல வீதி, மாசி வீதி, வெளி வீதி, கோபுர வீதிகளென திட்டமிடப்பட்ட நகரக் கட்டமைப்புகள். நகரின் அழகிற்கு மேலும் அழகு சேர்ப்பதுப் போல வடதிசையில் ஒரு கையால் நகரைத் தொட்டபடி கிழக்கு நோக்கிப் பாய்ந்தோடும் வைகை நதி. நகரை வெகு தூரத்திலிருந்து காணும் போது வானளாவ நிற்கும் கோபுரங்களின் அழகில் மயங்கிப் பரவசப்படாதவர்களிருக்க முடியாது.

நகரின் சில மைல் தொலைவில் குடிகொண்டிருக்கும் திருப்பரங்குன்றம், அழகர்கோயில், பழமுதிர்ச்சோலை மற்றும் வண்டியூர் மாரியம்மன் தெப்பகுளம் என்று கோயில்கள் நாற்புறமும் சூழ, நகரின் விளிம்பைச் சுற்றி அழகிய மலைகள் கைகோர்த்தபடி காட்சியளிக்கின்றன. புராதனமான இந்நகரைச் சுற்றியுள்ள கிராமங்கள் அதற்கேயுரிய சாயலும், பண்பாடும், நாகரீகமும் தோற்றுப் போகாமல் நகரத் தோடு தன்னை எல்லா வகையிலும் பின்னிப் பிணைத்துக்கொண்டுள்ளது.

புதுமை பழமையை விழுங்கிவிடாமல் காலங்காலமாய்த் தனக்கேயுள்ள சிறப்புகளை இழந்துவிடாமல் என்றென்றும் புத்தொளியோடு விளங்குகிறது. வடபுலத்தின் நாகரீகங்கள் இறக்கு மதியானலும் விற்பனையாவதில்லை. அவைகளை லேசாகத் தொட்டுப் பார்த்துவிட்டு இம்மண்ணின் மாண்பு கெடாத வகையில் தனித்துவத்துடன் சிறப் போடு வாழும் மக்கள்.

மாதந்தவறாமல் வந்துபோகும் கோயில் திருவிழாக்கள், வீதி உலா என்று பல விஷேசங்கள் இருந்தாலும் இந்த நகரையும் இதைச் சுற்றி பல மைல்கல் தூர கிராம மக்களையும் ஒருசேரக் குவிய வைப்பது சித்திரைத் திருவிழாதான். தொன்றுதொட்டுப் பாரம்பரியத்தோடு கொண்டாடப்படும் வைபவத்தைக் கண்டுகளிக்க பட்டித் தொட்டி யிலுள்ள மக்கள் கட்டுச்சோறு மூட்டையுடன் மாட்டு வண்டியில் தம் சுற்றத்தோடு வைகைக் கரையில் வந்து குழுமிவிடுவார்கள். வருட மெல்லாம் காடுமேடுகளில் பாடுபடும் ஏழைகளுக்கு இந்தச் சித்தி ரைத் திருவிழா நீலகிரி, ஏற்காடு போன்ற கோடை வாசத்திற்கு ஒப்பானது.

கழனியில் விளையும் காய்கறிகளைக் கொண்டுவந்து நகரத்தில் விற் கும் ஏழைத் தாய்மார்களிலிருந்து, பரம்பரை பரம்பரையாய் வியாபாரம் செய்யும் வியாபாரிகள் வரை அவர்கள் பாணியில் கண்ணியத்தோடு தங்கள் வாழ்க்கையை நடத்தும் விதம்கண்டு வியக்காமலிருக்க முடியாது.

நகரின் வடக்கு எல்லையில் வரவேற்பது போலக் காட்சியளிக்கும் விவசாயக் கல்லூரி, அமெரிக்கன் கல்லூரி, தியாகராஜர் பொறியியல் கல்லூரி, மதுரை கலைக் கல்லூரி என்று இளைஞர்களுக்குக் கல்வி கண் திறந்து கடமையாற்றுகின்றன. மோட்டார் கம்பெனிகள், பஞ் சாலைகள், துணி மில்கள் என இன்னும் பல சிறு தொழிற்கூடங்களி னால் பெரியளவில் நகரத்தில் தாக்கமும் மாற்றமும் ஏற்படவில்லை என்றாலும் கணிசமான மக்களின் வாழ்வாதாரமாக விளங்குகின்றன.

“**நாங்க மதுரைக் காரைங்கே**” என்று மார்பை உயர்த்தித் தலையை நிமிர்த்தி இந்த மக்களால் உதிர்க்கப்படும் ஒற்றை வரி. ஜாதீயப் பற்று அதன் மேலான்மை சுற்றுப்புற கிராம மக்களைப் பீடித்தாலும் மனித நேயமும் உய்விக்கப்படுகிறது.

சுட்டெரிக்கும் வெயிலில் ஒருமுழக் கோபிணத்தோடு சேற்றிலும் சகதியிலும் உழன்ற விவசாயிகளைக் கண்ட தேசத் தந்தை 1921–ல் தன் மேலாடையைத் துறந்த சரித்திரம் இந்த மண்ணில்தான் நிகழ்ந்தது. பொக்கைவாய்ச் சிரிப்பில் உலகைத் தன்பக்கம் மயங்க வைத்த அந்த மகா புருஷரைத் தன் இறுதி நாள்வரை மேல் சட்டையின்றி பக்கிரியாய் வாழச் செய்தது இந்த மதுரை வட்டத்து ஏழை விவசாயிகள்தான்.

சாணார், தலித் போன்ற மக்கள் பலஆண்டுகளாக மீனாட்சி அம்மன் கோவிலுக்குள் பிரவேசிக்க முடியாத நிலையில், தடை செய்யப்பட்ட இந்த ஜாதியர்களை அழைத்துக்கொண்டு T. **வைத்தியநாத ஐயர் 1939–ல்** ஆலயப் பிரவேசம் நடந்தியதும் இந்த மண்ணில்தான்.

நாடகம், கூத்து, கிராமியக் கலைகள் செழித்து வேரூன்றிய மண். திரைப்படங்கள் அந்த இடத்தை முழுதாக ஆக்கிரமிக்கவில்லை என்றாலும் உணர்ச்சிமிக்க ரசிகர்களுக்குப் பஞ்சமில்லை. எம்.ஜி.ஆர், சிவாஜி ரசிகர்களுக்குள் கேலியாகப் பேசிவிட்டால் போதும், அவ்வளவுதான், எதிரிகளைப் போல அங்கேயே கட்டிப்பிடித்து உருளுவார்கள். மூர்க்கத்தனமாகக் கத்தியால் கிழித்துக் கொள்வதுமுண்டு. ரசிகர்களைப் பொருத்தமட்டில் இது பெருமைக்குரிய விஷயம்.

மேலேகண்ட இத்தனை சிறப்புகளுக்காக மட்டும் கனகராஜ் மதுரையில் தங்கிவிடவில்லை. அவனை மதுரையோடு இருத்தி வைத்தவள் அருணா.

அன்று வெள்ளிக் கிழமை மாலைநேரம். வானம் வானவில்லுக்கு வளையல் காப்பிட்டு மகிழும் வசந்த காலம். பழங்காநத்தம் பஸ் ஸ்டாப்பில் கனகராஜ் அருணா இருவரும் திருப்பரங்குன்றம் செல்லக் காத்து நின்றனர். வந்து போன 5ம் நம்பர் TVS டவுன் பஸ்சில் ஏறமுடியாத நெரிசல். வெகு நேரம் காத்து நிற்க அவளுக்குப் பொறுமையில்லை. ஒற்றை மனுஷியாய் நின்றிருந்தால் காத்திருப்பாளோ என்னவோ! கனகராஜ்யுடன் வெகு நேரம் நிற்பது லஜ்ஜயாக இருந்தது அவளுக்கு. பக்கத்து காம்பவுண்டில் வசிப்பவர் தங்களைப் பார்த்துக்கொண்டே போவது வேறு எரிச்சலைத் தந்தது. நெடுஞ்சாலையை ஒட்டிய ரயில் பாதையில் சரக்கு ரயில் மெல்ல ஊர்ந்து சென்றது. அப்பாடா! ஒரு வழியாய்ப் புழுதியைத் தள்ளிக்கொண்டு வந்து நின்ற பஸ்ஸில் கும்பலோடு இருவரும் தொற்றிக்கொண்டனர்.

முதல் நாள் இரவு அருணாவின் வீட்டில் சாப்பிடும்போது கனகராஜ் திருப்பரங்குன்றம் கோயிலுக்குப் போய் வரலாமா என்று அசட்டுத் தைரியத்தில் சற்றுத் துணிந்தே கேட்டான். எதேச்சையாக எந்தக் காரணமுமின்றி எடுத்த எடுப்பில் கூப்பிட்டுவிட்டான். அவள் ஒரு பெண். வெகு நாள் பழக்கமோ நெருக்கமோ ஏற்படாத நிலையில் உரிமையோடுக் கேட்டுவிட்டான். தயக்கமில்லாமல் அவளும் ஒப்புக் கொண்டாள். அவன் மகிழ்ச்சியைச் சொல்ல வேண்டுமே.

திருப்பரங்குன்றம் கோயிலில் கூட்டம் அதிகமில்லை. தேங்காய் பழத்தட்டு கடைக்காரர்களின் கூப்பாடு வழக்கம் போல. ஒரு தட்டை வாங்கிக்கொண்டாள். மல்லிகை மணம் நாசியைத் துளைத்தது. பந்து பூவை வாங்கி அவளிடம் நீட்டினான். வாங்கித் தட்டில் வைத்தாள்.

தலையில் சூட்டிக்கொள்ளச் சொன்னான். நீண்ட பின்னல் ஜடை யில் தழையத் தழையச் சூடியிருந்த அழகு அவனை ஆனந்தப்பட வைத்தது. இரண்டடி பின்தங்கி அவளின் அழகை ரசித்தான்.

சில்லென்ற சரவணப் பொய்கையில் கால்களை நனைத்தனர். விரால் மீன்கள் வளைய வரும் அழகைக் கண்டு துள்ளிக் குதித்தாள். ச்சோ போச்சு! கூவியபடி படித்துறையில் வழுக்கி விழப்போனவளைத் தாவிப் பிடித்துத் தன்னோடு சேர்த்துக்கொண்டான். அவன் பிடியி லிருந்து மெல்ல விடுவித்துக் கொண்டாள். வெட்கத்தோடு கூடிய பதற்றம் அவளை நிமிரவிடவில்லை. வலிய முகத்தில் தெளிவை வர வழைத்துக் கொண்டு இருவரும் சன்னதிக்குச் சென்றனர். முருகனை வணங்கிவிட்டு கோயில் வாயிலுக்கு வந்த பிறகும் இருவரும் பேசிக் கொள்ளவில்லை. அந்த மௌனம் சங்கடமாக இருந்தது.

"இங்கன கொஞ்ச நேரம் உக்காந்து போலாமே..."

மௌனம் கலைவதற்காகச் சொன்னான். அவள் உட்கார்ந்தாள். ஒரு அடி தள்ளி அவனும் உட்கார்ந்தான். ஆண்களும் பெண்களுமாய் மண்டபத்தில் ஆங்காங்கே உட்கார்ந்திருந்தவர்களின் பேச்சுக் குரல் இரைச்சலாகக் கேட்டது. பூமியை முற்றிலுமாக இரவு விழுங்கிவிட்ட நேரம். கொஞ்ச நேரத்தில் தங்கநிறம் ஜொலிக்க தலை காட்டப்போகும் வட்ட நிலவின் வருகை முன் அறிவிப்பாகக் கீழ்வானில் லேசான வெளிச்சம். மண்டபத்தின் எதிரே நீளும் தெருவில் குழல் மின்விளக்கு கள் வரிசையில் நின்று அழகு காட்டின. கடைவீதியில் கும்பல் அதிக மில்லை. இரண்டொரு குதிரைவண்டிகளும் சில டூரிஸ்ட் வேன்களும் கோயில் மண்டப வாயிலின் இடப்பக்கம் காத்திருந்தன. நான் கைந்து தியாகராஜர் எஞ்சினீயரிங் கல்லூரி மாணவர்கள் கையில் டீஸ்கொயரும், ஸிலைட் ரூலுமாகக் கடந்துசென்றனர். TMS ன் முரு கன் பக்திப் பாடல் காற்றில் சுகமாய் மிதந்துகொண்டிருந்தது.

கனகராஜ்யின் விழிகள் எங்கோ சுழன்றாலும் மனக்குதிரை அவன் பிடி நழுவி ஓடியது. திருப்பரங்குன்றம் போகலாமா என்றழைத்த தும் சம்மதித்தாளே! சரி இவள் சம்மதித்தாள். எந்த உரிமையில் துணிச்சலில் நான் கூப்பிட்டேன்? இத்தனை நாள் பழகிய நெருக்கம், அதனால் வந்த துடுக்குத்தனமா? இல்லை என் மேல் இவளுக்கு அத்தனை நம்பிக்கையா, நல்ல எண்ணமா அதற்கும் மேலே! என்னை விரும்புகிறாளோ? ச்சே..அப்படி எதையும் உறுதியாக நினைக்க முடிய வில்லையே. இவள் என்னை விரும்புவது போலச் சில நேரம் தோன்று கிறது. அந்தச் சாயலைத் தெளிவாகக் கண்டதில்லையே. நம்பிக்கை நல்லெண்ணம் காரணமாக என்னோடு வந்திருப்பவளைக் காதல் அழைத்து வந்திருக்கிறது என்ற முடிவுக்கு எப்படி வரமுடியும்? நிச்சயம்

என்னைப் பற்றிய தீர்க்கமான கருத்து உருவாயிருக்க வேண்டும். பழகிய இந்தச் சொற்ப நாளில் எப்படி? ஆண்களை வெகு எளிதில் புரிந்து கொள்வார்களோ? அந்த சக்தி உண்டென்றால் ஏன் பல பெண்கள் ஏமாந்து நிற்க வேண்டும்?

இவளைக் கூப்பிட்டால் வருவாளோ மாட்டாளோ என்கிற குழப்ப மிருந்தது. சேர்ந்து வெளியே போய் வரவேண்டுமெனும் ஆசை. இது நாளும் வராத ஆசை. சும்மா கூப்பிடுவோமே என்றுதான் கூப் பிட்டேன். நான் வரமுடியாது என்று சுலபமாக இவள் சொல்லி யிருக்கலாம். அது பெரிய ஏமாற்றமாக இருந்திருக்காது. காரணம் அந்தப் பதிலையும் எதிர்பார்த்துதான் இருந்தேன்.

நான் கூப்பிட்டேன் வந்துவிட்டாள். வேறு யார் கூப்பிட்டாலும் வந்திருப்பாளோ? இவ்வளவு அழகாயிருப்பவளை நிச்சயம் யாரோ ஒருவன், என்னைவிட அழகான, அறிவான ஒருவன் விரும்பாமலா இருந்திருப்பான்? ச்சே! ஆண்புத்தி. ஏன் இப்படி யோசிக்கிறேன்? வாழ்ந்து சலித்த பெரிய மனுஷி இவளை என்னுடன் அனுப்பியிருக் கிறாள். என்மேல் நம்பிக்கையில்லாமலா? நான் உத்தமமானப்பிள்ளை என்று அந்தத் தாய்க்குத் தெரிந்திருக்கிறது. இல்லையென்றால் பெற்ற வளே அனுப்பி வைத்திருப்பாளா? என் மேலுள்ள நம்பிக்கைக்கு நான் தகுதி உள்ளவனாயிருக்க வேண்டும்.

பிடியிலிருந்து நழுவிப்போன மனக் குதிரையை இழுத்து வந்து கட் டிப் போட்டான். அவள் பக்கம் பார்வை சென்றது. திடுக்கிட்டுப் போனான். சிலையாக அமர்ந்திருந்தவளின் கன்னத்தில் தாரையாக வழிந்தது மின் வெளிச்சத்தில் பளபளத்தது. “அருணா என்னாச்சு, ஏ அழறே கண்ணைத் துடை, பாக்கிறவிங்க என்ன நினப்பாக?” பதறிய படி கேட்டான். தன் கைக்குட்டையை அவளிடம் நீட்டினான். முகத் தைத் துடைத்தவாறு எழுந்துகொண்டாள். அவனும் அவளுடன் நகர்ந்தான். பஸ் ஸ்டாப்பிற்கு அருகிலுள்ள மேடையில் வந்தமர்ந்தனர். மேடையை ஒட்டி நிற்கும் வேப்பமரம் இருட்டில் குடை பிடித்தது. பத்தடி தள்ளி தாயும் பிள்ளையும் பஸ்ஸிற்காக நின்றிருந்தனர். எதிரே வண்டியிலிருந்து தனக்குத் தற்காலிக விடுதலை தந்த எஜமான் கொடுக் கும் புல்லை வேகவேகமாய் குதிரை மென்றுகொண்டிருந்தது. சாலை யில் வாகனங்கள் ஒளியைச் சிதரடித்தபடி சென்றன.

அவன் மிகவும் குழம்பிப் போயிருந்தான். உள்ளுக்குள் மெல்லிய பயத்தின் அதிர்வு. பெண்களின் கண்ணீரைச் சகிக்காதவன். தான் தவறாக நடந்து விட்டோமோ என்ற தவிப்பு மனதைப் பிசைந்தது. எப்படியும் அவளைக் கேட்டுத்தானே ஆகவேண்டும்.

“அருணா ஏன் அழுதே? எம்மேல ஏதும் தப்பா, இல்ல வருத்தமா?”

“ஐய்யோ... உங்க மேல வருத்தமா! அதெல்லா ஒண்ணுமில்லீக...!”

“பொறவு ஏன் அழுதே?”

“கோயில்ல வலம் வந்தப்போ, இதுக்கு முன்ன எப்பவோ ஒங்கக்கூட வாழ்ந்தது போல பிரமை...அப்படியே சிலித்துப் போயிட்டே...”

ஆழமான பார்வையை அவள் மேல் பதித்தான். அதைத் தாங்கச் சக்தியற்றவளாய்க் குனிந்து கொண்டாள். அவள் வார்த்தையின் பொருளைப் புரிந்துகொள்ள முயற்சித்தான். இருவரிடமும் எழுந்த உணர்வலைகளின் அதிர்வுகள் முழுமையாக ஆக்கிரமித்துக் கொண்டன. இதயம் படபடக்க மெல்லிய நடுக்கம் மேலோங்கியது. மெல்ல அவள்பக்கம் நகர்ந்த கை தயங்கிற்று. இனம் புரியா உந்தல் அவளைத் தன்னுடன் இழுத்துக்கொள்ளத் துடித்தாலும், அறிவு செயல் பட விடாமல் அரணாய்த் தடுக்க, அந்த நொடிகள் அவஸ்தையில் கழிந்தன. நடுக்கத்தோடு அவள் கையை மெல்லப் பற்றினான். எங்கே சட்டென்று தன் கையை உதறிவிடுவாளோ என்கிற அச்சம். வியர்வையில் அவன் சட்டை உடம்பின் பல இடங்களில் ஒட்டிக் கொண்டன. தன் கையை விடுவிக்க அவள் முயலவில்லை. அது அவளுக்குச் சுகமாக இருந்தது. அந்த ஸ்பரிசம் அதன் மெல்லிய உணர்வு இருவருக்குமே புதுமைதான். வித்தியாசமான அந்த உணர்வில் கரைந்து போனார்கள். சற்றுத் தள்ளி அமர்ந்திருந்தவளின் இடையை வளைத்து மெல்ல இழுத்துக் கொண்டான். பதற்றமும் பரவசமும் போட்டியிட்டன. அவன் தோளில் சாய்ந்து கொண்டாள். இமைகளை மெல்ல மூடி தனக்குள் படபடக்கும் சிறகுகளைச் சேர்த்துக்கொண்டாள். அவள் கூந்தலை அவன் கைகள் வருட வார்த்தைகள் அங்கே வலிமையற்றுப் போயின.

பஸ் வந்து நிற்கச் சட்டென்று சுயநினைவுக்கு வந்து எழுந்தவர்கள் பஸ்ஸில் ஏற எத்தனிக்கவில்லை. ஒருவரை ஒருவர் பார்த்துக்கொண்டே நின்றனர். பஸ் கடந்து சென்றுவிட்டது. “சரி வா... கொஞ்ச நேரம் நடந்து போவலாம்...”

அவன் முன்னே செல்ல தொடர்ந்தாள். நெடுஞ்சாலையை ஒட்டிய ஏரிக் கரையில் ஏறி நின்றனர். கிழக்கே ஒரு பனைமர உயரத்தில் வட்ட நிலவு உயர்ந்துகொண்டிருந்தது. ஏரியிலிருந்து சில்லென்று வீசிய காற்றில் வேர்வையால் நனைந்திருந்த அவன் சட்டை ஈரத்தை காற்றில் இழந்து லேசாகப் படப்படக்க, உடம்புக்கிடையே புகுந்து பரவி இனிமையான சுகத்தைத் தந்தது. ஏரி கரையில் லாரி ஒன்று தன் கிளீனர் மூலம் அழுக்கு தேய்த்துக் குளித்துக்கொண்டிருந்தது. இருவரும் கரையே நடந்தனர். கிழக்கில் ஓடிய ஏரிக்கரை வளைந்து வடக்கில் நீண்டது.

ஏரிக்கரை வளைவில் பெரிய நாவல் மரம் தன் பல கிளைகளை இழந்து நிற்க, வெள்ளி நிலா கிளைகளுக்கிடையே நீலத் திரையில் தீட்டிய ஓவியம் போலக் காட்சி தந்தது. சில வினாடி அதைப் பார்த் துப் பரவசப்பட்டனர். கரையின் உள்வாய் ஓரத்தில் ஆளுயரம் வளர்ந்து நிற்கும் சம்புக் கோரைகள் கடல் அலையை போல வளைந்து நெளிந்து காற்றில் தலையாட்டின. தவளைகள் கரையில் துள்ளிக் குதித்து வழி மறித்தன.

இருவருக்குமிடையே பேச்சு எழவில்லை. அது அவசியப்படவு மில்லை. அவன் பார்த்தத்திசையில் அவளும், அவள் பார்த்த திசையை அவனும் பார்த்தான். மௌனமும் மந்தகாசச் சிரிப்பும் இரண்டு இதயங் களைப் பேச வைத்துக்கொண்டிருந்தன. அவன் தோளில் இவள் கை தவழ, அவள் இடையை மெல்ல வளைத்தபடி நடந்தான். அந்த முன்னிரவு நிலவொளியில் ஏரிக் கரையில் ஏகாந்தமாய் நடந்தனர். பசுமலை நெருங்கவே கரையைவிட்டு இறங்கி தார்ச்சாலைக்கு வந்த னர். இருவரும் சேர்ந்து காம்பவுண்ட்டுக்குத் திரும்புவதைத் தவிர்க்க, பசுமலை வரை போய் வருவதாகச் சொல்லிவிட்டு அவளை மட்டும் பஸ் ஏற்றி அனுப்பினான். அருணா தனியாக வீடு திரும்பினாள். தலை நிறையச் சூடிய பூவையும் பிரகாசமான அவள் முகத்தையும் கண்டு நடராசன், சேதுபாண்டியனிடம் விஷமமாகக் கிசுகிசுத்தான்.

பசுமலை மீனாட்சி மில் குடியிருப்பில் நண்பனைச் சந்தித்து வெகுநேரம் பேசிக்கொண்டிருந்தான். ஆனால் மனம் அருணாவைச் சுற்றிக் கொண்டிருந்தது. பழங்காநத்தம் திரும்பும்போது இரவு மணி ஒன்பதாகி விட்டது. தமிழரசி ஹோட்டலில் நாற்பது பைசா விற்கு இரண்டு தோசை சாப்பிட்டுவிட்டு அறைக்குத் திரும்பினான். கள்ளுண்டு மயங்கியதுபோல் சந்தோ ஷத்தில் மிதந்தான். ஆனந்தத்தில் களிநடனமாடினான். அளவுகடந்த மகிழ்ச்சி. முகம் பிரகாசமாயிருந்தது. அவனுக்கே அவன் வித்தியாசமாகத் தெரிந்தான். காம்பவுண்ட் கதவைத்திறந்து முற்றத்தைக் கடந்த போது அருணா வீட்டைப் பார்க்கத் தவறவில்லை. வராந்தாவில் அவனுக்காகக் காத்திருந்தவள் எழுந்து புன்னகைத்தாள். நாளும் அவள் பார்வையில் நாணத்தோடு கூடிய நட்புகலந்த மரியாதை தென்படும். ஆனால் அன்று முகத்தில் அன்பின் ஆளுமையும் சேர்ந்து காணப்பட்டது.

தீட்சண்யமான விழியில் பிரகாசமான ஒளியைப் பார்த்தான். விழிகளின் உயிரோட்டமான பார்வை அவனுக்கு ஆயிரம் செய்தி களைச் சொல்லிற்று. இதயப் பறிமாற்றத்தின் வெளிப்பாடு. அறைக் கதவைத் திறந்து நுழையும் போது அவளைத் திரும்பிப் பார்த்தான். கையசைத்தாள். படுக்கையில் வந்து படுத்தவனுக்கு உறக்கமில்லை. வெகு நேரம் அவன் மனசும் களைக்க அறிவும் களைத்து விட்டது.

உருண்டு புரண்டு படுத்தவனின் உடலும் சோர்ந்துவிட்டது. கடந்த சிலநாட்களாக அவன் சிந்தையில் நின்று செயலிழக்க செய் வாள். அவன் மனம் அவன் வசமிருந்ததில்லை. பார்க்கும் திசை யெங்கும் அவளின் சுந்தர உருவந்தான் நிற்கும். அந்த பிரமையில் மாண்டுபோவான். அவள் அவனைமட்டும் கொள்ளைகொள்ளவில்லை, அவன் தூக்கத்தையும் கொள்ளைகொண்டவள். பலநாள் தன் தூக் கத்தைத் தொலைத்து விட்டவன். இந்தச் சித்திரவதை நாளும் அவ னைப் புரட்டிப்புரட்டிப் போடும். ஆனால் அன்றைய மாலைப் பொழுதில் அருணாஅவன் பக்கத்தில் அமர்ந்து தோளில் சாய்ந்தபடி மயங்கிக்கிடந்தாளே, அப் போது அவனுள் ஏற்பட்ட பரவசம் விவரிக்க முடியாதது.

அவளின் அந்த வசீகரம், பளிச்சென்ற கள்ளமற்ற சிரிப்பு அவனை ஈர்த்தது உண்மைதான். ஆராதிக்கின்ற இத்தனை எழிலும், அழகும், அறிவுமுள்ள அவள் தன்னுடையவளாவாள் என அன்றைய அந்த மாலைப் பொழுதில், அவள் பக்கத்தில் உட்கார்ந்திருந்த அந்த ஷணம் வரை அவன் நினைக்கவில்லை. அவன் மனம் அவளை விரும்பி யது என்னவோ உண்மைதான். அவளே கிடைப்பாள் என்கிற நம் பிக்கையில்லை. நிச்சயமில்லாமல் ஏதோவொரு கிரக்கத்தில் மிதந்து கொண்டிருந்தான். அவள் தன்னுடையவளாகிவிட்டாள் எனும் போது அளப்பரியா ஆனந்தமடைந்தான். இறக்கை இல்லாமலே பலூன் போல மேலேமேலே உயரப் பறந்துபோனான். தன்னை அவள் ஏற்றுக்கொண்டாள் எனும் பெருமிதமும் உள்ளுக்குள் கர்வப் பட்டுக் கொண்டான். தன்னை வரித்துக் கொண்டதற்கான தகுதி, யோக்யதை உள்ளதா என்றுகூட அவன் மனம் ஆராய்ந்தது. எந்தக்கோணத்தில் பார்த்தாலும் அந்த அழகு தேவதை அவனுக்குக் கிடைத்த விலை மதிப்பில்லாத பொக்கிஷமாகவேக் கொண்டாடினான்.

அவள் தன் உணர்வை வெளியிட்டபோது சிலநொடிகள் தன்னை மறந்துவிட்டான். துணிவு, ஆண்மையின் துடுக்குத்தனம் அவள் கையைப் பிடிக்கவைத்தது. என் கையை அவள் உதறித் தள்ளியிருந் தால்? ஒருநொடி கற்பனைச் செய்தான். அப்பாடாவென்று தலையைச் சிலுப்பிக்கொண்டான். ஒருவேளை அவள் சுதாரித்துக்கொண்டு வார்த்தையால் சுடவில்லை என்றாலும் அந்த நிராகரிப்பு பெரிய தோல்வியாக, அவமானமாக முடிந்திருக்கும். ஆணுக்கு இதை விட வேறென்ன தலைக்குனிவு வேண்டும். எஃகைக் காந்தம் ஈர்த்ததுப் போல அந்த இருவருக்குள்ளே ஏற்பட்ட சத்தியமான உணர்வு, அதைக் காதலென்று சொன்னாலும் சரி, வேறென்ன பெயரிட்டுச் சொன்னாலும் அவர்களை இணைய வைத்துவிட்டது.

அன்று வரை இருவரும் சந்தித்துக்கொண்ட தருணங்களில் காத லின் சாயலை அவள் விழிகளில் கண்டதில்லை. தம் இதயத்தில்

ஏற்பட்ட மெல்லிய ஈர்ப்பு, அதன் மயிரிழைக் கீற்றைக்கூட வெளிக் காட்டிக் கொள்ளாத சமத்தர்கள்தான். இது காதலுக்குக் கிடைத்த வெற்றி என்பதைவிட, உண்மையான இரு இதயத்திற்குக் கிடைத்த வெற்றி. இரு நல்லிதயங்களின் புரிதல், காதலைப் பிறப்பிக்கிறது. அந்தப் புரிதல்தான் அவர்களை வாழவும் வைக்கிறது.

'காதலினால் மானுடர்க்கு வீரம் வரும்..' என ஆரம்பித்து 'ஆதலி னால் காதலியுங்கள்...' எனும் கவிதை வரி அவன் நினைவைத் தட்டி யது. இனி இவர்கள் காதலர்கள்.

இரவு இரண்டு மணியாகிவிட்டது. தூக்கமில்லாமல் உழன்றவன் அறைக் கதவைத் திறந்து வெளிவந்தான். இதமான காற்று சுகமாக இருந்தது. பின்புற ஊருணி குளத்தில் தேரைகளின் ஒன்று சேர்ந்த கோரஸ் ஒலி. எக்ஸ்பிரஸ் ரயில் வேகமாக அதிர்ந்து சென்றது. கிணற்று மேட்டில் ஏறி உட்கார்ந்தான். உள்ளே எட்டிப் பார்த்தான். நீரில் ஆடிய முழு நிலவையும் அதன் அழகையும் ரசித்தான். அவன் பார்வை அருணாவின் வீட்டில் விழுந்தது. என்ன அதிசயம். ஜன்னல் திரையை விலக்கியபடி தன் வட்ட முகத்தைக் காட்டினாள். துள்ளி அவளருகில் ஓடினான். பூரணச் சந்திர ஒளியில் மின்னினாள். அவள் தரிசனம் அவனைப் பரவசப்படுத்தியது. அவள் கைகளை ஆசை பொங்க எட்டிப் பற்றிக்கொண்டான். அவன் பிடியிலிருந்த கைகளைச் செல்லமாக விடுவித்தபடி, "ஐய்யோ ஆராவது பாத்துடப் போறாக வீட்டுக்குப் போங்க..." மெல்ல கிசுகிசுத்தாள். அவனுக்கு அங்கிருந்து நகர இஷ்டமில்லை.

அவனை அனுப்பிவிட்டுப் படுக்கையில் படுத்தாள். மூடிய விழி களுக்குள் ஏதேதோ எண்ணங்கள் காற்றாடின. அவசரப்பட்டு அவ ரிடம் என்னைக் காட்டிக்கொண்டு விட்டேனோ. இன்னும் சில நாள் நட்பாகப் பழகியிருக்கலாம். என் முடிவு சரியா? ஏதும் பிசகு இருக்குமோ? பல பேர் முன்வந்து தன்னை ஏற்கச் சொன்னார்கள். அவர்களைச் சாதுரியமாக சமாளித்த நான் இவரிடம் மட்டும் என்னை அறியாமலே இழந்திருக்கிறேன். இது நாளாக யாரிடமும் ஒட்டாத ஒன்று இவரிடம் ஒட்டிவிட்டது. ஆணுக்குரிய அந்தக் கம்பீர அழகு என்னை அவரிடம் துவள வைத்திருக்கிறது.

கோயிலில் நான் அவரோடு வலம் வந்தபோது ஏற்பட்ட உணர்வும் அதிர்வும் சத்தியமானதுதானே? என் மனசுக்குள் தோன்றவே அப்படிச் சொன்னேன். என்னை, என் உணர்வைப் புரிந்துகொண்டதால் சட்டென்று கையைப் பிடித்துவிட்டார். கையை அவரிடமிருந்து விடுவித்திருக்கலாம். ஏதோவொன்று அவர் பிடியில் என்னைச் சிறை பட வைத்தது. என்னுடைய மனம் அவரை நாடியிருக்கிறது. அவரும்

விரும்பியதால்தான் அத்தனைத் துணிவோடு கையைப் பிடித்தார். அதற்காகவே இத்தனை நாளும் தவம் கிடந்து ஏங்கியவளாய் நானும் அவர் தோளில் துவண்டு சாய்ந்துவிட்டேன். ஒரு கனம் உலகத்தை மறந்திருந்தேன். எத்தனை பலகீனமானவள் நான். என்னுடைய நாணமும் துணிவும் எனக்குள் அஸ்தமித்துவிட்டது போலிருந்தது.

வேடிக்கையாக ஒன்று செய்திருக்கலாம். அவர் கையைப் பிடித்த வுடன் சட்டென்று உதறி பொய்யாகக் கோபித்திருக்கலாம். அப்போது அவரின் ரியாக்ஷனைப் பார்த்திருக்கலாம். என்ன! சாரி சாரி என்று பலமுறைச் சொல்லி மன்னிப்பு கேட்டிருப்பார். எல்லை மீறி தவறு செய்துவிட்டேனே எனும் குற்ற உணர்வில் கூனிக்குறுகியிருப்பார். என் முகத்தைக்கூடப் பார்க்கத் திராணி அற்றவராய் உருகி மறுகிப் போயிருப்பார். தன்னுடைய பண்பை, மரியாதையை என்னிடம் இழந்துவிட்டதாகத் தன்னையே இகழ்ந்திருப்பார். ச்சே...விளை யாட்டிற்குக்கூட அவரைப் பரீட்ச்சை செய்து பார்க்கக்கூடாது.

நல்ல மனிதர். நல்லபண்பும் குணமும் அறிவும் ஒருங்கே பெற்றவர். மற்றவர் மதிக்கும்படி நடப்பவர். பெற்ற தகப்பன்கூட இந்தக் காலத்தில் பெண்தானே என்று ஏளனமாக நடத்தும்போது, பெண் களின் உணர்வுகளை, வலியை, உரிமையைப் பற்றிச் சிந்திக்கக் கூடிய பேராண்மை இருக்கிறது அவரிடம். அதனால்தான் பெண்களை ரொம்பவே மதிக்கிறார். பெண்கள் மேல் அலாதி பரிவு. பெண்களின் கண்ணீரைக் கண்டு துடித்துப் போகிறார். பெண்மையை மதிப்பது ஆண்மைக்கு அழகு என்பார். இதைவிட ஒரு பெண்ணுக்கு என்ன வேண்டும்?

ஒரு பெண்ணுக்குள் ஆணும் ஆணுக்குள் பெண்ணும் இருப்பதாகச் சொல்வார்கள். அப்படி அவரிடமுள்ள அந்தப் பெண்தான் இவரை இத்தனை மென்மையாகக் கனிவாக இயங்கச் செய்கிறாளோ. நிச்சயம் என்னுடன் காலமுழுக்க கனிவாக, மென்மையாக அனுசரணையோடு இருப்பார். சரி அது போகட்டும். பெண்கள் விஷயத்தில் பலகீனமான வரோ? சீ..அவர் அப்படிப்பட்டவராக இருக்கமாட்டார்.

அம்மாவுக்கு இதில் விருப்பமிருக்குமா? அவருடன் கோயிலுக்குப் போகச் சம்மதித்தாக. என் வயதைத்தாண்டி வந்த அம்மாவுக்கு இவ ரைப் பற்றி புரியாமலாயிருக்கும்? ஒரே பார்வையில் ஒரே சொல்லில் கணிக்கக்கூடிய அம்மா நான் ஏமாறத் துணிவாகளா? சரி குழப்பிக் கொள்ள வேண்டாம். அவர் தபால் மூலம் **B. A.** படிப்பது போல நானும் **B. Com** படிக்க வேண்டும். நான் படிக்கிறேன் என்றால் சந்தோ ஷப்படுவார். அது விஷயமாக விவரங்களை அவரிடம் நாளை கேட்க வேண்டும். மகிழ்ச்சியோடு இமைகளை மூடினாள்.

3

டிசம்பர் 25 விடுமுறை நாள். மூட்டை அழுக்குத் துணியுடன் கிணற்றடிக்கு வந்தாள். கிணற்று மேட்டில் சிட்டுக் குருவிகள் அலகு களால் கொத்தி விளையாடின. தாழ்வார நிழலில் சிறுவர்கள் விளையாடிக் கொண் டிருந்தனர். துணிகளை நனைத்து சோப்புப் போட ஆரம்பித்தவளின் பார்வை கனகராஜின் அறைக் கதவில் தொங்கிய பூட்டில் நின்றது. விடுமுறையும் அதுவுமாக எங்கே போயிருப்பார்? நேற்று பேசிக் கொண்டிருக்கும் போதுக்கூட சொல்லவில்லையே! அவசரமாக கோயில்பட்டிக்குப் போயிருப்பாரோ? கேள்வி மேல் கேள்வி அவளைக் குடைந்தன. கைகள் வேலையில் ஈடுபட்டிருந்தாலும் அவனைப்பற்றி விசனப்பட்டாள்.

ஒரு வார்த்தை சொல்லிவிட்டுப் போயிருந்தால் நிம்மதியாக இருக்கும். ம்...பெருமூச்சு விட்டாள். விசனத் தோடு கூடிய கரிசனமும் கவலையும் அவன் மேல் கோபிக்க வைத்தது. அவரைக் கோபிக்க எனக்கென்ன உரிமை இருக்கிறது? நான்என்ன தாலிகட்டிய மனை வியா? ஆமாம், தாலி கட்டிக்கொண்டால் எனக்கு எல்லா உரிமையும் கிடைத்துவிடுமா? தாலி கட்டிக் கொண்டாலும் நான் நான்தானே! எனக்குள் எந்த மாற்றமும் ஏற்படப் போவதில்லை. பின் தாலி எதற்கு?

தாலி இருந்தால்தான் மனைவி என்கிற அந்தஸ்த்து கௌரவம், மரியாதை எல்லாமா? தன்னைத் திருமண மானவள் எனக் காட்டிக்கொள்ளவா? ஒருவனுக்குத் தான் சொந்தமாகி உரிமையாகிவிட்டேன் எனத் தெரி யப்படுத்தவா? இனி எந்த ஆடவனும் தன்மேல் இச்சை படக்கூடாது என்று சொல்லாமல் சொல்லிக்

கொள்ளவா? தாலி கட்டிய அவனுக்குத் தன்னைப் பெண்டாட முழு உரிமையும், சர்வ சுதந்திரமும், தகுதியுங்கூட இருக்கிறது என்று பிரகடனப் படுத்திக் கொள்ளவா?

பல நூறு ஆண்டுகள் தொன்றுதொட்டு நம்மவரின் நாகரீகமாக, அதன் அடையாளமாக இந்தத் தாலி வழங்கப்பட்டு வருகிறதாமே! தாலிக்கு மட்டுமே இத்தனைச் சிறப்பும் புனிதமும் என்றால், அதைக் கட்டியவனும் அந்தச் சிறப்புக்கும், பெருமைக்கும் உரியவன்தானே! தாலிக்குரியவன் அப்படி நடந்துகொள்கிறானா? நடத்தப்படுகிறானா? தாலி பெண்களுக்கு வேலி என்றால் அதைத் தாண்டி எந்தப் பெண்ணும் செல்வதில்லையா? ஏன், அந்தத் தாலியைக் கட்டிய அவனுக்கு வேலி எதுவுமில்லையா? தாலி மனைவியைக் கற்போடு, நெறியோடு வழிநடத்தும் என்பதைவிட, அவளைக் கட்டுப்படுத்தும் என்ற நம்பிக்கை, எதிர்பார்ப்புகள் எல்லாம் ஆணின் சுயநலந்தானோ! தாலி நிலைக்கவேண்டும் என்பதற்காக அதில் மஞ்சள் குங்குமமிட்டு கண்களில் ஒற்றிக் கொள்கிறார்களோ! மஞ்சள் குங்குமத்தோடு பல்லாண்டு வாழ வேண்டும், அதற்குத் தாலிகட்டிய கணவனும் வாழவேண்டுமென வேண்டுவதுதான் சுமங்கலிப் பிரார்த்தனையோ? பெண்களும் சுயநலக்காரர்கள்தான்!

இந்தத் தாலியை உயர்ந்த ஸ்தானத்தில் வைக்கவேண்டும் என்பதற்காகத்தான் அதைத் தங்கத்தில் போட்டுக்கொள்கிறார்களோ! விலைமதிப்பில்லா வைர வைடூரியங்களினாலான ஆபரணங்கள் அணிந்திருந்தாலும், அவைகள் உடம்போடு மட்டுமே உறவாடும். ஆனால் மகத்துவமான, புனிதமான, பௌத்திரமான இந்தத் தாலி மட்டுமே உணர்வோடு, உள்ளத்தோடு பல அதிர்வுகளை உள்ளடக்கி ஆளுகிறதாம். ஆட்டியும் வைக்கிறதாம். அதன் மேல் அவள் மனதை வைக்கிறாள், அறிவை வைக்கிறாள், உயிரையே வைக்கிறாள். இந்தத் தாலியையும் அதை அணிந்துகொண்டிருக்கும் அவளையும் எது இணைக்கிறது? கணவன் மனைவி எனும் பந்தமா? சமூகமா? நாகரீகமா? இறை நம்பிக்கையா? இவைகள் எதுவுமில்லை எனும் பட்சத்தில் பெண்ணின் மனசாட்சி ஒன்றே அவளைத் தாலியோடு ஒட்ட வைத்திருக்க வேண்டும்!

கட்டிய கணவனே தாலியைப் பறித்துக்கொண்டு மனைவியைத் தாய் வீட்டிற்கு அனுப்புகிறான்! நீ கட்டிய தாலி எனக்கு வேண்டாமென்று கழற்றி அதைக் கட்டியவனிடமே கொடுத்துவிட்டு மனைவிப் போகிறாள்! கருத்து ஒற்றுமை சிதைந்து, பொறுமை, சகிப்புத் தன்மை நசிந்து எந்தப் புரிதலுக்கும் இலக்காகாத தம்பதியர் பிரிந்து

வெவ்வேறு திசையில் பயணிக்கிறார்கள். நாற்பது ஐம்பது ஆண்டு கால தாம்பத்தியங்கூட பல வீடுகளில் நொந்து, கசந்து விரக்தியின் விளிம்புக்குப் போய் முடங்கிக் கிடக்கும் அவலங்கள் எதனால்?

தாலி மூலம் கணவனோடு ஏற்பட்ட உறவை, உரிமையை அவள் மறுக்கலாம். அவள் மட்டுமே மறுக்க முடியும். அவளை உடன்படச் செய்ய சமுதாயத்தில் எவருக்கும் உரிமையில்லை. அவள் இஷ்டப் படாமல் இணங்காத பட்சத்தில் அந்தத் தாலியும் தாம்பத்தியத்தில் ஒரு பொருளற்ற பொருளாகிவிடும். அதன் உரிமைப் பற்றிய சட்ட வழிக்காட்டல், நடைமுறைகள் இருந்தாலும், உணர்வுப் பூர்வமான பிரச்சனைக்களைத் தீர்க்க சட்டமில்லை. ஒருவன் விரும்பினாலும், அவனோடு வாழ விரும்பாத பெண்ணை வாழவைக்கச் சட்டமும் இல்லை. எந்தத் தாலியும் அவளை நிர்பந்திக்க முடியாது. இந்தத் தாலியை எவனும் திருடிக்கொண்டோ, பறித்துக்கொண்டோ சென் றால் அவனைக் கண்டிப்பதற்கும் தண்டிப்பதற்கும் சட்டம் இருக்கிறது. காரணம் தாலி தங்கம் என்பதனாலா?

வெவ்வேறு சமயமோ, சமுதாயமோ, அதன் உட்பிரிவோ எதுவாயி னும் ஆண் பெண் இருபாலரும் சேர்ந்து வாழ்ந்திடும் சத்தியமான, உத்தமமான தாம்பத்தியத்தின் அடையாளமாக, சாட்சியாகத் தாலி திகழ்ந்திருக்கலாம், திகழ்ந்திருக்க வேண்டும்.

“எம் புத்திக்கெட்டு தப்புசெஞ்சிட்டேட. எப்படியாவுது அவே கை யால தாலி வாங்காம வுடமாட்டே...”

“ஆமான்டி சரசு! நாளைக்கு ஒனக்கு பொறக்கப்போற பிள்ளைய நினைச்சுப் பாரு!”

“நா அவன வுடமாட்டேன்டி! நிச்சயமா எங் களுத்தில தாலிக் கட்ட வைப்பே...”

ஆபீஸில் அன்று சரசுவும் ரஞ்சிதாவும் ஆவேசமாக இப்படித்தான் சொல்லிக் கொண்டிருந்தார்கள்.

கண்ணை மூடிக்கொண்டு தவறு செய்துவிட்டுப் பரிகாரமாகத் தாலி கிடைத்தால் போதுமா? என்ன பெண் இவள்? தாலி கிடைத்து விட்டால் அகலிகை மாதிரி சரசு புனிதமாகி விடுவாளோ? அவளுக்குத் துரோகம் செய்துவிட்டு ஓடி ஒளிகிற அவனை இந்தத் தாலி உத்தம னாக்கி விடுமா என்ன? தான் தவறு செய்துவிட்டாலும் இந்தத் தாலி யின் மூலம் தன்னைக் குற்றமற்றவள் என்று சமுதாயத்திற்குப் பிர கடனப்படுத்த, பரைசாற்றிக்கொள்ள நினைக்கிறாள் சரசு! விரும்பி யோ விரும்பாமலோ தாயாகிவிட்டவளுக்குத் தாலிதான் அந்தஸ்தை யும் அங்கீகாரத்தையும் கொடுகிறதோ?

இவ்வளவு நேரமாகத் தாலியைப் பற்றி விளக்கமும், தர்க்க விவாதமும் அவள் தனக்குள் செய்துகொண்டிருந்தாள். அருணா எந்த சுமங்கலியோடும் நெருங்கிப் பழகியதில்லை. தாயைப் பார்த்து உணர்ந்திருக்க வேண்டும். அவளுக்கு விவரம் தெரிந்து, அவள் தாய்க்கும் தாலிக்கும் எந்தச்சம்பந்தமுமில்லை. அருணா குழந்தையாயிருந்த போதே அவள் தந்தை நோய்வாய்பட்டு இறந்துவிட்டார்.

அருணாவும் கனகராஜும் பரஸ்பரம் ஒருவருக்கொருவர் நன்றாகவே புரிந்துகொண்டனர். அவனைத் தன் இதயபீடத்தில் சிம்மாசனம் போட்டு முழுமையாக அமர்த்திக்கொண்டாள். அவனின் தகுதி தன்மைகளை உணர்ந்தே உகந்த துணையாக வரித்துக்கொண்டாள். அதனால் தான் அவனைப் பற்றிய தகவல் இல்லையேயெனக் கவலைப்படுகிறாள். இரண்டறக் கலந்துவிட்ட இதயங்களின் வித்தியாசமான துடிப்பு. அதுகூட அவளுக்குச் சுகம்தான்.

முற்றத்து நிழலில் விளையாடும் சிறுவர்களின் கூச்சல் அதிகமாகக் கேட்டது. சுந்தரேசம் பிள்ளையின் மகள் தன் பச்சரிசி பல் தெரிய அருணாவைப் பார்த்துச் சிரித்தாள். சிட்டுக்குருவிகள் கிணற்று மேட்டிற்கும் வீட்டுக் கூரைக்குமாக வட்டமடித்து விளையாடின. ஒரு வழியாகத் துணிகளைத் துவைத்துக் காயப்போட ஆரம்பித்தாள். காம்பவுன்ட் கதவு திறக்க கனகராஜ் நுழைந்துகொண்டிருந்தான். அவனைக் கண்ட மகிழ்ச்சி, முகம் பிரகாசமாயிற்று. அந்த மலர்ந்த முகத்தைத் தரிசித்தவனுக்கு வெய்யிலில் சுற்றி வந்த களைப்புகூட போனயிடம் தெரியவில்லை. ஈரத் துணிகளைக் காயப்போட்டுக் கொண்டிருந்தவள்...

"என்ன விஷயம், எங்கிட்டுப் போயி வாரீக, சாப்பிட்டீகளா?" மெல்ல கேட்டாள். அந்த வாஞ்சையும் கரிசனமும் அவனை வியர்வையோடு சேர்ந்து மகிழ்ச்சியில் நனைய வைத்தது.

"உன்னிய பாத்துட்டுப் போலாமின்னு வந்தே. சாப்புட்டு வாறே..."

பூட்டை மட்டும் திறந்து விட்டுவிட்டு ஓட்டலுக்கு ஓடினான். சாப்பிடாமல்கூடத் தன்னைப் பார்க்க வந்து போகிறவனை நினைத்த போது நெஞ்சு பெருமிதத்தில் உயர்ந்தது. இவ்வளவு நேரமாகிவிட்டதே, சாப்பிட ஏதும் கிடைக்குமா என்றுக் கவலைப்பட்டாள். வந்து சாப்பிடுங்களேன் எனக் கூப்பிட்டு சாப்பாடு போட முடியவில்லை. நொந்து கொண்டாள். அருணா தன் வீட்டிற்குள் நுழைந்த மறுநிமிடம் நடராசன் பக்கத்து வீட்டு சேதுபாண்டியனுடன் உரையாட நுழைந்தான். வாரப் பத்திரிகை ஒன்றைக் கையில் வைத்துக்கொண்டு வீட்டு வாசலில் அருணா உட்கார்ந்தாள்.

சேதுபாண்டியன் வீட்டிற்குள் நுழைந்த நடராசன் வழக்கமாக ஊர் கதைப் பேசிக்கொண்டிருந்தான். சேதுபாண்டியனின் மனைவி ஊருக்குப் போயிருந்தது நடராசனுக்கு வசதியாகப் போய்விட்டது. கொஞ்ச நேரத்திற்கு முன் கனகராஜ் வெளியிலிருந்து உள்ளே வந்த போது அருணா அவனிடம் கிசுகிசுத்ததை நோட்டம் விடத்தவற வில்லை. சிலநேரம் அந்த நான்கு விழிகளும் தங்கள் அன்பைப் பரிமாறிக் கொள்வதை மறைந்து நின்றுபார்ப்பான். அவர்கள் விழிகளால் பேசிக் கொள்வது நடராசனுக்குக் கேவலமாகப்பட்டது. ஆனால் தான் ஒளிந்து நின்று பார்ப்பது அவனுக்குக் கேவலமாகப்படவில்லை.

அவர்கள் இருவரும் சகஜமாகப் பழகுவது அவனுக்குப் பிடிக்க வில்லை. அவர்கள் அன்பில், நடத்தையில் களங்கம் கற்பித்தான். திரு மணமாகாத இவர்கள் எல்லையை மீறித் தவறு செய்கிறார்கள் என்று குற்றஞ் சாட்டினான். அருணாவைக் கண்டாலே அவனுக்கு உடம் பெல்லாம் எரிகிறதாம். அப்படியொரு வக்கிரம். சேதுபாண்டியன் வீட்டிற்குள் நுழைந்தவுடன் வழக்கம்போல ஆக்ரோஷத்தோடு ஆரம் பித்தான். மனதிலிருக்கின்ற வெறுப்பைக் கக்கியாக வேண்டும்.

“கனகராஜை கண்டுட்டா கூச்சமில்லாம அவுளுக்கு என்னா சார் அப்படியொரு சிரிப்பு? ஆள மயக்குற சிரிப்பு. நல்ல குடும்பப் பொண்ணு இப்படி நடப்பாளா சொல்லுங்க...?

“அதே தெரிஞ்ச விஷயமாச்சே விடுங்க நடராசன்...”

“நா அப்புமே சொன்னேனே சார், இதுக இப்படித்தே ஆகுமுன்னு”

“கனகராஜ் இப்படி மாறுவாகன்னு கனவுலகூட நெனைக்கல நடராசன். எப்படியிருந்த மனுஷ...”

“ஆமா சார், பொதுவா இந்தமாரி ஆளுக ஈசியா கவுந்துடுவாங்கே. இவ அழகுக்கு எவனும் பிளாட் ஆயிடுவா, ரொம்ப அழகுன்னு திமிறு அவுளுக்கு, இந்தமாரி பல்ல காட்டுறவுள நம்பக்கூடாது சார். எப்பக் கால வாருவான்னு தெரியாது...”

“என்ன செய்ய நடராசன், இந்த ஆளு வசமா மாட்டியாச்சி, நாம புத்திக் கோளாறு சொல்லி கனகராஜ் கேக்கிற ஆளா? எப்புடியோ போட்டும் விடும்ய்யா, தல விதி...”

இந்த சம்பாஷனையைக் கேட்டுக்கொண்டே சேதுபாண்டியனின் மைத்துனன் முத்துக்காளை உள்ளிருந்து வந்தான். கொஞ்சம் நல்ல மாதிரியான ஆள். “சார்..அவுக எப்புடியோ பளகிட்டுப் போட்டுமே, மான அவமானம் அவுகளுக்குத் தெரியாதா? கனகராஜ் கண்ணியமான ஆளு. சரியோ தப்போ அனுபவிக்கப் போறது அவுகதானே சார்.

அவுக கஷ்டத்தில பங்கு எடுக்காத நாம சந்தோஷத்திலமட்டும் ஏன் தலையிடணும்...?

முத்துக்காளை அவர்களுக்கிடையே நியாயம் பேசினான்.

"சார் ஒங்களுக்குத் தெரியுமோ இல்லியோ, தனிப்பட்ட ஒருத்தர் கௌரவத்த கண்ணியத்த குறைச்சுப் பேசுறது, அவுகக் குணத்தைக் கொச்சப் படுத்தித் தரக்குறைவா பேசறது சட்டப்படி குத்தம்"

எச்சரிப்பது போலச் சொன்னான்.

"தோ பாரு அப்பு! கல்யாணம் பண்ணிட்டு களுதைக எக்கேடோ கெட்டுப் போட்டுமேய்யா. ஆரு வேணாங்கிறாக? இதோட பாதிப்பு உமக்குத் தெரியாது. இதுக பளகுறதைப் பாத்து வயசுப் பெண்டுக மட்டுமில்ல குடும்பப் பெண்டுககூட கெட்டுப் போயிறுவாளுக. எங்க அனுபவத்த சொல்றோம்யா. சார், இந்த காம்பவுண்ட் கவுரவம் ஒரு நாளு காத்துல பறக்கப் போவுது. நமக்குப் பெரியத் தலகுனிவு வரப்போறது நிச்சயம். எப்புடியாவது அவளக் காம்பவுண்ட வுட்டு வெளியேத்தியாவனும். கையக் கட்டிக்கிட்டு சும்மாயிருந்தா ஒண்ணும் ஆவாது நீரு என்ன சொல்லுறீர்...".

"ஓய் நடராசன்! ஆருக்கும் கெடுதி நினைக்க வேணாங்கனு. பாப்போமய்யா. இந்தப் பிரச்சனைக்கி ஒரு வழி பொறக்கும். நீர் கொஞ்சம் பொறுமையா இரும். ஆரையும் துவேஷிக்க வேணாம்..."

அன்றைய சம்பாஷனையில் அப்போதைக்கு ஒரு முற்றுப்புள்ளி வைத்தார்கள்.

சாப்பிடச் சென்ற கனகராஜ் திரும்பினான். அவன் வருகைக்காகக் காத்திருந்தவள், என்ன சாப்பிட்டீர்கள் எனச் சைகையில் கேட்க, விரலால் வரைந்து புரோட்டாசாப்பிட்டதை சமிக்ஞையில் தெரிவித் தான். அவன் சாப்பிட்டானா என தெரிந்துகொள்ள இவ்வளவு நேரம் வாசலில் பத்திரிகையுடன் உட்கார்ந்திருந்தாள். கொஞ்சநேரத்தில் ஜீரணித்துவிடும் அவன் உணவு முக்கியமாகப்பட்டது அவளுக்கு. தன்னால் முடியவில்லை எனும் ஆற்றாமை. "போய் தூங்குங்க" சை கையில் அன்போடு ஆணையிட்டாள்.

ஹார்லிக்ஸ், சோப்பு போன்ற பொருட்கள் அடங்கிய பையை அருணாவின் தாயிடம் கொடுத்துவிட்டு, கனகராஜ் தன் அறைக்குத் திரும்பினான். அருணா இன்னும் ஆபீஸிலிருந்து திரும்பவில்லை. அவளது தேவைகள் அவனுக்கு அத்துபடி. முடிந்தவரை வாங்கி வந்து கொடுப்பான். அன்புப் பரிசாகப் புடவைகள்கூட வாங்கிக் கொடுப்பான். அதை நேர்த்தியாக உடுத்திக்கொண்டு தாயின் முன்பு

போய் நிற்பாள். மகளின் முகத்தில் காணும் மகிழ்ச்சியைப் பார்த்து பூரித்துப் போவாள்.

“ஒனக்கு நல்லப் பிள்ளயத்தே கடவுளு காட்டிருக் கான், நல்லா இருங்கம்மா...” ஆசீர்வதிப்பாள்.

கனகராஜ் தன் திருமணத்தை சிந்திக்கத் தொடங் கினான். அருணாவைப் பற்றி பெற்றோர்களிடம் சொல்லி சம்மதம் பெற வேண்டும். இடையில் அப்பா அம்மா இருவருமே உடம்பு முடியாமல் படுத்து எழுந் தனர். அடிக்கடி கோயில்பட்டிக்குப் போய் வந்தான். ஆரோக்யமான சூழலை எதிர் பார்த்திருந்தான். திருமணம் எப்போது நடந்தால் என்ன, இரு உள்ளங்களும் ஒன்று கூடிவிட்டன. மனதளவில் கணவனும் மனைவியுமாக வாழ ஆரம்பித்து மாதங்கள்சில ஓடி விட்டன. தனது ஊதியத்தில் ஒரு பங்கை அவளுக்குச் செலவிடுவது கடமை என கொண்டுவிட்டான். அதனால் என்னவோ அவள் வேலைக்குச் செல்வதில் கூட அவனுக்கு அவ்வளவு விருப்பமில்லை. ஆண்களைப் போலச் சுதந்திரமாக வேலை செய்து சம்பாதிப்பது, குடும்பத்திற்குப் பொருளாதார ரீதியில் ஒத்துழைப்பு, வெளியுலக அறிவு எல்லாம் சரிதான். ஆனால் பெண்களுக்கு அலுவலகத்தில் ஏற்படும் பால் இன இடர் பாடுகளை எண்ணும்போது துவர்ப்பாயிருந்தது.

அருணா தன்னிடம் மட்டுமே சிரித்துப்பேச வேண்டுமென நினைத் தான். அவள் பிறரிடம் சிரித்துப் பேசுவதால் இழந்து விடுவது ஒன்று மில்லை என புத்திக்குத் தெரிகிறது. ஆனால் ஏனிந்தப் பத்தாம்பசலித் தனம். சில மாதங்களுக்கு முன்புவரை அவள் எல்லோரிடமும் சிரித் துப் பேசியவள்தான். இப்போது அவன் புத்திகோணலாகச் சிந்திக் கிறது. இந்தப் பழமைவாதம் இதுநாள் வரை தனக்குள் எங்கே புதைந் திருந்தது? இப்போது ஏன் தலைக்காட்ட வேண்டும்? எனக்கு இப் படியொரு முகங்கூட இருக்கிறதோ? அவனுக்கே அருவருப்பாக இருந்தது. அவளைத் தன்னுடையவளாக்கிக் கொண்ட பலனோ?

அவள் தினமும் பல ஆண்களோடு பேச வேண்டியிருக்கும். பெரிய வர்களோ சிறியவர்களோ அவர்களுக்கு ஏற்றபடி ஒரு எல்லைக் குள் பழகவேண்டும். அவளை மதித்துப் பழகுபவர்கள் இருக்கிறார்கள், வெளிக்கு பல்லைக்காட்டி இளித்துவிட்டுப் பின்புறம் வக்கரிப்போடு ஏளனம் பேசுபவர்களும் இருக்கிறார்கள். இவையெல்லாம் அவளுக்குப் புரிந்தாலும் அவர்களோடு பழக வேண்டியது எங்கள் தலைவிதி என் பாள். தலை விதிக்கும் இதற்கும் என்ன சம்பந்தம் என்று அவனுக் குப் புரியவில்லை.

ஒருவன் நடத்தை, பார்வை சரியில்லை எனில் அவனை ஒதுக்கித் தள்ளிவிட வேண்டாமா? அதைவிட்டு அவனிடமே போலியாக ஏன்

பேச வேண்டும், சிரிக்க வேண்டும்? இந்தத் தணிவு அவனை உற்சாகப்படுத்தாதா? தன்னிடம் சிரித்துப் பேசுகிறாளே எனக் கற்பனைக் கோட்டைக் கட்டமாட்டானா என்றெல்லாம் கவலைப்படுவான். இந்தக் கவலை பல வருடங்களாக அருணாவிற்குண்டு. இந்த அவதியும் அவஸ்தைகளும் பழகி மரத்துப் போனவைகள். மேலோட்டமாகப் பார்க்கையில் பெண்கள் இவ்விஷயத்தில் படும் கஷ்டத்தைப் புரிந்துக்கொள்வது சற்றுக் கடினம். பட்டவர்த்தனமான சிரிப்பு அவைகளை மேகமாக மூடிக்கொள்கிறது. மனதளவிலான இந்த பாதிப்புகளை உள்வாங்கி ஜீரணித்துக்கொண்டு அருணாவைப் போல் வேலை பார்க்கும் பல பெண்களின் சாமர்த்தியத்தை நினைத்துப் பார்க்கையில் மலைத்துப் போவான். இந்தத் திறமை, சாமர்த்தியம், புத்திசாலித்தனம் பெண்களுக்குத் தானாகவே வந்துவிடுமா என்ன?

பெண்கள் ஈ மொய்க்கும் பலாப் பழமாகயிருந்தாலும் தேளாகக் கொட்ட வேண்டிய நேரத்தில் கொட்டவேண்டும். கடிநெறி ஏறியவன் சும்மாயிருக்கமாட்டான். எந்தப் பெண்ணையும் பார்த்து இச்சைப் படுபவன் படத்தான் செய்வான். ஆண்களோடு சரிசமமாக வேலை பார்க்கும் சூழலில், அவர்களின் குறுக்கீடு இருந்தாலும், ஆண்களோடு ஏற்படும் உரையாடல்களை வெறும் வார்த்தை ஒலிகளென்றும், சிரிப்புக்கூட எந்த வலுவுமில்லாத அர்த்தமில்லாத உதட்டு அசைவுகள் தான் என்று எடுத்துக்கொள்ள வேண்டும். தான் விரும்புகிறவள் தனக்கு மட்டுமே சொந்தம், தன்னைவிட எதுவும் அவளுக்கு முக்கியமில்லை என்ற நம்பிக்கையை வளர்க்க வேண்டும், என்பதெல்லாம் அருணாவுடன் பேசும்போது கனகராஜ் உணர்ந்துகொள்ள முயன்றான்.

தன்னை உத்தமனாக ஏற்றுக் கொண்டவளை உரைக்கல்லில் உரசிப் பார்ப்பது எத்தகைய பேதமை? இக்கீழான சிந்தனையிலிருந்து மீண்டுவர தன்னைச் சுயமதிப்பீடு செய்துகொண்டான். அருணாவும் அவளையொத்த பெண்கள் வேலை பார்க்குமிடத்தில் படும்பாட்டை எண்ணிப் பார்த்தபோது அவனுள் குறுத்துவிட்ட இந்த எண்ணங்கள் தவிடு பொடியாயின.

நிமிர்ந்த நடை, நேர்கொண்ட பார்வை, நெஞ்சில் உறுதி என்று பாரதி சொன்ன பெண்ணாக அவளைக் காண்பதில் அவனுக்குப் பெருமைதான். ஆனால் நடராசன் போன்றோரின் உறுத்தலான பார்வையைக் கண்டு அருணா அஞ்சி சங்கடப்படுவாள். அவன் எதிர்படும்போது புன்னகையை வரவழைத்துக்கொண்டு பயந்து வளைந்து ஒதுங்குவாள். கனகராஜிக்கு அது அவமானமாகத் தோன்றும்.

இரவு சாப்பிட்டு அறைக்குத் திரும்பினான். அன்றுமாலை அருணாவுடன் விவாதித்தவை அவன் நினைவுக்கு வந்தன. எனக்குள் தலை

நீட்டிய பத்தாம்பசலித் தனத்தைப் புரிந்துகொண்டிருப்பாள். என்னை பற்றிய அனுமானம் மாறியிருக்காதே! நடராசன் பற்றிய என்பக்க நியாயத்தைப் புரிந்திருப்பாள். ஒருவருக்கும் தெரியாமல் செய்யும் பல தவறுகளைவிட, ஊரறிய உலகறிய அவளுடன் நான் பழகுவது, மற்றவர்களால் அது தவறாகவே கருதப்பட்டாலும், யாதார்த்தமானது, நேர்மையானது எனும் என் வாதத்தை உணர்ந்திருக்கமாட்டாளா என்ன? தனது அற்ப எண்ணங்கள் அவளைப் புண்படுத்திருக்குமோ என்ற அரற்றலில் நெளிந்தான். விரலால் மண்டையைப் பிறாண்ட வேண்டும் போலிருந்தது அவனுக்கு. வெகு நேர மன உளச்சலுக்குப் பின் சோர்ந்து கண்ணயர்ந்தான்.

காலையில் ஆபீஸ்க்குக் கிளம்பி வீட்டைப் பூட்டிக்கொண்டிருந்தான். பாத்திமா கல்லூரிக்குப் போக வேண்டுமென வாசலிருந்தபடி அருணா சொன்னாள். சாப்பிட்டுவிட்டு பஸ் ஸ்டாப்பில் காத்திருப்பதாக பதில் சொன்னான். கனகராஜைப் போல திறந்தவெளி பல்கலை கழகத்தில் அருணாவும் B. Com. படிக்கத் தொடங்கிவிட்டாள். பாத்திமா பெண்கள் கல்லூரிக்கு எதற்குப்போகவேண்டும் என்கிறாள்? காரணம் தெரியவில்லை.

சாப்பிட்டுக் காத்திருந்தான். அவளும் வந்தாள். சென்ட்ரலுக்குப் போய் வேறுபஸ் பிடித்து ஏறினர். பாத்திமா கல்லூரியில் லெக்ஸரரைப் பார்க்கவேண்டுமாம். மதுரை திண்டுக்கல் ரோட்டில் நகரின் எல்லையில் தன்னந்தனியே காட்சி தரும் கல்லூரியை அடைந்து அருணா மட்டும் உள்ளே சென்றாள். கனகராஜ் பார்வையாளர் பகுதியில் தேங்கினான். ஐந்து நிமிடத்தில் திரும்பி வந்தாள். லெக்ஸரர் விடுப்பிலிருக்கவே ஏமாற்றம் படிந்த முகத்துடன் வெளி வந்தனர்.

தாமதமானாலும் ஆபீஸ்க்குப் போய்விடலாமென பஸ்சுக்கு காத்திருந்தனர். நேற்று அருணாவிடம் பேசியவைகள் அவன் நினைவை உறுத்தின. ஓரிரு கனரக வாகனங்கள் செவியைப் பிளக்க ஒலி எழுப்பியபடி கடந்து சென்றன. தம்பதி போன்றிருந்த அவர்களைச் சாலையில் செல்வோர் பார்க்கத் தவறவில்லை.

"அருணா... நா நேத்து பேசுனது உனக்கு வருத்தமா இருந்துதா?"

"எதச் சொல்றீக?"

"நீ ஆபீஸ்க்குப் போறது, ஆம்பிள்ளகிட்ட சிரிச்சுப்பேசுறது பத்தி சொன்னனே"

"ஓ அதுவா...அதுல என்ன வருத்தப்பட.."

"இல்ல அருணா! அல்பமா பேசினதுமாரி படுலயா? உன் சுயமரியாதையில தலயிடற மாரியில்ல?"

“நீங்க அப்புடிப் பேசலன்னாத்தே அதிசயம்...”

“என்ன அப்படிச் சொல்லுறே...”

“ஆமாங்க எம்மேலயிருக்கிற பிரியத்துல, நா ஒங்களுக்கு உரியவங்கிற உரிமயில அப்படி நினைக்க வைக்கிது. ஒங்ககிட்ட மட்டும் சிரிக்கணுங் கிற பொசஸிவ்னஸ், பிரத்யேகமா உரிமை பாராட்டுறது. என்னிய உங்க சொத்தா பாவிக்கிறீக. இத நினைச்சு பெருமை படணும் நான்..”

“உண்மையில நீ மத்தவிககிட்ட சிரிச்சுப்பேசுறத ஜீரணிச்சு அலட் சியப் படுத்த முடியல”

“இந்த மனப்பான்ம பல ஆம்பிள்ளய்க்கு வர்றது நேச்சருங்க. நா சிரிச்சுப் பேசுறது ஒங்களுக்குக் கஷ்டமாயிருக்கு. எங்கூட இருக்கிற மத்தப் பொண்ணுக சிரிக்கிறாங்கே, அப்ப ஒங்களுக்கு எதும் தோனல. காரணம் அவிங்க யாரோ...”

“உண்மைதா அருணா...”

“என்னிய நீங்க முளுசா புரிஞ்சுக்கிட்டா அந்த எண்ணம் வராது.”

“நா உன்னியப் புரிஞ்சுக்கலேங்கிறீயா?”

“அப்படிச் சொல்லலே இன்னும் ஆளமாப் புரிஞ்சிக்கனுமுன்னு சொல்றே...”

“ஸாரி...அருணா...”

ஸாரி எதுக்குங்க, உங்களைத்தவிர சிறு ஈ எரும்புகூட என்னைத் தீண்ட முடியாது. நான் நெருப்பு என்கிற எண்ணம் மனதில் ஆழ மாய்ப் பதிந்திருக்க வேண்டும். உங்களுடைய அருணா என்கிற நம் பிக்கை நெருக்கமெல்லாம் கெட்டியாக உறுதியாக இருக்கவேண்டும். நாம் சந்திக்கக்கூடிய ஒவ்வொருவரையும் மலர்ந்த முகத்துடன் எதிர் கொள்வது நாகரீகம் மட்டுமில்லை மனிதாபிமானமும் அடங்கி யிருக்கிறது. அவர்களுக்குள்ளும் வருத்தம் வேதனைகள் இருக்கலாம். என்னுடைய மலர்ந்த சிரிப்பு அந்த ஷணத்தில அவர்களுடைய வருத் தத்திற்குச் சிறு மருந்தாகும். நான் அதைமட்டுமே பார்க்கிறேன். அதை விட்டு விட்டு என்னுடைய சிரிப்பிற்கு அர்த்தம் ண்டுப்பிடிக்க முயற்சி செய்யாதீர்கள். அருணா தெளிவாகச் சொன்னாள்.

“கிரேட் அருணா...” அவளின் தோளைத் தட்டிப் பாராட்டினான்.

“என்னிய புகழவேணா. இப்படி நீங்க நினைக்கிறமாரி பொண்ணு களும் தான் விரும்புற ஆணைப் பத்தி சந்தேகப்படறதுண்டு. கணவன் மனைவி இடையிலக்கூட இந்தப் பிரச்சனை பெருசாகிப் பிரிஞ்சு வாழுற சூழல் ஏற்படுது. இந்த உணர்வு நினைப்பு எல்லாம் மாயை.”

“சரியாச் சொன்னே. நேற்றுக்கூட எனக்கு இம்புட்டு தெளிவில்ல.

ஆம்பிள்ளயிகளுக்கு இந்த பலகீனம் ஆட்டிப்படைக்கிறது உண்மை தான். கம்பளிப்பூச்சி மாதிரி மனச சுருட்டிக்காம விசாலமாக்குறது நல்ல மருந்தாவும். ஒரே நாள்ள முடியாது. மனப் பயிற்சி வேணும்.”

இன்னொன்று சொல்ல வேண்டும், ஒரு பெண்ணை மனுஷியாகப் பார்க்கின்றப் பார்வை வேண்டும். பெண்ணின் அழகையும், அழகு சார்ந்த தேடலில் ஆண்களின் கண்கள் எக்ஸ்ரே மாதிரி செயல்பட்டு ஒவ்வொரு க்ஷணமும் பெண் துயிலுரிக்கப்படுகிறாள் என்று வேதனை யோடு அழுத்தமாகச் சொன்னாள்.

“புரியுது அருணா வேதனை, வெட்கப்படக்கூடிய விஷயம் இது.”

“ஆணும் பெண்ணும் உருவத்துல வித்தியாசமா படைச்சிருந்தாலும் பரஸ்பர பண்பு மரியாதையில பேதமை இருக்கக் கூடாது. அவள அடிமையா, போகப்பொருளா, சதைக்கோளமா பாக்காம சுயமரியாதை யோட மதிக்கணும். எல்லாவித உணர்வுமிருக்கிற ஜீவனா நினைச்சா இந்த அல்ப சிந்தனை வராது. ஆணாதிக்க உணர்வுதான் இப்படிச் சிந்திக்க வைக்கிது. நீங்க சொன்னாப்பில மனப் பயிற்சி தேவைங்க.”

சென்ட்ரல் செல்லும் பஸ் வரவே ஏறிக்கொண்டனர். மத்திய மருத்துவமனையை நெருங்கிக்கொண்டிருந்தது பஸ்.

“ஏங்க...அழகர்கோயிலுக்குப் போயி வரலாமா!”

ஒரு நொடிகூட யோசிக்கவில்லை. அவள் கையைப்பிடித்து எழுப் பியபடி எழுந்துகொண்டான். பஸ்சிலிருந்து இறங்கி அழகர் கோயில் பஸ்சுக்காக வந்து நின்றனர். காலை நேர எதிர் வெய்யில் சற்றுக் காட்டமாக இருந்தது. நிழலுக்காக ஒதுங்கி நின்றாள். மத்திய மருத் துவ மனையிலிருந்து நெடி காற்றில் மிதந்து வந்தது. அமெரிக்கன் கால்லூரி மாணவ மாணவிகள் இரண்டு பேர் மூன்று பேருமாகச் சென்றுகொண்டிருந்தனர். ஒற்றை மாட்டுவண்டி பாரம் இழுக்க முடி யாமல் வாயில் நுரையைத் தள்ளியபடி தடுமாறிக் கடந்து சென்றது.

“அருணா நாம திரும்பிவர பன்னெண்ட்டுக்கு மேலாவும். ஆபீஸ்க்கு போன் பண்ணிச் சொல்லிடலாமா?

“நல்லவேளை ஞாபகப் படுத்தினீக..”

பக்கத்திலுள்ள ஆபீஸிலிருந்து இருவரும் அரை நாள் லீவு சொல் லிக்கொண்டார்கள். வந்த அழகர்கோயில் பஸ்ஸில் கூட்டம் நிரம்பி வழிந்தது.

“அடுத்த ஸ்டாப்பில கூட்டம் குறைஞ்சுடும் ஏறுங்கண்ணே...”

கன்டக்டர் குரல் கொடுத்தான். தயக்கத்தோடு ஏறிக்கொண்டனர். நெருக்கி நின்றகூட்டத்தில் கனகராஜை ஒட்டி அவன்தோளை ஒரு

44 ❖ வெட்டவெளி மனிதர்கள்

கையால் பிடித்தபடி நின்றாள். அவளின் நாசிக்காற்று அவன் மார் பில் சுட்டது. இத்தனை நெருக்கத்தில் ஒட்டி நின்ற அனுபவம் இருவருக்குமே புதிது. மந்தகாசமான அவள் புன்னகை அவனின் இரத்த நாளங்களைச் சீண்டியது. இமைமூடிக் கிரக்கத்தில் சில நிமிடங்கள் தன்னை மறந்திருந்தாள். பஸ்ஸிலிருந்த கூட்டம் திடீரெனக் குறைந்து விட அவனைவிட்டுத் தள்ளி நின்றுகொண்டாள். அவளுடைய சிவந்த முகம் இன்னும் சிவந்துபோனது.

"பொம்பள ஆளுக நிக்கராக இல்ல எழுந்து எடம் கொடுங்கப் பா..." பெரியவர் சொன்னார்.

மனைவியோடு உட்கார்ந்திருந்த இளைஞன் எழுந்து அருணாவை உட்காரச் சொன்னான். சற்று தயங்கிய பின் உட்கார்ந்துகொண்டாள். முகம் கழுத்தில் வழிந்த வியர்வையைக் கை குட்டையால் துடைத்தாள்.

4

அழகர்கோயில் வந்துவிட்டது. பயணிகள் பஸ்ஸைக் காலி செய்தனர். 187அடி உயர கம்பீரமான ராஜகோபுரம், நீண்ட மதில்சுவர், கோபுரத்தை ஒட்டிய பெரிய ஆலமரம், தென்னை, விளா மரங்கள், பின்னணியில் பசுமையாகக் காட்சிதரும் மலை கள் என்று காண்போரைப் பரவசப்படுத்தும் அழகு. பக்தர்களின் தேங்காய் பழத்தட்டுகளைத் தட்டிப் பறிக்க மந்திகள் பட்டாளம் குரல்கொடுத்து பயமுறுத்தின. ராஜகோபுரத்தை ஒட்டியுள்ள வாயில் வழியே நுழைந்தனர்.

கற்ப கிரக விமானத்தின் மேற்பரப்பில் வேய்ந்த தங்கத்தகடுகள் சூரிய ஒளியில் பிரகாசித்தன. நீண்ட பெரிய ஆயிரங்கால் மண்டபத்தைக் கடந்து சன்னதிக்குள் நுழைந்தனர். அழகர் என்கிற சுந்தரராஜன், இடமும் வலமுமாக சுந்தரவள்ளி, ஆண்டாள் நாச்சியார்கள் அருள்பாலிக்க, அவர்களைப் பிரார்த்தித்த பின் வெளியே ஆயிரங்கால் மண்டபத்தில் வந்து உட்கார்ந்தனர். கைக் கடிகாரத்தைப் பார்த்தான். சில நிமிடங்களுக்குப் பிறகு எழுந்துகொண்டான். அவளும் எழுந்து புடவையைச் சரி செய்தாள். கொஞ்சம் தள்ளிச் சென்று அவள் சரி செய்யும் அழகைப் பார்த்தான். அவனுக்குச் சிரிப்புவந்தது.

"ஏஞ் சிரிக்கிறீக...?"

"நீ புடவை கட்டியிருக்கிற அழக நிதம் பாத்து சந்தோஷப்படுவே. ஆனா சில பொண்டுக உடுத்திட்டு வர்றத நினைச்சா, சிரிப்புதா வரும்."

"பொண்ணுகள நல்லாவே வேடிக்க பாக்கிறீகன்னு தெரியுது..."

“இல்ல அருணா... சில பொண்ணுக கனுங்காலுக்கு மேல கட்டுவாக, சிலது கட்டுறது தெரு புழுதியில புரளும், இன்னுஞ் சிலது கோயில் தேருக்குச் சுத்தினாப்பில மாராப்புக்கூட சரியாப் போடாம, வாரிச் சுருட்டி தோளுல போட்டுட்டு ஓடுறதப் பாக்கணுமே...”

“ரொம்பவே ரசிச்சுப் பாக்கிறீக...”

“புடவை உடுத்துறதில எம்புட்டு அழகுன்னு உன்னிய பாத்த பொறவுதா தெரிஞ்சிக்கிட்டே. அது எப்படி, புடவை பூமியில படாம, பாதம் தெரியாம, ஸ்பிளிட் மடிப்ப அம்புட்டு அழகா, மாராப்பை மடிச்சி தோள் வழியா பின்னால கொண்டுபோயி முந்தியை வளைச்சி முன்னால கொண்டாந்து பிடிச்சிக்கிற அழகே அழகு இல்லையா...?”

“போதுபோதும், நீங்க இம்பூட்டு தூரம் ஆராட்சி செய்றீகளா...”

“புடவய எப்படிக் கட்டணுமுன்னு ஒனக்கு ஆராவது சொல்லிக் கொடுத்தாகளா? இல்ல நீயே தெரிஞ்சிக்கிட்டியா?”

“ம்... ட்ரெய்னிங் எல்லாம் போனேனே...”

“அப்படியா! ட்ரெய்னிங்கூட உண்டா...!”

“ஐயோ ஐயோ! இதுக்கெல்லாம் ட்ரெய்னிங்கா...ஏங்க நீங்க...”

“அதானே! நாங்கூட நம்பிட்டே...”

“சிறுவயசிலிருந்தே அழகா உடுத்தற பழக்கம் தானா வந்துடுச்சி. மனசுக்கு எப்படி உடுத்தனா நல்லாயிருக்கோ அப்படிப் பண்ணிக்குவே.”

“அது எப்படி காட்டன் நைலக்ஸ், சில்க், பட்டுன்னு எதை உடுத்த னாலும் அழகாயிருக்கே. ஒன்னால அந்தப் புடவைக்கே பெருமை.”

“ரொம்ப புகழ்றீக வேணாம். நீங்க வேஷ்டி கட்டியிருக்கிற அழகப் பாத்து நா சந்தோஷப்படுவே. என்னிய மறந்து பாத்திட்டு நிப்பேன். ஒங்கள வேஷ்டியில பாக்குறப்போ ஆம்பிள்ளங்கிற அந்தக் கம்பீரம், மரியாதை அப்படியே தெரியும். பொண்ணுக இதைப் பாத்துட்டு ஆசைப் படுவாங்கே.”

“ஓஹோ அப்படியா, என்னியக்கூட நீ நோட்டம் விட்டுட்டுத்தே இருக்கியோ...”

“நா நோட்டம் விடாம புறவு எவளாம்...?”

‘சரி...போவலாம் நேரமாச்சி.”

பஸ் ஸ்டாண்ட் வந்து சேர்ந்தபோது பழமுதிர்ச்சோலைக்குப் போய் வந்தால் என்னவென்று அருணாவுக்குத் தோன்ற...

“என்னங்க...பழமுதிர்ச்சோலைக்குப் போவலாமா...?”

“அருணா, காலயில பாத்திமா காலேஜின்னு புறப்புட்டு அழகர் கோயிலுக்கு வந்து, இப்போ பழமுதிர்ச்சோலைக்குப் போவனுங்கிறே. மினி பில்கிரீம் டூர் மாதிரி என்ன ஆச்சு உனக்கு?”

“தோனுது...போவலாமா...?”

“தேவி! தங்கள் சித்தம் என் பாக்யம்...”

“கிண்டல்கூட செய்வீகளா என்ன?”

“சரி வா...போவலா அந்த வேன் போவுது பார்...”

சிறிய மலை ஏற்றப் பாதை, இரு பக்கமும் கண்கவரும் அடர்த்தி யான பசுமையான மரங்கள், சிறிதும் பெரிதுமான முட்புதர்கள், வழியில் காணப்படும் சிறிய சுனைகள், மெல்லிய வெள்ளிக் கம்பி மாதிரி பள்ளத்தைத் தேடி வந்து விழும் சுனை நீர், வழிநெடுக கும் மாளமிடும் மந்திகளின் ஆர்பாட்டம் என அனைத்தையும் பார்த்து மகிழ்ந்தாள்.

தமிழ்க் கடவுளின் படைவீடுகளில் மிகச் சிறிதாய்க் காட்சியளிக்கும் பழமுதிர்ச்சோலை கோயிலுக்குள் இருவரும் நுழைந்தனர். அழகான சிறியகோயில். இயற்கை சோலைக்கு இடையே மனதைக் கொள்ளை கொண்டது. அழகுமுருகன் தம் இரு தேவியருடன் வயோதிகக் கோலத் தில் காட்சி தருகிறார். அந்தக் கோலத்திலும் முருகன் அழகுதான். அழகையே பெயராகக் கொண்டவனின் ரூபம் எந்தக் கோலத்தில் நின்றாலும் அழகுதான். மண்டபத்தில் சற்று நேரம் கண்மூடி அமர்ந் திருந்தாள் அருணா. கோயிலுக்குச் சற்று தொலைவில் இருக்கும் சுனைக்குச் சென்று பார்த்து சந்தோஷப்பட்டாள்.

அவளுக்கு அங்கிருந்து திரும்ப மனமில்லாமல் திரும்பினாள். மலைப் பாதையில் இறங்கும்போது காட்சி தந்த அழகர்கோயில் கோபுரங்கள், பொன் தகடுகள் வேய்ந்த கற்பகிரக விமானம், நீண்டு நெடிந்து நிற்கும் மதில் சுவர்கள் அனைத்தையும் சற்று உயரத்திலும், தூரத்திலிருந்து பார்த்தபோது கண்கொள்ளாக் காட்சியாயிருந்தது.

அழகர்கோயில் பஸ் ஸ்டாண்ட் வந்திறங்கிய போது பசியாக இருக்கவே இளநீர் அருந்தினர்.

“என்னங்க எனக்கு பாத்ரூம் போவணும்...”

சங்கடமாகச் சொன்னாள். பஸ் ஸ்டாண்ட் கழிவறை சுத்தமாயிறாது. சுற்றிப் பார்த்தனர். அது அக்ரஹாரத் தெரு. குழந்தையைக் கொஞ்சிக் கொண்டிருந்த நடு வயது மாமி அவள் தவிப்பை உணர்ந்து,

“என்ன பாத்ரூமுக்குப் போகணுமா? நம்மாத்து சந்துதான்.

அப்புடியே பின்னுக்குப் போனா கொல்லயில பாத்ரூம் இருக்கு... போங்கோ..."

அவனிடமிருந்த தன் கைப்பையை வாங்கிகொண்டு ஓடினாள். பெரிய சிரமத்திலிருந்து விடுபட்டவளைப் போலத் திரும்பி வந்தவளைப் பார்த்துக் கேட்டான்,

"ஏ அம்புட்டு பதட்டமா ஓடுனே?"

"ஒண்ணுமில்ல, எங்கப் பிரச்சன, ஒங்களுக்கு ஏன் அதெல்லா..."

அவனுக்குப் புரிந்தும் புரியாமலும் இருந்தது.

"உன் சங்கடத்த எங்கிட்டச் சொன்னா என்ன."

"மாதாமாதா பிரச்சன, நல்லவேள பையில நாப்கின் இருந்துச்சி அப்பாடா..."

"அது என்னா அம்புட்டுப் பெரிய பிரச்சனையா?"

"ஒங்களுக்கு தெரிஞ்சி என்ன ஆவப் போவுது..."

"நீ சொல்றது சரித்தே. ஆனா, பொண்ணுகப் பிரச்சனை பத்திய புரிதல் நல்லதுதானே. ஏன் அருணா! உடம்புக்கு கஷ்டமா இருக்குமா?"

"டாக்டர் மாதிரி கேக்காதீக..."

"டாக்டர் கேட்டா சொல்லுவீக, உனக்கு அன்னியோன்யமான அந்தரங்கமான ஆளில்லையா நா, சொல்லக்கூடாதா..."

முகத்தில் லேசான வெட்கச் சாயல் படர உள்ளுக்குள் சங்கடப் பட்டாள். பார்வையை எங்கோ செலுத்தியபடி சொன்னாள்...

"இந்த நாள்ல உடல் அயர்ச்சி படபடப்பு சோம்பல் எல்லாயிருக் கும். சிலபேருக்கு லேசா மயக்கம், வயித்து வலிகூட வந்துபோவும். உடல் வாகு ஒட்டி இந்தப் பிரச்சனை தெரியும். சிலர் அப்படியே சுருண்டுடுவாக. சிலர் சட்டப் பண்ணாம சர்வசாதாரணமா இருப் பாக. வீட்டுலயிருக்கிற பொண்ணுகளவிட வேலைக்குப் போறவக பாடுதா அவஸ்தைங்க."

"கொஞ்சம் முன்னேற்பாடா இருக்கலாமில்ல..."

"தெரியும், அவசரத்தில கிளம்பிட்டே. நாளைக்குன்னு இருந்தே. பஸ் ஏறி அங்கிட்டு இங்கிட்டுன்னு அலைஞ்சது தா. நல்ல வேளை..."

"நா சின்ன பையனா இருந்தப்பா அம்மா என்னிய தள்ளி நிக்கச் சொல்வாக. சட்டைய கழட்டிட்டு வாடாம்பாக. வீட்டுக்குப் பின் னால தனியா இருப்பாக. அடுப்படியில சமைக்க அப்பா ரொம்ப கஷ்டப்படுவாக. அம்மா வெளியில இருந்தபடி சமைக்கிற முறையச் சொல்ல, சொல்லுற மாதிரி செய்யமுடியாம அப்பா திண்டாடுவாக.

போச்சு எல்லாம் கருவிப்போச்சிப் பாருங்க. அடுப்பு அனலைக் கொஞ்சம் குறைங்களேன்னு அப்பாவ குறை சொல்ல, அவுகளுக்குக் கோவமா வரும். அம்மா கடவுளேன்னு நொந்துக்குவாக. இத நான் பெரியவனான பொறவு புரிஞ்சிகிட்டே. பொண்ணுக மேல இரக்கம் வரும். நாலு நாள் மட்டும் வந்துபோறப் பிரச்சனை இல்லியே. வாழ் வின் பெரும் பகுதிய இந்த அவஸ்தையில கழிக்கணும். பூமியில பொறந்த ஒவ்வொரு பொண்ணும் பூப்படைஞ்சதிலயிருந்து மூப் படையறவரை சிரமந்தான். பொண்ணால மட்டுந்தே உணர முடி யும், இல்லியா..”

இறுதியான அவன் வார்த்தைகள் நெஞ்சைத் தொட்டன.

“இதை இம்புட்டு புரிஞ்ச நீங்க துணையா கிடைச்சது என் அதிஷ்டங்க...”

அவன் கையோடு தன் கையைப் பின்னிக்கொண்டாள்.

சென்ட்ரல் பஸ் புறப்படவே இருவரும் ஏறிக்கொண்டனர். இருவர் இருக்கையில் உட்கார்ந்தனர். பஸ் திரும்பும்போது கம்பீரமான ராஜ கோபுரத்தை ஒரு முறை பார்த்தான்.

“அருணா... ஏ அழகர்கோயிலுக்குப் போணுமின்னு சொன்னே?”

“சட்டுன்னு தோனுச்சி. உங்கக்கூட சேந்து உங்க மூச்சுக் காத்து படுற இடவெளியில ஒட்டி உரசி சுத்தி வரனுமின்னு ஆசை, அல்ப ஆசத்தே...”

அவள் முகத்தைப் பார்த்தான். உதட்டில் லேசான புன்னகை நெளிந்தாலும், அழகிய விழிகளில் செவ்வரி ஓடியது. அவள் இடை யைப் பற்றித் தன்னோடு சேர்த்துக்கொண்டான். ஜன்னல் காற்றில் அவனின் சுருண்ட முடி நெற்றியில் புரண்டு ஆடியது. அதைத் தன் விரலால் சுருட்டிவிட்டு விளையாடி அழகு பார்த்தாள் அருணா.

“நடிகர் ஜெய்சங்கர் மாதிரி இருக்கு நீங்க கிராப் வாரியிருக்கிறது. இந்தமுடி நெத்தியில சுருண்டுவிழுற அழகப்பாத்து ரொம்ப ரசிப்பே. இதைப் பாத்து நிறைய பொண்ணுக ஆசைப்படுவாங்கே...”

“உன்னிய தவிர எம் மேல ஆசைபட்ட பொண்ணு ஆருமில்ல. அருணா! இந்த மாரி சின்னச்சின்ன விஷயங்கதான் என்னிய உனக்கு புடிக்க வைச்சுதா?”

“ ஆத்தி...இம்புட்டு நாளுக்குப் பிறவு இப்புடியொரு சந்தேகமா...”

“இல்ல...கேட்டே...”

“ஆணோ இல்ல பெண்ணோ அக அழகுதான் ஒருத்தரை முதல்ல இழுக்கும். புற ஆழகு அவுகள இன்னும் இணைக்கும். இதான் உண்மை

காதல். புற அழகால கவரப்படுற காதல் மணல் வீடு போல தாங்க."

"வெரிகுட் உளவியல் ரீதியா நீ சொன்னது சரித்தே. நிறைய புத்தகம் படிக்கிறே, படிபடி..புத்தகம் படிக்கிறது வாழ்க்கைய படிக் கிற மாதிரி."

அருணாவின் கையைப் பிணைத்து விரல்களோடு கோர்த்துக் கொண்டான்.

"பாரு அருணா, என்னியவிட நீ எம்புட்டு வெளுப்பா இருக்க..."

"ஒங்க நிறத்துக்கு என்னங்க குறைச்சல். பாக்கிறவுக பொருத்தமான ஜோடின்னு திரும்பிதிரும்பிப் பாத்துட்டுப் போறாக..."

"உன் அழகத்தான் பாத்துட்டுப் போறாக, என்னை இல்லே..."

"நா நீயின்னு ஏங்க பிரிச்சிப் பாக்கிறீக..."

"ஸாரி அருணா சும்மா விளையாட்டுக்குச் சொன்னே..."

"நீ விரல்ல மோதிரம் போடறதில்ல? மோதிரம் போட்டா விரல் இன்னும் அழகாயிருக்கும்." அவள் விரல்களைச் சேர்த்தபடி கூறினான்.

"வாங்கிப் போட்டிருக்கலாம் அவசியமுன்னு தோனல..."

சென்ட்ரல் பஸ் ஸ்டாப்பிற்கு முந்திய ஸ்டாப்பில் இறங்கினர். ரிக்ஷாவில் ஏறி டவுன்ஹால் ரோடுக்குப் போகச் சொன்னான். ஒரு ஜுவல்லரி கடைக்கு முன்பு ரிக்ஷா நின்றது.

"ஏங்க இங்கன இறங்குறீக...?"

"எங்கூட வா அருணா..."

"வாங்க சார் வாங்க, என்ன வேணும், பையா சாரை கவனிப்பா.."

ஜுவல்லரி ஷாப் நாட்டுக்கோட்டை செட்டியார் தங்கப் பல் தெரிய சிரித்து வரவேற்றார்.

"மோதிரம் டிசைன் காட்டுங்க...லேடிஸ் மோதிரந்தான்..."

"ஏங்க எனக்கு மோதிரம் வேணா வாங்க..." அவன் காதில் கிசு கிசுத்தாள்.

மோதிரங்களை எடுத்து அவள் விரலில் போட்டுப் பார்த்தான். உள்ளுக்குள் மகிழ்ச்சி இருந்தாலும் காட்டிக்கொள்ளவில்லை. அவன் விருப்பத்தை தன் விருப்பமாக்கிக்கொண்டாள். மத்தியில் சிகப்புக் கல், இரண்டு பக்கமும் வெள்ளைக் கற்கள் பதித்த மோதிரம் அவளுக்கு அழகாக இருக்கவே, அதை எடுத்துக்கொண்டான். பில் வந்தது. கையி லிருந்த பணத்தை எண்ணினான். கொஞ்சம் குறைவாக இருந்தது.

“கொஞ்ச பணம் குறையுது, ஆபீஸ்க்குப் போயி வந்து குடுக்கலாமா”

“ஐயோ என்ன சார், தெரியாத மனுஷாளா நீங்க! இது உங்கக் கடை சார், வாங்கிட்டுப் போங்க. இந்தாங்கம்மா மங்கலகரமா தாய் மீனாட்சி கிருபையில நல்லா இருக்கணும், இந்தாங்க...” அருணா வாங்கிக்கொண்டாள்.

“அருணா பாத்தியா, நாம பாக்கி கொடுக்க வேண்டியபோக, ஒரு செகன்ட்ல நம்மள கடைக்கு முதலாளியாக்கிட்டாக செட்டியாரு. இதா நாட்டுக் கோட்டை செட்டிமாரோட வியாபார யுக்தி. ஒரு வாரந்தே டைம், பிறவு கடைபையன் நம்ம தேடி வசூலுக்கு வந்துடுவா.”

மோதிரத்தை விரலில் போட்டுக் கொள்ளச் சொன்னான். அம்மா விடம் காட்டிய பின் போட்டுக் கொள்கிறேன் என்றாள். ரிக்ஷாவில் அவளை ஆபீஸ்க்கு அனுப்பிவிட்டுத் தனது ஆபீஸ்க்குச் சென்றான்.

அரசு விடுமுறைநாள். இருந்தும் கனகராஜ் காலையில் ஆபீஸ்க்கு போனவன் ஒரு மணிக்குத்தான் வீடு திரும்பினான். அதிசயமாகத் தமிழரசி ஹோட்டலில் பிரியாணி சாப்பிட்டுவிட்டு வந்தான். காம் பவுன்டில் நுழையும்போது அருணாவின் வீட்டைப் பார்த்தான். முன் வாசல் திறந்திருக்க யாரையும் காணவில்லை. அருணா தூங்கு கிறாளோ! காம்பவுண்டில் எல்லாக் கதவுகளும் தாழிடப் பட்டிருந்தது. உடை மாற்றிய பின் கிணற்றடிக்கு வந்து தண்ணீர் மோந்து முகம் கைகால் கழுவிவிட்டு நிமிர்ந்த போது அருணா வாசலில் நின்றுக் கொண்டிருந்தாள். வழக்கமான வசீகரச் சிரிப்பு.

“ஆபீஸ்க்கா போயி வாறீக?”

“கொஞ்சம் வேலை யிருந்துச்சி, கஸ்டமர் வேற வந்துட்டாங்கே.”

“சாப்பிட்டீகளா? அம்மா வந்தா சாப்பிடச் சொன்னாக...”

“வேணா அருணா, இன்னக்கி நா பிரியாணி சாப்புட்டே, தேங்ஸ்..”

“ஓஹோ! பிரியாணியா...”

“சும்மா ஒரு சேஞ்சுக்குதே...”

“சரி... ரெஸ்ட் எடுங்க...”

அவளைத் திரும்பிப் பார்த்துப் புன்னகைத்தபடி அறையில் வந்து படுத்தவன் வெகு நேரம் எழவில்லை. விழிப்பு வந்தபோது நெற்றிப் புருவத்திற்கு மேலே வலித்தது. நேரத்தைப் பார்த்தான். மணி ஐந் தரை. பத்து நிமிடத்தில் தயாராகிக் காம்பவுன்டை விட்டு வெளி வந்தான். நண்பன் முத்துராமலிங்கம் வீட்டை நெருங்கும் போது போஸ் எதிர்படவே இருவரும் சேர்ந்துகொண்டனர். வீட்டுப் பின்புறக்

கொட்டகையில் மாடுகளுக்குத் தீனி வைத்துக்கொண்டிருந்த முத்து ராமலிங்கம் நண்பர்களைக் கண்டதும் விரைவாக வேலைகளை முடித்து வெளியே வந்தான். கனகராஜ் தலைவலி என்று சொல்லவே வழக்க மான தேனீர் கடைக்குச் சென்றனர். எல்லோரும் டீ அருந்தி முடிக்கும்போது சைக்கிளில் வந்த நாதனும் இணைந்துகொண்டான்.

"ஓய்...கனகராஜ் அன்னக்கி உம்மை டவுன்ஹால் ரோடுல ரிக்ஷா வில பாத்தேனேய்யா...!"

சந்தரபோஸ் கேட்கவே ஒரு நொடி யோசித்தான். அன்று அருணா வும் உடனிருந்தாளே. நண்பன் பார்த்திருப்பானோ, தெரியவில்லையே. எப்படி சமாளிப்பது.

"வேலையாத்தே ரிக்ஷாவில போனேன்..."

"ரிக்ஷாவில நீர் மட்டுமா போனீர்?"

உண்மையைச் சொல்ல வேண்டிய அவசியம். சங்கடப்பட்டான்.

"இல்ல உம்மோட ஆரோ இருந்தாப்பில தெரிஞ்சுதே அதா கேட்டே."

சந்திரபோஸ் அவனை விடுவதாயில்லை. அருணா தன்னுடனிருந் ததை போஸ் நிச்சயம் பார்த்திருப்பான். தன்னை ஆழம்பார்க்கிறார் கள் என்று புரிந்துகொண்டு இனியும் நண்பர்களிடம் மறைப்பது சரியல்ல என்ற முடிவுக்கு வந்தான். மேலும் நண்பர்கள் எல்லோருக் கும் கனகராஜியின் காம்பவுன்டில்தான் அருணாவும் இருக்கிறாள் என்பதும் தெரியும்.

"போஸ் விவரமெல்லா தெரிஞ்சிக்கிட்டே இந்த நண்பனைச் சோதிக்கலாமா?"

"கனகராஜ் உண்மையில எங்களுக்கு எந்த விவரமும் தெரியாதய்யா. நீர் எதைச் சொல்லுறீர்...?"

"போது...போதும்! நீங்க நடிச்சது. நா உண்மையச் சொல்லிடுறே"

"அப்படி வாரும் வழிக்கு..."

"நானும் அருணாவுந்தே டவுன் ஹாலில் வந்தோம். மீதியை உங்க யூகத்துக்கு விட்டுட்டே. என்னிய விடுங்கய்யா சாமி."

உண்மையில் அவனால் எதையும் சொல்லத்தான் முடியவில்லை. தங்கள் காதலை சொல்வது சங்கடமாகவும் சங்கோஜமாகவும் இருந்தது. நண்பர்கள் தன்னை எப்படி எடை போடுவார்களோ எனும் கவலை வேறு. அவர்களிடம் தன்னுடைய மதிப்பு மரியாதை நிலைத்து நீடிக்க வேண்டுமே என்ற வேதனை அவன் முகத்தில் தெரிந்தது. சூழலைச் சற்றுப் புரிந்துகொண்ட நாதன் உற்சாகப்படுத்தி நண்பனைப் பாராட்டினான்.

“நண்பா! நாங்க புரிஞ்சிக்கிட்டோ. பொருத்தமா நல்ல துணையத்தே தேடியிருக்கிறீர். எங்களுடைய நல்வாழ்த்துக்கள்...”

நாதனோடு மற்ற நண்பர்களும் கைக்குலுக்கி வாழ்த்தினர். சற்று உணர்ச்சிவசப்பட்டுப்போனான். அவன் நண்பர்கள் காம்பவுண்டிற்கு வரும்போது அருணாவைப் பார்த்திருக்கிறார்கள். கனகராஜியின் நண்பர்கள் என்ற ரீதியில் அருணா மரியாதையோடு நடந்துகொள் வாள். அவளது மிடுக்கான பேச்சு, தீட்சண்யமான பார்வையைக் கண்டு மேலே பேசத்தயங்கி ஒருசில வார்த்தையில் முடித்துக்கொள் வார்கள். நல்ல நாகரீகமான கல்வி அறிவுள்ள அழகான துணை கிடைத்திருப்பது குறித்து மீண்டும் வாழ்த்தினர். நாதன் அன்பொழுக அவனைக் கட்டித்தழுவி வாழ்த்துச்சொல்ல, கனகராஜ் அந்த அன்பில் நனைந்தேவிட்டான்.

“ஆணுக்கு இணையா பெண்ணுக தங்கள அறிவு சார்ந்த வேலை யில ஈடுபடுத்தி சிறப்பா செயல்படுறது உண்மையிலே பெருமைப்பட வேண்டிய விஷயம். அந்த வகையில அருணாவப் பாக்கிறப்போ சந் தோஷம். நிச்சயம் வருங்காலத்தில சிறந்த அதிகாரியா வரக்கூடிய அத்தனைத் தகுதி, திறமை இருக்குன்னு சொல்லுறே.”

நாதன் இப்படிக் கூற... “என்னிய ஏளனமா கேலி செய்வீகன்னு பயந்தேன். அருணாவ பத்தியும் நல்ல கருத்து சொல்லி உணர்ச்சி வசப்பட வைச்சிட்டீக. ரொம்ப தேங்ஸ்...”

“இளவட்டங்க காதல்ல ஆரம்பிச்சி, மெல்லமெல்ல அது ஆசையாகி, பிறவு மோகமாகி முடிவா காமத்தில விழுந்து தானுங்கெட்டு அவளையும் படு குழியில விழவைக்கிறத பாத்துதான் கோவப்படுவோமே ஒழிய, உம்போல உத்தம காதலை வரவேத்து வாழ்த்துறது கடமை இல்லியா.”

விளக்கம் கொடுத்த சந்திரபோஸை நண்பர்கள் பாராட்டியபடி தேனீர்க் கடையைவிட்டு வெளிவந்தனர். கொஞ்ச நாட்களாகத் தன் காதலைப் பற்றி நண்பர்களிடம் பகிர்ந்து கொள்ளாமலிருந்தது நெரு டலாகவே இருந்தது. இன்று அதிலிருந்து விடுபட்டு கனகராஜ் உண் மையில் உற்சாகமடைந்தான்.

காலை மணி 9.00. மேலச்சித்திரை வீதியிலுள்ள வள்ளி ட்ரேடிங் கம்பெனிதான் கனகராஜியின் ஆபீஸ். முகத்தில் வழிந்தோடும் வியர் வையைத் துடைத்துக் கொண்டான். மேனேஜர் இன்னும் வரவில்லை. ஆபீஸ் பையன் பெறுக்கிச் சுத்தம் செய்துக்கொண்டிருந்தான். செண் பகம் இன்டஸ்ட்ரீயில் வேலை பறிபோன பின்பு பழநியப்பச்செட்டி யாரின் உதவியாலும் தன் முத்துமுத்தான கையெழுத்தினால் கணக்கர் வேலையில் அமர்ந்தான். மாதச் சம்பளம் இருநூறு ரூபாய். மேலே B.A படித்து முடித்தால் கொஞ்சம் நல்ல வேலை கிடைக்கலாம்.

மேலச் சித்திரை வீதியில் வியாபாரம் இன்னும் சூடு பிடிக்கவில்லை. மீனாட்சி அம்மன் கோவிலுக்கு வரும் டூரிஸ்ட்கூட்டம் வழக்கம்போல. உடனடி வேலைகளைஅரை மணியில் முடித்துவிட்டு ஒரு புத்தகத்தை எடுத்து வைத்துக்கொண்டு படிக்க ஆரம்பித்தான்.

ஆபீஸ் பையன் குரல் கேட்டு நிமிர்ந்தான். எதிரில் அருணா. அவனுக்கு ஒன்றும் புரியவில்லை. பையன் நாற்காலியில் உட்காரச் சொன்னான். அவளின் மலர்ந்த எழில் முகத்தைக் கண்டதும் பேச்சு எழவில்லை.

"என்னங்க...காலயில புத்தகமும் கையுமா உக்காந்துட்டீக?"

"அது இருக்கட்டும், நீ ஆபீஸ்க்குப் போகலயா?"

"போனே...லேசா காய்ச்சல் போல இருந்துச்சி. லீவு சொல்லிட்டு வந்துட்டே."

"காய்ச்சலா...எங்க..." அவளைத் தொட்டுப் பார்க்கப் போனான். ஆபீஸ்பையன் இருப்பதை உணர்ந்து சற்றுப் பதைப்புடன், "சரி வா டாக்டரைப் பாக்கலாம்..." அவன் புறப்பட்டே விட்டான்.

"நேரே வீட்டுக்குப் போயிருப்ப, நீங்க ஆர்பாட்டம் செய்வீகன்னுத் தெரியும். சொல்லிட்டு போவ வந்தே. ரெஸ்ட் எடுத்தா சரியாயிடும்."

ஆபீஸ் பையனிடம் இரண்டு மாத்திரைகள் வாங்கி வரச் சொன் னான். ஆபீஸ் என்பதால் மேற்கொண்டு எதுவும் பேசாமல் புத்தகத் தில் கவனத்தைச் செலுத்தினான். சற்றுநேரம் வீதியில் சென்ற வண்டி களையும், போவோர் வருவோரையும் வேடிக்கைப் பார்த்த அருணா இழுத்து பெருமூச்சு விட்டுவிட்டு...

"உடம்புக்கு வர்றது கொஞ்சம் பெரிசா வந்தா நல்லாயிருக்கும். கடந்தகால நினைவு, நிகழ்கால உணர்வு, எதிர்காலக் கற்பனை இல் லாம கோடானகோடி ஜீவராசிக போல நானும் இருக்கக்கூடாதா?"

"என்ன ஆச்சு அருணா, நீ இப்படிப் பேசுற ஆளில்லியே..."

"காம்பவுண்டில ஜாடைமாடையா நடராசனும் சேதுபாண்டியனும் பேசுறது தாங்க முடியலங்க. நெஞ்சில ஈட்டிக் குத்துறமாரி இருக்கு."

அவள் விழிகள் பளபளத்தன.

"எங் காதுலயும் விழுது. பாரு, ஒரு நா அவிங்கள கேக்கத்தா போறே..."

"ஐயோ வேணாங்க.., தயுவு செஞ்சி நீங்கப் பேசி மரியாதைய கெடுத் துக்காதீக. யோக்யமான ஆளில்லே அவிங்க..."

"தோ பாரு அருணா! ஒருத்தருக்கிட்டே அன்பு காட்டி, அன்பரா நண்பரா பளகுறதுக்கு உனக்கு உரிமையிருக்கு. முளுக்க முளுக்க தனி

நபர் சம்மந்தபட்ட விஷயம். உன்னோட உரிமைய சிறுமைப் படுத்தி கொச்சைப்படுத்த ஆருக்கும் உரிமையில்ல. அவிங்களால உன் சந் தோஷத்த பறிக்கொடுத்துட்டு சோகமாயிருந்தா அதுவே அவிங்க நினைப்புக்கு வலு சேத்தமாரி ஆயிடும். நீ திடமா தைரியமாயிருக்க முயற்சி பண்ணு. இந்தத் துணிச்சல நாமத்தான் ஏற்படுத்திக்கணும். மத்தவிக கிட்டே யிருந்து வாங்க முடியாது."

"அது ஏங்க சந்தோஷத்த வெளியில காட்டிக்கலாம், சஞ்சலத்த மட்டும் மறைச்சுகணும்?"

"மகிழ்ச்சி ஒருத்தன மனஅளவில, உடளவில வலுவாயிருக்க வைக் கும். சஞ்சலம், துக்கமெல்லாம் மனசைச் சோர வச்சு, உடலைப் பல கீனமாக்கி, உருக்குலயச் செஞ்சிடும். மலர்ந்த முகத்தப் பாத்து சந் தோஷப் படுறவுக சோகத்தைக் காண சகிக்கிறதில்ல. எல்லாம் ஒரு சுய நலந்தான். பற்று இல்லாத ஞானிங்கதா இதை ஒன்னாப் பாப்பாக."

ஆபீஸ் பையன் மாத்திரைகளுடன் வந்தான். அவைகளைப் பெற் றுக்கொண்டு வெளியே வந்தாள். ரிக்ஷாவில் அவளை ஏற்றி அனுப்பி விட்டு ஆபீஸ் திரும்பினான். அவளுக்குக் காச்சல் என்றதும் தனக்கும் காச்சல் இருப்பதுபோலத் தோன்றியது. ஆபீஸில் இருப் புக்கொள்ளவில்லை. கணக்குப் புத்தகத்தில் எழுத்து மட்டுமே தெரிந் தது. புத்திக்கு எதுவும் புரியவில்லை. மனசு அவளிடமிருந்தது. மாலை வரை எந்த வேலையையும் சரிவரச் செய்ய முடியவில்லை. ஐந்தரை மணி ஆயிற்று. சைக்கிளில் ஏறி வீட்டிற்குப் பறந்தான்.

அறையைத் திறக்கும் போது அருணா தலையை வெளியேநீட்டி னாள். அவள் தரிசனம் படபடப்பைக் குறைத்தது. உடல் நலமாயிருக் கிறாள் என்ற நிம்மதி. அவளின் சின்ன காச்சல் நாள் முழுக்க அவ னைத் தடுமாற வைத்துவிட்டது.

அவளுக்கு வலி என்றால் அவனுக்கும் எங்கோ வலித்தது. எத் தனை பலகீனமாகி விட்டான். அவள் பொருட்டு பலகீனனாக இருப் பதுகூட அவனுக்குப் பலமாகவே தோன்றியது. இரவு சாப்பிடச் சென்ற போது அவளின் நலத்தைக் கேட்டுத் தெரிந்துகொண்டான்.

5

தாய்க்கு உடல் நிலை சரியில்லை என்று செய்தி. கோயில்பட்டிக்கு ஓடினான். ஒரு நாள் நான்கு நாளாகி விட்டது. சற்று சுமாராக இருக்கவே திரும்பினான். பஸ்ஸைவிட்டு இறங்கும்போதே நல்ல பசி அவனுக்கு. நேரம் காலை பத்தரைக்கு மேலாகிவிட்டது. தமிழரசி ஓட்டலில் ஐம்பது பைசாவிற்கு இட்லியும் காஃபியும் முடித்துவிட்டு அறைக்குத் திரும்பினான். குளித்துவிட்டு ஆபீஸ்க்குப் போக வேண்டும். அருணா ஆபீஸ்க்குப் போயிருப்பாள். காம்பவுண்ட்டில் யாரையும் காணவில்லை. அருணாவின் வீட்டு முற்றத்தில் ஒரு இளைஞன் உட்கார்ந்திருந்தான். கூடத்தில் பெண்களின் குரல் கேட்டது. குழப்பத்தோடு அறைக் கதவைத் திறந்தவன் கைப் பையை வைத்துவிட்டுக் கிணற்றடிக்கு வந்தான்.

"இப்பந்தே வாறீகளா...தந்தி குடுத்தது கிடைக்கலையோ...!" அருணா வீட்டிலிருந்து தலையை நீட்டி சுந்தரேசம் பிள்ளை மனைவிதான் கேட்டாள். தண்ணீர் சேர்ந்த போனவனுக்கு ஒன்றும் புரியவில்லை.

"வாங்க...உள்ள வந்து உக்காருங்க..."

நடக்கக் கூடாதது ஏதோ நடந்திருப்பது போலத் தோன்றியது. துணுக்குற்று தயங்கிக் கூடத்திற்கு வந்தான். உள்ளறையில் அருணா படுத்திருக்க, அருகில் ஓர் பெண்மணி உட்கார்ந்திருந்தாள். தான் உட்கார்ந்திருந்த சேரில் கனகராஜை அமரச் செய்தான் அந்த இளைஞன்.

"அருணா அம்மா போயி சேந்து மூனு நாளாச்சி. நீங்க வந்துதா அவுகள எடுக்கனுமின்னு அருணா சொல்லிச்சி. அக்கம் பக்கத்தாருக ரொம்ப நேரம் காக்க முடியாம அந்த அம்மாவக் கொண்டுபோய்க் காடு சேத்திட்டாக."

இரத்தம் உரைய ஸ்தம்பித்துவிட்டான். அருணாவின் அழுகையொலி, தலையில் அடித்துக்கொண்டு புலம்புபவளை அமைதிப்படுத்த முயன்றனர். மறைந்த அந்தத் தாய் எப்போதும் அவனை அன்பு கலந்த மரியாதையோடு "வாங்கய்யா இங்கன உக்காருங்களே. சாப் பிட்டீகளா" என உபசரிப்பாள். சில நேரம் அருணா வருத்தத் தோடு இருந்தால் அந்த வருத்தத்தை எல்லாம் தன்முகத்தில் தேக்கிய படி, "ஐயா, அருணா ஏதோ வருத்தமாயிருக்கா, நீங்க என்ன ஏதுன்னு கேளுங்களே.." அவனை சிபாரிசுக்கு அழைப்பாள். அந்தத் தாயு டன் பழகிய நாட்கள் கொஞ்சமேயானாலும் மனதில் நீங்காயிடம் பிடித்தவளின் மறைவுத்துயர் தாங்கமுடியவில்லை. அவள் முகத் தைக் கூடப் பார்க்கமுடியாத பாவியாகிவிட்டேனே என்ற வேதனை அவன் தொண்டையை அடைத்தது. பொங்கிவரும் அழுகையைத் தாளமுடியாமல் தேம்பினான்.

"போயி சேந்த ஆத்தா பொண்ணுக்கு ஒரு நல்ல காட்சி செஞ்சி பாத்துட்டுப் போயிருக்கலா. சாகற வயசா அவுகளுக்கு, கடவுளுக்கு அதுக்குள்ள பொறுக்கல...!"

கதவில் சாய்ந்தபடி பிள்ளையின் மனைவிதான் அங்கலாய்த்தாள். அருணா மூர்ச்சையாகிவிடக் குளிர்ந்த நீரை முகத்தில் தெளித்து எழுந்து உட்கார வைத்தார்கள். மூன்று நாளாக அன்ன ஆகாரமின்றி சுருண்டு கிடப்பவளை ஒரு வாய் காஃபியாவது குடிக்க வற்புறுத்தினார்கள். மறுத்தவள் மீண்டும் தரையில் சுருண்டுகொண்டாள்.

"நீங்களாவது ஒரு வார்த்தை சொல்லிப் பாருங்களே..."

கண்மூடி சாய்ந்திருந்த கனகராஜிடம் பிள்ளையின் மனைவி சொல் லியபடி பவ்வியமாகத் தன் வீட்டிற்குச் செல்ல, அவளைத் தொடர்ந்து உடனிருந்த பெண்மணியும் சென்றாள். அருணாவின் முகத்தைப் பார்க்க அவனுக்குத் துணிவில்லை. கோவென்று கதறிவிடுவோமோ எனத் தயங்கினான். நிற்கதியான அவளுக்கு ஆறுதலும் தைரியமும் சொல்ல வேண்டியது கடமையில்லையா!

மெல்ல தன்னைத் திடப்படுத்திக்கொண்டு எழுந்தான். சற்றுமுன் சாப்பிட்டதுகூடக் கரைந்துவிட்டது. அறைக்குள் நுழைந்தான். நான்கு நாட்களுக்கு முன்பு வெகு சுதந்திரமாக மூலைமுடுக்கெங்கும் வந்து போனவனின் கால்கள் தயங்கின. இருவரின் அன்பிற்கு சாட்சியாய் இருந்தவள் அந்தத் தாய்தான். அந்த ஜீவன் மறைந்து விட்டதே! கூடத் தில் எரிந்த விளக்கின் ஜோதியோடு ஜோதியாக ஐக்கியமாகி விட்டாள். இரண்டு மூன்றுமுறை கூப்பிட்டான். மெல்ல இமைகளைத் திறந்து மூடினாள். தலையை எடுத்து மடியில் வைத்துக்கொண்டான். அவ ளின் மூடிய இமைகள் நனைந்து ஊற்றுபோல் பொங்கி செவி

மடல் நிரம்பியது. வேட்டியின் முனையால் கண்களைத் துடைத்தான்.

"போதும் அழாதே அருணா !" மெல்லக் குனிந்து சொன்னான். கண்ணீர் பெறுகியதே தவிர குறையவில்லை. தேற்றும் வழியறியாமல் தவித்தான். அவள் முகத்தையே பார்த்துக்கொண்டிருந்தான். அவன் விழிகளில் திரண்ட நீர், அவளின் கன்னத்தில் விழுந்து கலந்தோடியது. இமையைத் திறந்து சில வினாடிகள் பார்த்தவள் மெல்ல எழுந்தாள். புகைபடிந்த ஓவியமாய், கிழிந்த நாராய் வாடிக் கிடந்தவளைக் கண்டு துடிதுடித்துபோனான். அவளின் கலைந்த தலைமுடியை சரிச் செய்தான். முகத்தைத் துடைத்துவிட்டான். காஃபியை இரண்டு வாய் குடித்தவள் அவன் மார்பில் சாய்ந்துகொண்டாள். மீண்டும் விம்மல் ஒலி. அவள் முகத்தைக் கையில் தாங்கியபடி...

"அழுதுகிட்டே கண்ணீரும் கம்பலையுமா இருந்தா எப்படி? அம்மா இடத்த நிரப்ப ஆராலும் முடியாது. அவுகள நினைச்சிக் கண்ணீர் விட்டா துக்கந்தே அதிகமாவும். அம்மா உன்னோடதா இருக்காக..."

இயன்றளவு சமாதானம் சொன்னான். காஃபி வாங்கிக் கொடுத்துவிட்டுப்போன அந்த இளைஞன் திரும்பி வந்தான். கனகராஜைப் பார்த்துப் புன்னகைத்தவன் வாயிற்படியருகே தரையில் உட்கார்ந்தான். தன் பெயர் கண்ணன், தான் ஊரிலிருந்து வந்த மறுநாள் காலையில் தான் அருணாவின் தாய் காலமாகிவிட்டாளென்று சொன்னான். நடராசன் தந்தி கொடுத்ததாகச் சொன்னானே தவிர உண்மையில் கனகராஜிக்குக் கொடுக்கவில்லை. அவன் புத்தி அவனுக்கு.

கண்ணனுடன் சென்று சமையலுக்குத் தேவையானவைகளை வாங்கிக் கொடுத்துவிட்டு அறைக்குத் திரும்பினான். அருணாவை மட்டுமின்றி தன்னையும் துயரத்தில் ஆழ்த்திச் சென்ற அன்னையின் அன்பிற்காக அன்று முழுதும் தண்ணீர்கூட அருந்தாமல் படுத்துக்கொண்டான்.

அருணாவைப் பற்றி பெற்றோரிடம் சொல்லியிருந்தான். அவளைக் காண மிகுந்த ஆவலாக இருந்தாள் அவன் தாய். ஒருநாள் இருவரும் கோயில்பட்டிக்குச் சென்று வந்தனர். அந்த நினைவு அவனுள் படமாக விரிந்தது.

கோயில்பட்டிக்கு பக்கத்திலுள்ள சிறியகிராமம். ஓட்டுவீடு, அதையொட்டிக் கொஞ்சம் நிலம். தாழ்வாரத்தில் காலைநீட்டி உட்கார்ந்திருந்த தாய் கனகராஜியுடன் அருணா நுழைவதைக் கண்டு எழுந்து ஓடி வந்தாள்.

"ஆத்தி... வாங்க தாயி..." அன்பு அத்தனையும் கொட்டி வரவேற்றாள். அருணாவின் கைகளை வாஞ்சையோடு பற்றிக்கொண்டாள்.

“ஆத்தி எம்பூட்டு அழகு, எங் கண்ணே பட்டுப்போயிடும் போல..”

முகவாயைத் தூக்கி அழகு பார்த்தாள். கன்னத்தைத் தடவி நெற்றிப் பொட்டில் விரல்களை மடித்து திருஷ்டி செய்தாள். அருணாவைக் கண்ட பரவசம், சந்தோஷம் பிடிபடவில்லை. தன்னைக் குனிந்து வணங்க வந்தவளைத் தடுத்துத் தன்னோடு சேர்த்துக்கொண்டாள். அந்தத் தாயின் பரவசத்தைக் கண்டவளின் விழிகள் பளபளத்தன. அவள் அன்பில் நனைந்துவிட்டாள். மண்வெட்டியில் ஒட்டியிருந்த மண்ணைத் தட்டியபடி வீட்டின் பின்வாசல் வழியே நுழைந்த கனகராஜியின் தந்தை இவர்களைக் கண்டு முகம் மலர்ந்தார். திருமணமே வேண்டாம் என்றிருந்த தம் பிள்ளைக்கு இத்தனை அழகு தேவதை மனைவியாகப் போகிறாள் என்ற அளவற்ற மகிழ்ச்சி தகப்பனுக்கு. கரிசல்காட்டு சொறப்பக் காணியையும் வீட்டையும் விட்டுவிட்டு மதுரைக்கு மகனோடு வந்திருக்க அவர்களால் முடியவில்லை. கரிசல் மண்ணோடு ஊறி இரண்டறக் கலந்துவிட்ட உறவு அப்படி.

மாலையில் இருவரும் கிளம்பிவிட்டனர். அருணாவை அனுப்பி வைக்க அந்த தாய்க்கு துளிக்கூட மனமில்லை. அந்தச் சின்னஞ் சிறு கிராமத்துத் தெருவே சென்று இத்தனை அழகுப்பெட்டகத்தை வழி அனுப்புவதில் அவளுக்கு எத்தனை பெருமை. இந்த அழகு ராஜாத்தி என் மருமகளாகப் போகிறாள் என்ற பூரிப்பு. வழியில் தென்பட்டவரிடம் எல்லாம் சொல்லி சந்தோஷப்பட்டாள். அருணாவின் நீண்ட பின்னல் ஜடையைத் தடவிப் பார்த்து மகிழ்ந்தாள்.

“நா கும்பிட்டசாமி கைவிடல ஐயா. நீங்க ரெண்டுபேரும் நல்லா இருக்கணும்” ஆசீர்வதித்தாள் அந்தத் தாய்.

அருணாவும் தானும் ஊருக்குச் சென்று வந்த நினைவிலிருந்து கலைந்தான். தனி மரமாக நிற்கிறாளே என் அருணா என்றபோது நெஞ்சு வலித்தது. தூக்கம் பிடிக்கவில்லை. இரவு மணி பதினொன்று. அருணா தூங்கி இருப்பாளா? சாப்பிட்டாளா? தூரத்து உறவினர் ஒருவர்கூடத் தங்கவில்லை. யாராவது துணையாக இருந்திருக்கலாம். ச்சே என்ன உறவு...என்ன மனிதர்கள்..! கதவைத் திறந்து அறையை விட்டு வெளியே வந்தான். மெயின் ரோடே சென்றான். சாலை வெறிச்சோடி, போதிய விளக்குகளின்றி இருளில் மூழ்கியிருந்தது. தூரத்திலிருந்து வரும் வாகனத்தின் சத்தம் லேசாகக் கூடியவாறுக் கேட்டது. சாலையிலிருந்து திரும்பி வடக்கே செல்லும் ரோட்டில் நடந்தன அவன் கால்கள். ஜெகதா தியேட்டர் வரை சென்றான். டீக் கடை பெஞ்சு காலியாகக் கிடந்தது. கிழிந்து மடித்துக்கிடந்த தந்தி பேப்பரை எடுத்துத் திறந்தான். படிக்க ஆவலின்றி திறந்தவன் மடித்து வைத்தான்.

"என்னெண்ணே டல்லா இருக்கீக. டீ சாப்புடுறீகளா..."

கேட்டவனிடம் தலையைப் பக்க வாட்டில் அசைத்து மறுத்தான். தியேட்டரிலிருந்து படக்காட்சி அழுகுரலோடு சோக இசையும் கலந்து ஓங்கிக் கேட்டது. சற்று நேரம் அந்த இரவின் ஈரத்தை உணர்ந்தபடி அமர்ந்திருந்தவன் பின் அறைக்குத் திரும்பினான்.

அருணாவின் தாய்க்குப் பதினோராம் நாள் துக்கம் செய்தார்கள். கனகராஜியின் பெற்றோர்கள்,அருணாவின் தாய்வழி உறவினர் சிலரும் வந்து போனார்கள். அருணாவால் முழுமையாகப் பழைய நிலைக்குத் திரும்ப முடியவில்லை. முகத்தில் அந்த அலாதி அழகு திரும்பவில்லை. பரவசப்படுத்தும் சிரிப்பில்லை. உதடு மட்டுமே சிரிக்கிறது. கண்கள் சிரிக்கவில்லை. மனசு சிரிக்கவில்லை. அமைதி யான புன்னகையுடன் நடமாடினாள். கனகராஜிடம் மட்டும் லேசான சிரிப்பு. அதிலும் சோகத்தின் இழை தெரியும். அவள் நினைவிலும் அனுவிலும் நிறைந்திருப்பது அவன்தான். இனி எல்லாமே அவன் தான். அக்காஅக்கா என்று சகோதரப் பாசத்தோடு கண்ணனும் வளைய வருகிறான்.

கண்ணன் யார்? இத்தனை நாளுமில்லாமல் எங்கேயிருந்து திடீரென முளைத்தான்? அருணாவோடு இவ்வளவு பாசமாக இருக்கிறான். கண்ணன் யாரென்று அவளை எளிதாகக் கேட்டிருக்கலாம். பதில் சொல்லாமல் இருந்திருக்கமாட்டாள். ஆனால், நான் கேட்டுத்தான் தெரிந்துக்கொள்ள வேண்டுமா? அவளே சொல்லியிருக்கலாமே?

ஒருவேளை சொல்ல வேண்டாமென்று அவளிருக்க, நான் ஏன் கேட்டு அவளைச் சங்கடத்திற்குள்ளாக்க வேண்டும். கண்ணன் விஷயத் தில் வேறு காரணத்தால்கூட என்னிடம் தெரிவிக்காமல் இருக்கலாம். கண்ணனைப் பற்றிச் சொல்ல வேண்டுமென்று அருணவுக்கு தோன்றா மலா இருக்கும். சொல்லும் வரை காத்திருப்பதுதான் நல்லது. இப் படிக் கேள்விகள் கனகராஜிடம் எழத்தான் செய்தது.

மாலை ஐந்து மணி இருக்கும். அருணாவின் ஃபோன். மாரியம் மன் தெப்பக்குளத்திற்கு வாருங்கள் ஒரு விஷயம் பேசவேண்டுமென்று அழைப்பு. வீட்டில் பேசமுடியாததை வெளியில் என்ன பேசப் போகி றாள். கிளம்பிப்போய் தெப்பக்குளத்தின் மேற்குச் சுற்றுப் பிரகாரப் படிக்கட்டில் காத்திருந்தான்.

தெப்பக்குளத்தில் பார்வை நின்றது. 1645 இல் திருமலை நாயக்கர் மஹாலைக் கட்டுவதற்குத் தேவையான கல், மண்ணிற்காகத் தோண் டப்பட்ட மிகப் பெரிய பள்ளந்தான் இது. பெரிய குளமாக நான்கு பக்கமும் படித்துறைகள் அமைத்து மத்தியில் கோயிலைக் கட்டி, அதில்

விநாயகரையும் பிரதட்சணை செய்தவர் திருமலை நாயக்கர்தான். இந்த வண்டியூர் மாரியம்மன் தெப்பக்குளத்தைத் தோண்டும்போது கிடைத்த 7அடி விநாயகர் சிலைதான் இப்போதும் மீனாட்சி அம்மன் கோயிலில் முக்குறுணி பிள்ளையாராக அருள் பாலிக்கிறார்.

குளத்தின் நடுவில் காட்சி தரும் கோயில், அதைச் சுற்றி நெடிந்து அடர்ந்து நிற்கும் பசுமையான மரங்களும் மஞ்சள் ஒளியில் தண்ணீரில் பிரதிபலித்துப் பார்க்க ரம்மியமாக இருந்தது. அதை ரசித்தபடி உட்கார்ந்திருந்தவனின் பார்வை திரும்பியது. அருணாஅருகில் வந்தமர்ந்தாள். அவளின் வழக்கமான முறுவல்.

“ஏ இங்கன வரச் சொன்னே...?”

“ஆபீஸ் ஃபிரண்ட் ஒருத்தி உடம்புக்கு சுவமில்ல. பாத்துட்டு வாறே. இங்கன பக்கத்திலதே அவ வீடு.”

“அப்படியா, சரி என்ன விஷயம் அருணா?” அவன் ஆரம்பித்தான்.

“கண்ணனைப் பத்தி என்ன நினைக்கிறீக?”

“எடுத்த எடுப்புல கேட்டா எப்பிடி! நல்ல பையன், மரியாதை தெரிஞ்ச பையன்தே.”

“அவ எங்கூடப் பொறக்காத தம்பீங்க! என் வாழ்க்கையில மறக்க முடியாத இடத்தில யிருக்கிறவ. இவனைப் பத்தி அவசியம் சொல்லணும். இது நாளா ஏ சொல்லலேன்னு தயவு செஞ்சி கோவிக்காதீக. கண்ணன் என் வாழ்க்கையில எம்புட்டு முக்கியமானவன்னு விவரமா சொல்றேங்க...”

* * * * *

கிழிந்த பாவாடையுடன் நான்கு வயதுச் சிறுமியாய் தாய் தனபாக்யத்தின் கையைப் பிடித்துக்கொண்டு மதுரைக்கு வந்தவள்தான் அருணா. சிறுமி அருணாவிற்குத் தகப்பனெனும் ஒற்றைப் பெருமையோடு தனபாக்யத்தின் கணவன் கண்ணபிரான் காமாலை நோயில் காலனடி சேர்ந்துவிட்டான். தந்தையின் சொத்தை உடன் பிறந்த தம்பி வஞ்சகமாகத் தன் பெயரில் எழுதிக்கொண்டு அண்ணன் மனைவி தனபாக்யத்தையும் மகளையும் நடுத்தெருவில் விட்டுவிட்டான்.

“மாமனாருக்குத்தே படிப்பில்ல, கைரேகை வைப்பாக. கையெழுத்துப் போடத் தெரிஞ்ச இந்த மனுஷர் பத்திரத்த படிச்சுப் பாத்து போட்டுருக்கப் படாதா...”

இப்படித்தான் அடிக்கடி தனபாக்யம் நொந்து புலம்புவாள். சொந்தத் தம்பி அண்ணனை ஏமாற்றிவிடுவானா என்கிற சகோதரப் பாசம். அந்த நம்பிக்கை பொய்த்து போனது.

கொஞ்ச நாட்களில் தந்தையைப் பின் தொடர்ந்து தானும் காட்டிற்குச் சென்று விடுவோம், உடன் பிறந்த தம்பி தன் மனைவி மகளை நடுத்தெருவில் விட்டுவிடுவான் என்கிற ஞானதிருஷ்டி இல்லாமல் போய்விட்டது கண்ணபிரானுக்கு. இரண்டு சென்ட் இடத்தில் இப்பவோ எப்பவோ என சாய்ந்து நெளிந்து நிற்கும் ஓட்டுக் குச்சியில் தனபாக்யம் எவ்வளவு நாள் ஒண்டியிருக்க முடியும்! தங்களுக்கு வஞ்சனை செய்த பாவியின் பார்வையில் வாழ்வது பெரிய அவமானமென்று மதுரைக்குப் பிழைப்புத்தேடி வந்துவிட்டாள். அவள் மட்டுமா வந்தாள். அவளுடன் அவள் இளமையும் அழகுங் கூடவே வந்தது.

திருமணமாகி சில வருடங்களில் அருணா பிறந்தாலும் தனபாக்யத்திற்கு அப்போது முப்பது வயதுதான் இருக்கும். நல்ல நிறம், வயதிற்கேற்ற வாளிப்பான உடல்வாகு. நெற்றியில் குங்குமமில்லை என்றாலும் களையான முகம். ஒரு நொடியாவது ஆண்களின் பார்வை அவள் மேல் விழாமல் போகாது. பத்து இருபதுபேர் கூடியிருக்கும் கூட்டத்தில் இவள் மட்டும் சூரியனைப் போலப் பளிச்சென்று காட்சியளிப்பாள்.

மதுரைக்கு பிழைப்புத் தேடிவந்தவர்களோடு தன்னையும் இணைத்துக்கொண்டாள். வீட்டு வேலை காட்டுவேலை என்று மற்றவர்களுடன் சேர்ந்து வேலைக்குப் போவாளே தவிர ஒரு நாளும் தனித்துச் சென்றதில்லை. எந்தப் புற்றில் எந்தப் பாம்பு இருக்குமோ? வேலைத் திடலில் தகாத ஆண்களின் வேட்டையில் அகப்படாத புலி. கைம் பெண் என்றால் பல ஆண்களை அவளுக்குக் கணவனாக்கிச் சந்தோஷப்படக்கூடிய சமுதாயமாயிற்றே. வேலியில்லாப் பயிரென்று காலங்காலமாய் ஆண்கள் கொண்டிருக்கும் எகத்தாளமான கணிப்பு. எனவே தன் வாழ்க்கையை சவாலாக ஏற்றுக்கொண்டாள்.

அப்படியுங்கூட ஈஸ்வரன் மேஸ்திரி அவளை விட்டபாடில்லை. வெகு நாளாகவே அவளை மனைவியாக்கிக் கொள்ளப் பிரயாசைப் பட்டான். இந்தக் கூலிவேலை வேண்டாம், என்னோடு வந்து கௌரவமாக வாழலாமென்று அழைத்தான். வீடு, வாசல், நகை, பணத் தோடு ராணி மாதிரி உன்னை வாழ வைக்கிறேன், உன் மகளையும் படிக்க வைத்து ஆளாக்குவேன். என் நிழலில் வந்துயிரு என்று பல முறை கெஞ்சினான். மன்றாடிப் பார்த்தான். ஆனால் தெளிவாகச் சிந்தித்து அவன் வேண்டுகோளை நிராகரித்துவிட்டாள். ஏதோ கொஞ்சகாலம் மேஸ்திரி இருக்கும்வரை வசதியாக வாழலாம். அவருக்குப் பின் அவருடைய பிள்ளைகள் வீட்டைப் பிடிங்கிக்கொண்டு வெளியே விரட்டமாட்டார்கள் என்பதற்கு என்ன உத்திரவாதம்.

பங்காளி செய்த துரோகத்தைத் தாங்க முடியாமல்தான் இங்கே வந்தேன். இன்னொரு அவமானத்தை இங்கேயும் தேடிக்கொள்ள

வேண்டுமா? அதைவிட என் சுகத்திற்காக இன்னொரு புருஷனைத் தேடிக்கொண்டேன் என்று பிற்காலத்தில் என் ஒரே மகள் என்னைக் கேவலமாக நினைப்பாளே! அந்த அவமானம் அடுத்த தலைமுறைக் கும் போய்ச் சேருமே என்றெல்லாம் சிந்தித்துப் பார்த்துவிட்டுத்தான் மேஸ்திரி எவ்வளவோ கெஞ்சிக் கூத்தாடியும் மறுத்தாள். ஒரே மகள் அருணாவின் வாழ்க்கைதான் தன் வாழ்க்கை என வைராக்கியத்துடன் தவமாக வாழ்ந்தாள்.

ஈஸ்வரன் மேஸ்திரி எப்போதாவது கண்ணில் பட்டால், அன்று முழுவதும் அவள் மனம் சங்கடப்படும். பல தகடுதத்தம் செய்து எப் படியாவது அவளைத் தன் இச்சைக்குப் பணிய வைக்க வேண்டுமென்று திரியும் ஓநாய்களுக்கு இடையே, தன்னைக் கௌரவமாக மனைவி யாக்கி வாழ்க்கை கொடுக்கிறேன் என்று முன்வந்த மேஸ்திரியின் மேல் தணிவுயிருந்தாலும் அவனைப் பார்க்கும்போது நெருப்பாய் அனலைக் கக்குவாள்.

மேஸ்திரி அப்படியொன்றும் ஏப்பசோப்பையான ஆளில்லை. நல்ல வாட்டசாட்டமான உயரத்திற்கேற்ற கனம், நிறம் கொஞ்சம் கருப்பு என்றாலும் வெள்ளை வெளேறென்று மடிப்பு கலையாத கதர் சட்டை வேட்டி, விரல்களில் கல்மோதிரம், முறுக்கிவிட்ட மீசை என்று பார்க்கப் படோடபமாகத்தான் இருப்பான். மதுரை யில் அங்கே இங்கே என்று வேண்டிய சொத்து சேர்த்திருக்கிறான். வயது நாற்பதை நெருங்கினாலும் முப்பது முப்பத்தைந்துதான் சொல்லமுடியும். கட்டிடத்தொழிலில் லட்சலட்சமாய் பணம் குவிக்க வேண்டும் என்பதைவிட தொழிலில் தன் பெயர் நிலைக்க வேண்டு மென்று நினைப்பவன்.

தனபாக்யம் அவனைச் சந்திப்பதைத் தவிர்த்தாலும் ஈஸ்வரன் அவளைப் பார்க்க நேரிடும் போதெல்லாம் உள்ளன்போடு நலம் விசாரிப்பான். அவளைக் கண்ட உடன் குழைந்து கரைந்துப் போய் விடுவான். தன்னை அவள் அலட்சியப்படுத்தி அவமானப்படுத்தி னாலும் மாறாத அன்போடும், கனிவோடும் அவள் சௌகரியத்தைக் கேட்பான். மற்றவர் முன்னிலையில் தென்படும் விறைப்பும் மிடுக் கும் தனபாக்யத்தின் முன் ஓடி ஒளிந்துவிடும். தனபாக்யம் குனிந்த தலை நிமிர மாட்டாள். பேசும் போதே மேஸ்திரியின் கை சட்டைப் பைக்குள் நுழையும். நுழைந்த கை அப்படியே நின்றுவிடும்.

ஆரம்பத்தில் ஒருமுறை சட்டென்று பையிலிருந்து கற்றை ரூபாய் நோட்டுக்களை எடுத்து நீட்டி, செலவுக்கு வைத்துக்கொள் என்று வாஞ்சையுடன் சொல்ல, கண்கள் சிவந்து எரி மலையாகிவிட்டாள். “ஓமக்கு என்னய்யா உம்பாட்டுக்கு நோட்ட நீட்டிட்டு போயிருவீர்.

இதப் பாத்தவிகளுக்கு நா பத்தினி, நடத்த கெட்டவ இல்லேன்னு எப்படி ருசுப் பண்ணுறது. பெரியமனுஷன் நீரே இப்படிச் செஞ்சா இங்கிட்டு திரியிற களவானிக என்ன செய்யமாட்டாங்கே. போயி உம்ம பொண்டாட்டிப் பிள்ளய்களைப் பாரும்.”

சவுக்கால் அடித்த மாதிரி கொட்டிய அந்த வார்த்தைகள் நினைவு வரும் போது பாக்கெட்டில் கை வைத்தபடியே நின்றுவிடுவான். உண்மையில் அவளைத் தன் வீட்டிற்குக் கொண்டுபோய் வைத்து மனைவியாக அவளோடு சுகப்படுவதைவிட, அவளுடைய அழகிற்குத் தன் வீட்டில் வைத்துப் பெருமைப்படவே ஆசைப்பட்டான். பஞ்சை யாய் பராரியாய் துணியொரு கோலம் தலையொரு கோலமாய் வறண்டு முடங்கிக் கிடக்கும் கூலிக் கும்பலோடு தனபாக்யத்தையும் சேர்த்துப் பார்க்க அவன் மனம் ஒப்பவில்லை.

சமுதாயச் சீர்திருத்தம், கைம்பெண் மறுமணம் பற்றியெல்லாம் அவனுக்கு ஒன்றும் தெரியாது. விதவைப் பெண்ணுக்கு வாழ்க்கைத் தருவது சீர்திருத்தம் என்று எப்படி அவனுக்குத் தெரியாதோ, அப் படியே தன் மனைவியிருக்க இன்னொரு மனைவியைத் தேடுவதும் சட்டத்திற்குப் புறம்பானது, அது ஆணாதிக்கத்தின் வெளிப்பாடு என் பதும் தெரியாது. தனபாக்யத்திற்கு மனைவி என்கிற அந்தஸ்து கொடுத்து கௌரவமான வாழ்க்கையில் உயர்த்தி வைக்க மட்டுமே விருப்பப்பட்டான். அதுமுடியாது என்று திட்டவட்டமாய்ப் புரிந்த தும் தன் இதயத்தின் ஒரு கோடியில் அவளை நிரந்தரமாக அமர்த்திக் கொண்டான்.

அனப்பானடியில் ஒண்டுக் குடித்தனத்தில்தான் காலந்தள்ளினாள் தனபாக்யம். பக்கத்து குடிசையிலிருந்த கண்ணன் அருணாவுக்குப் பாச முள்ள தம்பி. அவன் மேல் கொள்ளை பிரியம். ஆனால் தாய்மார் களுக்குள் ஏகப் பொருத்தம். ஏழ்மையும் வறுமையும் நட்பை வளர்த் ததை விட விரோதத்தை வளர்த்ததுதான் கொடுமை. கண்ணன் அருணாவுடன் பழக அனுமதியில்லை. மீறினால் தண்டனைதான். அந்த பாலகனுக்குச் சூடு போடும் அளவிற்குக் கொடுமைக்கார தாய். தீப்புண்ணில் அவன் துடிப்பதைக் கேட்டு அருணாவுக்கு வேதனை தாங்க முடியாது. போய்ப் பார்க்கவும் வழியில்லை. ஆனால் தீப்புண் ஆறுவதற்குள் அக்காவைக் காண ஓடிவந்து விடுவான். இப்படியேப் போனால் சிறுவனுக்குச் சித்திரைவதைதான் மிஞ்சுமென்று தாயும் மகளும் இரவோடு இரவாக ஒருநாள் வேறிடம் மாறிவிட்டார்கள். கண்ணனைப் பிரிந்துவிட்ட வருத்தம் அருணாவுக்கு இல்லாமலில்லை.

தள்ளாகுளத்தில் ஒரு நாள் அருணாவை அடையாளங் கண்டு கொண்ட கண்ணன் அக்கா எனக் கூவியபடி ஓடி வந்தான். பனி

ரெண்டு வயதிருக்கும் அருணா பாவாடைத் தாவணியில் அழகாக இருந்தாள். கை கால்கள் கரளைக் கரளையாக நிஜார் சட்டையுடன் நின்ற கண்ணனைக் கண்டு திகைத்துவிட்டாள். வைகை ஆற்று வட கரையிலுள்ள தன் குடிசைக்குக் கூட்டிப் போனாள். இதற்குப் பிறகு அவன் எப்போது தள்ளாகுளம் பக்கம் வந்தாலும் அருணாவைப் பார்க்காமல் போகமாட்டான்.

ஒரு சமயம் அடைமழைக் காலம். அதிசயமாக வைகையில் வெள் ளம் கரைபுரண்டோடியது. கரையோரக் குடிசைகள் பிரவாகத்தில் அடித்துச் சென்றன. குடிசைவாசிகள் எல்லாம் மண்டபம், பள்ளிக் கூடம், கல்லூரி வளாகம் என்று தஞ்சம் புகுந்தனர். இரவு பகலாய் மழை நின்றபாடில்லை. வைகையில் வெள்ளம் என்று கேள்விப்பட்டு அருணாவைக் காண ஓடி வந்தான் கண்ணன். எங்கெங்கோ அலைந்து அவர்களைக் கண்டுபிடித்துவிட்டான்.

தம்பி தன்னைத் தேடி வந்ததில் ஒரே மகிழ்ச்சி. மழையை லட்சியப் படுத்தாமல் சாப்பாடு வாங்கி வந்தான். இரண்டு நாளாக அன்ன ஆகாரமின்றி சுருண்டு கிடந்தனர். அவன் வாங்கித் தந்த சாப்பாடு நெஞ்சை நனைய வைத்தது. கருத்த மேனியனாய்க் கள்ளமற்ற உள் ளத்தனாய் அவனின் கரிசனத்தையும் வாஞ்சையையும் கண்டு அரு ணாவின் கண்கள் பனித்தன.

பொழுது சாயும் நேரம். லேசாகத் தூறிக்கொண்டிருந்த தூறல் முழுதுமாக நின்றுவிட்டது. பலரும் மண்டபத்திலிருந்து வேறுப் புகலி டத்திற்குப் பெயர்ந்தனர். எங்கே போவது என்ன செய்வதென்று அருணா குழம்பினாள். வெள்ளத்தில் குடிசை அடித்துச் சென்று விட்டாலும் முக்கியமான தட்டுமொட்டுச் சாமான்களைக் கட்டிக் கொண்டுதான் தஞ்சம் அடைந்தனர். கையிலுள்ள சொற்பத் தொகை யில் தங்குவதற்கு வேறிடம் பிடிக்க வேண்டும். சிலர் மூட்டை முடிச்சு களோடு மண்டபத்திலேயே முடங்கிக்கொண்டனர். மழைத் தூறல் நின்று வாடைக்காற்று சாரலாக வீசியது. ஆங்காங்கே குண்டுக் குழிகளில் தேங்கியிருந்த நீரில் தேரைகளின் இரைச்சல். வானில் கரிய மேகங்களுக்கிடையே ஓரிரு நட்சத்திரங்கள் கண்சிமிட்டின. ஓசையின்றி அடிவானத்தில் வெளிச்சம் மின்னியது. மழையிலும் குளிரிலும் அலைந்த மக்கள் ஆங்காங்கே மண்டபத்தில் சுருண்டு கொண்டனர்.

6

அதிகாலை நேரம். வைகை பாலத்தில் எக்ஸ்பிரஸ் ரயில் மெல்ல ஊர்ந்து செல்லும் ஓசை சிறிது நேரம் கேட்டு ஓய்ந்தது. லொக்லொக் கென்று கிழவரின் இருமல் சத்தம் தொடர்ந்து கேட்க, முனகியபடி சிலர் புரண்டு படுத்தனர்.

மண்டபத்தை ஒட்டிய ஆலமரத்தில் காக்கைகள் தூக்கம்கலைந்து கரைந்தன. தனபாக்யம் எழுந்து காலைக் கடனைக்கழிக்க ஒதுக்குப்புறமான இடத்திற்குச் சென்றாள். அப்பொழுது ஓர்உருவம் அருணாவை நெருங்கி வந்தது. சட்டென அவள் வாயில் துணியைத் திணித்தபடி இருக்கி அணைக்க, கை கால்களை உதைத்துத் திமிறினாள். சத்தம் கேட்டு விழித்த கண்ணன், முரடன் மேல் பாய்ந்து கட்டிப்புரண் டான். கையில் தட்டுப்பட்ட கட்டையால் அவன் மண் டையில் ஓங்கிப் பலமாகத் தாக்கிவிட்டான். ரத்தம் பீரிட கதறியபடி முரடன் சாய்ந்தான். பத்தடி தள்ளிப் படுத்திருந்தவர்கள் குசும்பல் கேட்டுக் கண்களைக் கசக்கியபடி விழித்து நின்ற சில வினாடிக்குள் எல்லாமே நடந்துவிட்டது. இரத்தத்தைக் கண்டதும் அடுத்த நொடி கண்ணன் தலை தெறிக்க எங்கோ ஓடிவிட்டான்.

அருணா குடியிருந்த பகுதியில்தான் அந்த முரட னும் தங்கியிருந்தான். மாட்டுத் தாவணியில் கூலி வேலை பார்ப்பவனுக்கு அருணாவின் மேல் இச்சை. குடிகார மிருகத்திற்குத் தான் செய்யும் தவறு எத்தகை யதென்று புரியாமலே தன்னைப் பலியாக்கிக் கொண் டதோடு மற்றவர்களையும் இன்னலுக்கு ஆளாக்கிவிட் டுச் சென்றுவிட்டான். தன்உடன் பிறவா சகோதரியின் மானத்தைக் காப்பாற்ற முயன்ற கண்ணன் கொலைக் குற்றவாளியானான்.

கொலைக்கான காரணம், சாட்சிகளைக்கொண்டு சிறுவன் என்ற கருணையின் பேரில் ஐந்து வருடச் சிறைத் தண்டனை வழங்கப் பட்டது. இரண்டு வருடங்கள் சீர்திருத்தப் பள்ளியில் கழிக்க வேண்டும். அந்தச் சிறு வயதில் சிறைக்குச் சென்றவனை எண்ணி அருணாவால் பொங்கிப்பொங்கி அழத்தான் முடிந்தது. யாருடைய துணையுமின்றி குடிசைக்கும் கோர்ட்டிற்கும் அலைந்த அலைச்சல் சொல்லிமாளாது. கண்ணனுடைய தாய் தூற்றினாள். ரொம்பவே படுத்தினாள். அவளிடமிருந்து மீண்டுவரப் படாதபாடுபட்டாள். கடந்த சில ஆண்டுகளாகத் தனபாக்யத்தைப் பற்றிய எந்தத் தகவலும் ஈஸ்வரன் மேஸ்திரிக்குத் தெரியாது. தன் இருப்பிடத்தை ஈஸ்வரன் மேஸ்திரி அறிந்து கொள்ளாத வகையில் அஞ்ஞாத வாசமாக தன பாக்யம் வாழ்ந்ததால் அவருடைய உதவியும் பெறமுடியாமல் போய் விட்டது.

மனதளவிலும் உடலளவிலும் தாய் தனபாக்யம் நொறுங்கிவிட்டாள். முடிந்தபோது அருணா சிறைக்குச் சென்று கண்ணனைப் பார்த்து வந்தாள். சிறையை மாற்றிவிட அதுவும் முடியாமல் போய்விட்டது. அவன் எந்தச் சிறையிலிருக்கிறான் என்ற விவரமறிய முயன்றும் சிறு பெண் ணால் முடியவில்லை. அந்த இளம்வயதில் வைகை வெள்ளம் அவள் வாழ்க்கையில் மறக்க முடியாத அவலமான, அவமானமான நிகழ் வாகப் பதிவுச் செய்துவிட்டது.

அருணா வேலை தேடி அலைந்தாள். வாரம் ஒரு கடை மாதம் ஒரு ஆபீஸ் என்று தாயின் பாரத்தைச் சுமந்தாள். வேலை கேட்டு ஒரு ஆபீஸ்க்கு அவள் போய் நிற்பதற்குள் அவளைப் பற்றிய வதந்தி கள், அபவாதங்கள் ஆபீஸ் வாயில் கேட்டைத் தடுத்து நிற்கும். விபத் தாக நடந்தேறிய கொலையையும் அவளையும் இணைத்துப் பலர் பல வாறாகக் கதைகள் கட்டிவிட, அவைகள் பல வருடம் மதுரையில் இறக்கை இல்லாமல் சுற்றி வந்தன. வயிற்றுப் பிழைப்பிற்காக ஒரு வேலையில் ஒட்டியிருந்தாலும் அனுதினமும் மானத்தைக் காப்பதே பெரும்பாடு. அழகாக வேறு இருந்து தொலைந்துவிட்டாளே. வேலை கொடுக்கும் முதலாளி ஊதியங் கொடுக்கிறான். வயதுப் பெண்களின் மான அவமானத்திற்குப் பாதுகாப்பு தருவது யார்? ஆண் களோடு சேர்ந்து வேலை பார்க்கும் பெண்களின் பௌத்திரத்திற்கு அவர் கள்தான் பொறுப்பு. இதில் ஆண்களுக்கு எந்தப் பொறுப்பு மில்லை. பாதிப்பு அவளுக்குத்தான் அவனுக்கில்லையே! இதைத்தான் பெண் களுக்கு விளைந்ததெல்லாம் விதி என்பார்களோ?

கஷ்டங்கள், சோதனைகள் ஒரு பக்கமிருந்தாலும் அருணா பள்ளிப் படிப்பை விடவே இல்லை. தட்டெழுத்தைக் கற்றுக்கொண்டு கண்

ணியமான வேலைக்குத் தன்னைத் தகுதியாக்கிக்கொண்டாள். கண்ணனைப் பற்றிய நினைவு இதய அடித்தளத்திலிருந்து அவ்வப் போது பெருமூச்சாக வெளிவரும். யாரோ பெற்றபிள்ளை தன்பொருட் டுச் சிறைப்பட்டானே என மனம் புழுங்குவாள். கற்பு சம்பந்தப்பட்ட கசப்பான அந்த நிகழ்வு அவள் இதயத்தைக் குத்திக் கிழித்து ரண மாக்கிவிட்டது. தனக்கு ஏற்பட்ட பெரிய அவமானமாக எண்ணி தினம் தினம் வெந்து செத்தாள். அந்தக் கசப்பான நிகழ்வின் நிழல் அவள் வேலை பார்க்கும் இடங்களிலும் பிரதிபலிக்காமலில்லை. மன வலிமையால் அவைகளைக் காலடியிலிட்டு மிதித்து மீண்டு வந்தாள். எந்தக் கற்பைக் காக்க கண்ணன் சிறைக்கு சென்றானோ அதை இன்றளவும் தவமாய்க் காத்து வருகிறாள்.

கனகராஜின் அன்பிற்கு அவள் பாத்திரமானாலும் கண்ணன் அவள் உள்ளத்தில் வாசம் செய்கிறான். கண்ணனைப் பற்றிச் சொல்ல வேண்டுமென்றோ வேண்டாமென்றோ அவள் நினைத்ததில்லை. அந்தச் சின்னவயதில் அவள் கற்புக்கு ஏற்பட்ட சோதனை, கண்ணனின் சிறை வாசம், ஏளனமான பார்வை என்று இவைகளைத் தனக்குள்ளே முடக்கிக் கொள்ளப் பிரயத்தனப்படுவாள். அவளுக்குள்ளேயே நிரந் தரமாக மறித்து விடக்கூடாதா என்று ஏங்குவாள்.

நாட்கள் ஓடிக் கொண்டிருந்தன. கௌரவமான ஆபீஸ் வேலை யிலிருந்தாள். ஒரு நாள் சென்ட்ரல் போஸ்ட் ஆபீஸிலிருந்து வெளி வந்தவளை ஒரு குரல் நிற்க வைத்தது. “அக்கா... நீங்க அருணா தானே..” நாகரீகப் பெண்மணியாய்க் காட்சி தந்த அவளை நெருங்கத் தயங்கியபடி கண்ணன்தான் கேட்டான். ஒரு கனம் திக்குமுக்காடிப் போனாள். பேச்சி எழவில்லை. சட்டென்று வாஞ்சையோடு அவன் கையைப் பற்றிக்கொண்டாள். கண்ணன் நன்றாக வளர்ந்திருந்தான். முகத்தில் அனுபவத்தின் ரேகைக் கோடுகள். தம்பியைக் கண்டுவிட்ட சந்தோஷம். நா தழுதழுக்க விழி அடியில் நீர் கரைதட்டி நின்றது. அக்காவை மீண்டும் கண்டுபிடித்து விட்டோம் என்ற மகிழ்ச்சி அவனுக்கு. கால்கள் தரையில் பாவவில்லை.

வீட்டிற்குக் கூட்டி வந்தாள். கண்ணன் வந்ததில் அருணாவின் தாய் தனபாக்யத்திற்கு அளவற்ற மகிழ்ச்சி. எவ்வளவு நாட்கள் ஓடி விட்டன. நன்றாகச் சமைத்து உணவு படைத்தாள். இரவு முழுக்கப் பேசிக்கொண்டிருந்தார்கள். அவன் சிறையில் பட்ட துன்பங்களைக் கேட்டுத் துடித்துப் போனாள். அந்தப் பிள்ளையைக் கண்டுவிட்டோம் என்ற திருப்தி தனபாக்யத்திற்கு. வெகுநேரம் அவன் கதையைக் கேட் டுக்கொண்டிருந்தவள் அப்படியே தூங்கிவிட்டாள்.

காலையில் எழுந்து காஃபி கலந்துகொண்டு போய் அம்மாவை

எழுப்பினாள். அசைவில்லை. உரக்கக் கூப்பிட்டாள். மீளாத உறக்கத்தில் ஆழ்ந்துவிட்டாள். இந்தப் பேரு சிலருக்குத்தான் வாய்க்குமாம். பிரிந்த உறவு இணைந்தபோது, இருந்த உறவு ஒன்று சொல்லிக்கொள்ளாமலே விடைபெற்றுவிட்டது.

* * * * *

நா வறண்டு போக உமிழ் நீரைக் கூட்டி விழுங்கினாள் அருணா. திரைப்பட கதை போலக் கேட்டுக்கொண்டிருந்த கனகராஜியின் கண்களும் மனமும் கனத்துப் போயின.

"என்னால தன் வாழ்க்கைய தொலைச்சிட்டவ கண்ணன். அவே வீட்டுல உள்ளவகளும் வெறுத்து ஒதுக்கிட்டாக. இனிமே நாந்தே அவனுக்கு எல்லாம்..."

"அப்பா அம்மாவ போயி பாக்க மாட்டானா?"

"போவான், போயி பாப்பா. இவே மேல அவுகளுக்குப் பாசம் துளிக் கூட இல்ல. வீட்டுக்கு வந்தவனை ஏன் வந்தே ஏன் வரலேன்னு ஆரும் கேக்கிறதில்ல. கையிலிருக்கிற பணத்த கொடுத்துட்டு வந்துருவான். அவனைக் குறைசொல்ல முடியாதுங்க. சிறுவயசில வூட்டுக்கு அடங்கின பிள்ளையா வளருல. அன்பால அடக்கி வைக்க ஆருமில்லே. அவே போக்குல வளந்துட்டா. மத்தபடி கெட்டபளக்கம் ஏதுமில்ல. கொஞ்ச முரடன். ஆனா இரக்க சுபாவம்."

"நல்ல பையனாத்தே தெரியறா."

"அதனாலத்தே சொல்லுறே இனி எல்லாமே நாந்தே அவனுக்கு"

"ஆமா அருணா இம்புட்டு நடந்திடுச்சி. அதும் அந்தச் சிறு வயசில யாரு சகாயமும் இல்லாம எம்புட்டு கஷ்டத்த அனுபவிச்சியிருக்க. அந்த நிழல்கோடு ஒண்ணுக்கூட முவத்தில தெரியாம தவமா வாழ்ந்திருக்க."

"நா இதப் பத்தி ஏன் சொல்லலேன்னு கோவமில்ல உங்களுக்கு?"

"இதுக்குக் கோவப்பட்டா நா மூடன். சொல்லிச் சந்தோஷப்படுற விஷயமா...?"

"அவனுக்கொரு நல்ல வாழ்வு அமைச்சுக் கொடுக்கணும். அது வரிக்கும் என்னோட சந்தோஷம் பெருசில்ல. அதைக்கூட தியாகம் செய்யறதுக்கு தயாராயிருக்கே. என்னிய முளுசா அறிஞ்சவக நீங்க. உங்க ஒத்துழைப்பு வேணும்..."

"நிச்சயமா உண்டு. அவனுக்கு நீ ரொம்பக் கடன்பட்டிருக்க. ஓ விருப்பந்தே என் விருப்பம்..."

“நா ஓங்கக்கூட சிரிச்சி சந்தோஷமா பேசலைன்னு வருத்தப்படக் கூடாது.”

“வருத்தமா...நீ பழைய அருணாவா, என் அருணாவா திரும்புற வரிக்கும் காத்துட்டிருப்பே...”

“இந்த விஷயத்த ஆரம்பத்திலயே சொல்லாம இருந்ததுக்கு கோவிப்பீகன்னு பயந்தேங்க...”

“எனக்குள்ள நீயும் உனக்குள்ள நானுமா இடம் மாறின பிறவு நீ செஞ்சது நா செஞ்ச மாரித்தானே. இதுல ஒன்ன எப்படிக் கோவிக்கிறது? நா நீங்கிறது எல்லா நமக்குள்ள ஐக்கியமாயிடுச்சே.”

பளபளத்த விழியோடு அண்ணாந்து சில வினாடி பார்த்தவள், அவன் தோளில் சாய்ந்துகொண்டாள்.

உடம்பு சரியில்லை என்று இரண்டு நாள் லீவு போட்டாள். அரை மணி நேரம் தூங்கி எழுந்தவள் தலைமுடியைக் கோதிக் கொண்டை போட்டாள். பின்னைத் தேடினாள் கிடைக்கவில்லை. கொஞ்ச நேரந் தான் கொண்டை நிற்கும். மறுபடியும் இறுக்கிப் போடுவாள். நீள மான ஜடையை பார்க்க அழகுதான். அதன் அவஸ்தை யாருக்குத் தெரியும். கண்ணாடியின் முன் நின்று பார்த்தாள். ஒன்றிரண்டு வெள் ளிக் கம்பியைக் கண்டவளின் நினைவு பின்நோக்கி ஓடியது. ஒரு நாள் ஆபீஸ்க்குப் போகிற அவசரம், தலைவாரிக் கொண்டிருந்தாள். தலையில் ஓடிய நரையைப் பார்த்த அவள் தாய்...

“என்னடியம்மா ஒனக்கு நரைச்சுப் போச்சே...” ஆதங்கத்தோடு சொன்னாள்.

“ஒன்னு ரெண்டுதானேம்மா இன்னும் கொஞ்சம் நரைக்கட்டும்...”

கனகராஜை மனதில்கொண்டு அப்படிச் சொன்னாள். குறையோ நிறையோ இரண்டு பேருக்கும் சமமாக இருக்கட்டுமே என்றுதான்.

லீவுதான் என்று சும்மாயிருக்க முடியவில்லை. கண்ணனை வைத் துக்கொண்டு வீட்டைத் துடைத்து சுத்தம் செய்தாள். அழுக்குத் துணி களைக் கிணற்றடியில் ஊற வைத்துவிட்டு வந்தாள். ஒருவாரப் பத்திரி கையை வைத்துக்கொண்டு வாசலில் உட்கார்ந்தாள். மாம்பழம் வேண்டுமா என ஒரு பெரியவர் காம்பவுண்டிற்குள் வந்து கேட்டுப் போனார். சாணை பிடிக்கும் சத்தம் ரோட்டிலிருந்து காதைப் பிளந் தது. பத்திரிகையைப் புரட்டினாள். தாம்பத்தியம் பற்றி ஏதோ கூறி யிருந்தது. வீட்டுக் கூரையில் ‘கிரீச் கிரீச்’ என்று அணில் துரத்தி விளையாடும் சத்தம் கவனத்தைக் கெடுத்தது. அண்மையில் ஆபீஸில் நடந்த சம்பவம் நினைவுக்கு வர, மனசுக்குள் சிரித்துக்கொண்டாள்.

அருணா டைப் ரைட்டரில் பேப்பரைச் சொருகிக் கொண்டிருந்தாள்.

“மேடம்! வருஷம் தப்பா இருக்காம், 1971 ன்னு கரைக்ட் பண்ணிக் கொடுங்க” அட்டென்டர் வந்து கேட்க, சரி செய்து கொடுத்தாள்.

“ஏய் மலர்க்கொடி, என்ன கல்யாணமெல்லா ஆயிடுச்சி... புறவு”

அருணாவின் பக்கத்து இருக்கையில் வேலை பார்க்கும் நடுத்தர வயதுப் பெண்மணி சரோஜாதான் மலர்க்கொடியிடம் கேட்டாள்.

“ஒன்னுமில்லேக்கா...சும்மாதே வந்தே...”

“அடியே, கல்யாணம் ஆயிடுச்சி, ஒன்னுமில்லேங்கறவ, காரண மாத்தே கேக்கறே, ஒம் புருஷ எப்படி? என்ன எல்லாம் முடிஞ்சுதா?”

“போங்கக்கா ஒங்களுக்கு வேறவேலையில்ல” மலர்க்கொடி வெட் கித்தாள்.

“நல்லவகதாங்கா. நல்லாத்தே பேசுறாக. ஆசையா பாசமாத்தே இருக்காக.”

“கல்யாணம் ஆன புதுசுல ஆம்பிள்ளைக அப்படிதாண்டி இருப் பாங்கே...போவபோவத்தே தெரியும்...”

“ஏங்கா... பயமுறுத்திறீக...”

“புருஷன சந்தோஷப்படுத்தனும், அவே மனசுக் கோணாம நடக் கணும்னு இந்தக் கிழசுக அப்படித்தே சொல்லும். ஆரம்பத்தில கொஞ் சம் விகித்தமா நடந்துக்க. இழுக்கிற இழுப்புக்கெல்லாம் பூமாலை மாதிரி வளைஞ்சுடாதே! புதுசுல ஒனக்கும் ஆசையா, கிரக்கமாத்தே இருக்கும். அதுக்காவ முளுசா ஒரேடியா மலர்ந்து போயிடாதேடி.”

“என்னக்கா...என்னென்னமோ சொல்லுறீக, அப்புடி நடந்தா கோவிச்சுக்க மாட்டாகளா?”

“நீ கொஞ்சம் பிகுபண்ணிக்கோ. அவே சந்தோஷத்துக்குதான் நீ வளைஞ்சு கொடுக்கிறேன்னு தெரியணும். ஒனக்கு அதுல பெருசா இஷ்டம் இல்லாத மாதிரி காட்டிக்க...புரியுதா?”

“இதெல்லா எதுக்குக்கா? என்னியே ஜடமுன்னு பேசமாட்டாகளா? நான் பிகு பண்ணப்போயி போடீன்னு போயிட்டாகன்னா?”

“இப்படி எங்க புருஷ வெளியில போயிருவான்னுதா, இந்தப் பொண்ணுக ஏமாந்து போயிடுதுக. கொஞ்சம் ஜடமாத்தே இருங்க ளேண்டி. பசின்னு அவேந்தா உன்னியத் தேடி வரணும்! நீ தேடிப் போவாதே! ஆரம்பத்தில கொஞ்ச நாளு...”

“இப்புடி இருந்தா எந்தப் புருஷனும் ஆசையா இருக்க மாட்டாக... அக்கா.”

“அடியே! அவே உம்மேல எப்பவும் பாசமா நம்பிக்கையா இருக் கணும். அதுக்குத்தே உன்னிய இப்படி நடக்கச் சொல்றே. தன்னத் தேடி வருற பொண்டாட்டியவிட தான் தேடிப் போற பொண்டாட்டிதான் பத்தினி, உத்தமின்னு நம்புவாங்கே! ஒன்னோட சபலம், பலகீனம் தெரிஞ்சா ஒம் மேல நம்பிக்கை கரைய ஆரம்பிச்சுடும். நீ வெறும் ஜடமுன்னு அவே நினைக்கறப்போ ஒம் மேல நம்பிக்கை பலமாவும். தன்னோட விருப்பத்துக்கே மசியாதவ எவனையும் ஏறெடுத்துப் பாக்க மாட்டாங்கிற நம்பிக்கை உறுதியாவும். புருஷன் பெண்ணாட்டி தாம் பத்யம் நெருப்பில அனல் காயறமாரி இருக்கணும் புரியுதாடி...”

“அக்கா இதுக்குள்ள இம்புட்டு விவரமிருக்கா! ஒங்களுக்கு எப்படி இதெல்லாந் தெரியும், எதனால இப்படிச் சொல்லுறீக?”

“எனக்கு நல்லா வேனுன்டி, நா ஏளுஎட்டுக் கல்யாணம் பண்ணிக் கிட்டவ. ஒங்கிட்ட கதை சொல்றே. கல்யாணமான கொஞ்ச நாள்ல பொண்டாட்டி நடத்த சரியில்ல, நம்பிக்கை இல்லேன்னு துரத்தி வுடு றாங்களே, அந்த சங்கதி தெரியுமா உனக்கு? விசாரிச்சுப் பாத்தா நா சொன்னதுதான் நடந்திருக்கும். கட்டுன புருஷன் பொண்டாட்டிய நடத்தைக் கெட்டவன்னு சொல்லுறானே எதுனால? பெண் ஜன்மங்க செஞ்ச பாவம் பொண்ணா பொறந்ததா?”

“என்னால நம்ப முடியல அக்கா! இப்படியும் நடக்குமா?”

“நடக்குதே! கட்டுன புருஷங்கிட்டே ஒரு பொண்ணு உணர்வு பூர் வமா வாழ முடியல. அவுளும் மனுஷிதானே! அவ நரம்புல ரத்தம் ஓடல? இவிகளுக்கு இருக்கிற எல்லாம் அவுளுக்கு இருக்கக்கூடாதா? அப்படியிருந்தா அவ கற்பை உரசிப் பாக்கனுமாங்கறே? பொண்ணுக நிதமும் தீயிலே குளிச்சாக்கூட இவிங்க நம்பமாட்டாங்கே..”

“ஐய்யோ...ஏ.எம் வர்றாருக்கா, நா போறே...”

மலர்க்கொடி எழுந்து ஓடினாள். சரோஜா உணர்ச்சி பொங்கக் கொட்டியதை அருணாவும் கேட்டுக்கொண்டு இருந்தாள். விரசமிருந் தாலும், சிந்திக்க வேண்டிய விஷயந்தான். கணவன் மனைவிக்குள் ஆரம்பத்தில் ஏற்படும் இந்த முடிச்சுகளைப் புரிந்துகொள்ள முயன்றாள் அருணா. இது விஷயத்தில் பாதிப்பு பெண்களுக்குத்தான் எனும் போது ஆண்கள் கசந்தனர். தாம்பத்ய உறவில் இருவருக்குமிடையே ஆழமான தெளிந்த புரிதல் அவசியம் என்று மட்டும் அவளுக்குத் தோன்றியது.

திருமணத்தைப்பற்றி கனகராஜிடம் ஒரு நாள்கூடப் பேசியதில்லை. நான் கேட்கப் போய் அலைகிறேன் என்று நினைத்துவிட்டால், அவர் மேல் நம்பிக்கையில்லாமல் கேட்கிறேன் என்று கூட நினைக்கலாம். வேண்டவே வேண்டாம். அவனுடன் கோயில்பட்டிக்குப் போய்

வந்த பின் ஒருநாள் அருணா யோசித்துக்கொண்டிருந்தாள். அன்று நினைத்தது போலத் திருமணம் நடந்திருந்தால் அம்மா இருந்திருப் பாக. என்னை மாலையும் கழுத்துமாகப் பார்த்திருப்பாக. அவள் கையிலிருந்து பத்திரிகை நழுவியது. தாயின் நினைவு நெஞ்சை அடைத்தது. உள்ளே கண்ணனின் குரல்கேட்டு சுயநினைவுக்கு வந் தாள். கிணற்றடியில் துணிகள் ஊறிக் கொண்டிருந்தன. பெருமூச்சு விட்டபடி எழுந்து வெளியில் வந்தாள்.

நடராசன் ட்ரம்மில் தண்ணீர் நிரப்பிக் கொண்டிருந்தான். சட்டெனக் கயிறு அறுபட, வாளி கிணற்றுக்குள் விழுந்து தஞ்சம் அடைந்தது. கையிலிருந்த துண்டுக் கயிற்றை எரிச்சலோடு வீசி விட்டுத் திரும்பினான்...

"சார் வாளிய எடுக்கப் பாருங்க. துவைக்கவேண்டிய துணி நிறைய கிடக்கு..." வேண்டுகோளாகத்தான் கேட்டாள்.

"என்னால இப்ப முடியாது, முடிஞ்சா நீ எடுத்துக்கோ."

"நீங்களே பொறுப்பில்லாமச் சொன்னா எப்படீக...!"

"ஏய் பொண்ணு! மரியாதையா பேசு. அதே ஒருத்தனுக்கு ரண்டு பேரு இருக்காங்களே. நீயே எடுத்துக்கோ. உன் யோக்கியதை என் னேன்னு எனக்குத் தெரியும்...ரொம்பப் பேசாதே..."

"நீங்க பெரிய மனுஷன்னு கேட்டுட்டே, தப்புதே..."

"ஆமா நீ பெரிய பத்தினி பாரு.. பேச வந்துட்டா..."

நடராசன் சொல்லி முடிப்பதற்குள் உள்ளிருந்து வந்த கண்ணன் அவன் மேலே பாய்ந்துவிட்டான். இரண்டு பேரும் கட்டிப்பிடித்து உருள பெண்கள் விலக்கிவிட முடியாமல் விழிக்க...பக்கத்து காம்ப வுண்ட் பெரியவர் வந்து பிரித்துவிட்டார்.

"என்னய்யா! இப்படிக் கட்டிபுரளுறீக, நல்லாவா இருக்கு? படிச்ச வுக லட்சணமா இது...?"

"அண்ணே! அந்தப் பொட்டக்களுதை மரியாதையில்லாம பேசுறா! கலக்டரு மாதிரி ஆடர் போடுறாண்ணே.."

"பெண்டுககிட்ட கொஞ்சம் மரியாதையா நடந்துக்கணும்! பெண் டுகன்னா என்ன ஓய் இளப்பமா?"

"இல்லண்ணே...ஒங்களுக்குத் தெரியாது! அவ யோக்யதை இந்தக் காம்பவுண்டே சிரிக்குது! அவ பேச்சு, சிரிப்பும் பாத்தா ஒங்களுக்கே பத்திக்கிட்டு வருண்ணே! மோசமான ஆளுண்ணே அவ...!"

"ஏய்..க்காளி, இதுக்குமேல பேசுவே, உன்னிய கொன்டேபுடுவேன்..."

அவனைத் தாக்க கண்ணன் மீண்டும் தாவ பெரியவர் தடுத்தார்.

“எனக்குப் பிரச்சன என்னன்னு தெரியல. ஆனா ஒண்ணு புரியுது. ஓமக்கு அவுக மேலே தேவையில்லாத விரோதமுன்னு தெரியுது. தோ பாரும் நடராசன்! அந்தப் பொண்ணு படிச்சவக. கௌரமான வேலையிலே இருக்காக, நாலு பேருகிட்ட சிரிச்சுப் பேசுவாக, சேந்து போவாக வருவாகத்தே. அதனால தப்பா நினைக்கலாமா? மத்தப் பொண்டுக மாதிரி அடுப்பு ஊதர பொண்ணுன்னு நினைச்சிறாதியும். அவுகள மரியாதயில்லாம பேசறது ஏசுறது சட்டப்படி குத்தம். தெரி யுமா உமக்கு. காலம் மாறிட்டு வருது அப்பு. எங்கன இருக்கீர் நீர். பொம்பள பிள்ளய்கிட்ட போய் மல்லுக்கு நிக்குறீர். ஓம்ம மரியா தயை யோசிக்க வாணாமா ஓய்? சரி போட்டும். போயி ஜோலிய பாரும்...போங்க...போங்க அப்பு...”

சற்று நன்றாகவே நடராசனுக்கு புத்தி சொல்லி அனுப்பிவைத் தார். கிழிந்துபோன பணியனைக் கழற்றியபடி நடராசன் வீட்டிற்குள் நுழைந்த பின், வாசலில் நின்றுக்கொண்டிருந்த அருணாவிடம்,

“எம் பொண்ணுமாரி இருக்கீக! மனுஷாள் தரம் பாத்துப் பேசனும், பளகணும். நீங்க படிச்சவக, நான் சொல்ல வேண்டியதில்லே, பாத்து நடந்துக்குங்க தாயி நா வாறே...” சொன்னவர் தங்கள் காம்பவுன்டி லுள்ள பாதாளக் கரண்டியை கொடுத்தனுப்புகிறேன், கிணற்றிலிருந்து வாளியை எடுத்துக்கொள்ளுங்கள் என்று சொல்லிவிட்டு பெரியவர் சென்றார்.

7

ஞாயிறு விடுமுறை. காலை வெகு நேரமாகியும் கனகராஜ் எழுந் திருக்கவில்லை. கதவு தட்டவே போய்த்திறந்தான். அருணா நின்றாள். என்ன விஷய மெனப் பார்வையால் கேட்டபடி ஒதுங்கி வழிவிட் டான். நுழைந்தபோது அவளின் லேசான உரசல் தூக்கக் கலக்கத்துடன் சற்று மயங்கவைத்தது. முகத் தைக் கழுவிவிட்டு வந்தவன் அவள் முன் புன்னகை யோடு நின்றான்.

“நா புறப்படுறேங்க...”

“என்ன ஊருக்கா?”

“நா எந்த ஊருக்குப் போறே. வீட்டைக் காலி செஞ்சிட்டு வேற இடத்துக்குப் போறோம்”

வார்த்தை சுரத்தையில்லாமல் உதிர்ந்தன. அவனைப் பார்க்கத் தயங்கித் தரையை நோக்கினாள். அவள் சொல்ல வந்ததின் பின்னணியை யூகித்தான். காம் பவுண்டில் ஏழு நாட்களுக்கு முன்பு நடந்த நிகழ்ச்சி அவனுக்குத் தெரியாது. அவளின் காலை தரிசனம் வழக்கமான உவப்பைத் தரவில்லை.

“வீடு மாறிப்போயி, இவிங்க பார்வையில படாம யிருந்தா நல்ல பேரு கிடச்சுடுமா என்ன?”

“என்னிய பத்திக் கவலயில்லே. என்னால ஒங்க ளுக்குக் களங்கம் வேணாம்”

சுவர் ஓரமாகச் சாய்ந்திருந்த ஈசி சேரை விரித்துப் போட்டு உட்கார்ந்தவன் சற்று நேரம் மௌனமாக இருந்துவிட்டு....

“அருணா.. இனி நீயும் நானும் தனித்தனியா

எந்த மூலயில வாழ்ந் தாலும் நமக்கு வைச்ச முத்திரையை மாத்த முடியாது."

"அது அழியாத கல்வெட்டு பேராவே இருந்துட்டுப் போட்டுங்க! நான் இங்கன இருக்கிறதால மேலமேல ஒங்க மதிப்புகுறையும். கண்ட விங்கே நம்ம மேல சேத்தை வாரி இறைப்பாங்கே. இதுக்கு நான் காரணமா இருக்கணுமா சொல்லுங்க.!"

தீர்க்கமான வார்த்தைகள். பதில் கூறமுடியாமல் தினறினான். அவள் பக்கமுள்ள நியாயத்தை அவன் உணராமலில்லை.

"ஆக நீங்களே எல்லா முடிவும் எடுத்துப் புறப்பட்டாச்சு."

"வேற வழி தெரியலீங்க, சாமாங்கள கண்ணன் வண்டியில ஏத்திக் கிட்டு இருக்கிறா, வேற வீடும் பாத்தாச்சு..."

"எனக்குத் தெரியாம எல்லா ஏற்பாடும் செஞ்சிட்டு, சொல்லிட்டுப் போவ வந்திருக்கே. உனக்குக் கொஞ்சங்கூட வருத்தமில்லியா? நான் உனக்கு மூனாவது மனுஷனாயிட்டே இல்லியா. என்னிய இப்படி அவமானப்படுத்துறதுல ஒனக்கு சந்தோஷம் அப்பபடித்தானே?"

சற்று இரைந்து பேசியவனின் கோபத்தோடு கூடிய வேதனை அவளைப் பிளந்தது. முகம் சிவக்கக் கண்கள் லேசாகப் பளபளத்தன. பார்வையைச் சுவர் பக்கம் திருப்பியவனின் இமைகள் நனைந்து விட்டன. அவனருகில் நெருங்கித் தோளை அன்போடு பற்றியவள்...

"ஒங்க சம்மதம் நிச்சயம் கிடைக்காதுன்னுதா ஏற்பாடு செஞ்சேன். ஒங்கள மதிக்கலைன்னா என்னியநானே அவமதிக்கிற மாதிரி. ஆண் பெண் இரண்டு பேருக்கும் இடையில யிருக்கிற அன்பான உறவுல, அது பரிசுத்தமாவே இருந்தாலும், நித்தம் நித்தம் காயப்பட்டு ரணமா வறது அதிகம் பெண்ணுதான்! அந்த வலிய உங்களாளப் புரிஞ்சிக்க முடியாதுங்க."

அவன் முகவாயைத் தூக்கி கெஞ்சுகிற பாவனையில் சொன்னாள்.

"என்னிய சமாதானப்படுத்த சொல்லுறே. உம்பேருக்கு இழுக்கில் லாம யிருக்க உன்னிய நீ மாத்திப் பாத்தே. உதட்டுல சிரிப்பு, இனிப்பான பேச்சுன்னு வளைஞ்சி நெளிஞ்சி நீ நடந்துங்கூட உன்னியப் பத்திய அபிப்ராயத்த மாத்த முடிஞ்சிதா? சமுதாயத்துக்காக அஞ்சி, பயந்து ஒழுக்கமா வாழ நெனைக்கிறது ஒரளவே சரின்னாலும், ஒழுக்கம் அறிவிலிருந்து, நல்ல சிந்தனையிலிருந்து உருவாவனும். மத்தவிகள திருப்திப் படுத்தக் கடைபிடிக்கிற ஒழுக்கம் போலித்தனமானது." அருணாவின் மனப்பாங்கைச் சற்றுக் கடினமாக இடித்துக் கூறியவன் தொடர்ந்தான்...

பொய், பித்தலாட்டம், ஏமாற்றுதல், கள்ளத் தொழில், கலப்படம், காட்டிக் கொடுப்பது, லஞ்சம், நம்பிக்கை துரோகம் என்று இவைகளிலில்லாத ஒழுக்கக்கேடு ஒரு ஆணும் பெண்ணும் பரஸ்பரம் அன்பைப் பரிமாறிப் பழகுவதில் மட்டும் கொட்டிக் கிடக்கிறதா? இந்த அயோக்யர்கள் எல்லாம் சமுதாயத்தில் தலை நிமிர்ந்து நடக்கும்போது நீயும் நானும் ஏன் தலைகுனிய வேண்டும். முதுகெலும்பில்லாத இவர்களுக்காக நீ ஏன் அஞ்சி ஓடி ஒளிகிறாய்? என ஆவேசத்துடன் ஆரம்பித்து அமைதியாகக் கேட்டு நிறுத்தினான்.

"நீங்க சொல்லுறது எல்லாம் சரிதாங்க" என்றவள்...

நம்முடைய உறவைச் சமுதாயத்தில் எவரும் ஆரோக்கியமாகப் பார்ப்பதில்லை. தாய் தந்தையர் உட்பட ஒரு பெண்ணைப் பின்னிப் பிணைப்பது உறவு முறைதான். அந்தத் துணையோடு ஒருத்தி எப்போது எங்கே வேண்டுமானாலும் போய் வரலாம். உறவு அவளுக்குப் பாது காப்பாக இருக்கிறது. நடராசன் போன்றோரின் பார்வையில் முழுதாக அங்கீகரிக்கப்பட்டதும் இதுதான். ஆனால் நல்ல நண்பர்களாய், தோழர்களாய், லட்சிய இளைஞர்களாய் வலம்வரும் நம்மைச் சரியாகப் புரிந்துகொள்ள மறுக்கிறார்கள். சமுதாய, சமூக அக்கறையுடன் சிந்திக்கின்ற நாம் சமுதாயத்திற்கே கேடு விளைவிப்பவர்களாகச் சித்தரிக்கப்படுகிறோம். அவர்கள் அனுமானத்தில் நாம் ஒழுக்கமற்றவர்களாய் உருவகப்படுத்தப்படுகிறோம். நம்முடைய பண்பை, குணத்தைக் கொச்சைப்படுத்தி, பகை வன்மத்தை நம்மேல் பாராட்ட இவர்களுக்கு என்ன உரிமையிருக்கிறது என்று சற்று காரசாரமாக அருணா சொன்னாள்.

"இம்புட்டு நுணுக்கமா தெளிவா புரிஞ்சி வைச்சிருக்கிற நீ ஏன் பயந்து ஓடணும்னுதே கேக்கறே..."

"நா அமைதியா நிம்மதியா இருக்கணுமுன்னு நினைச்சா என்னிய அனுப்பி வையுங்க."

"அருணா நமக்கிடையில இருக்கிற அன்போட ஆழத்த நீ அளந்து பாக்குறே. உன் அமைதிய கெடுத்து நா வாழறவனா? உன் வலியை உணராதவனா? எங்கன இருந்தாலும் நீ சந்தோஷமா இரு..."

அவன் தொண்டை கரகரக்க வார்த்தைகள் உடைந்தன. அவளின் விம்மலைச் சகிக்காதவனாய் மடியில் புதைந்திருந்த அவள் முகத்தை நிமிர்த்தித் துடைத்தான்.

"இந்தப் பிரிவு தற்காலிகந்தே. அழாதே அருணா, நம்மள இவிகளாள வேணுமானா பிரிக்கலாம். அதுல ஒரு சந்தோஷம் அவிகளுக்கு. சரி...நீ வந்து ரொம்ப நேரமாச்சி புறப்படு!"

முகத்தைத் துடைத்துக்கொண்டு மெல்ல எழுந்தாள். தயங்கியவாறு வராந்தா வரை சென்றவள் திரும்பிப் பார்த்தாள். ஓடிவந்து அவனைத் தழுவிக்கொண்டாள்.

“நா ஒங்களவிட்டு தூரத்தில இருந்தாலும் எப்பவும் என் நிழலா நீங்க இருக்கணும். ஒங்கள கலக்காம இந்த ஏற்பாட்ட செஞ்சிட்டே, மன்னிச்சுருங்க...” அவன் கைகளை எடுத்துத் தன் முகத்தில் ஒற்றிக் கொண்டாள். அந்த அன்பில் கரைந்து போனான்.

எப்படியோ பிரிவு என்று வந்துவிட்டது. அவளுக்கு விடைதந்து அனுப்பினான். காம்பவுண்டில் நடராசன் வீடு உட்பட அனைவரிடமும் சொல்லிக்கொண்டு புறப்பட்டாள். நடராசனுக்கு வேண்டுமானால் இவள் எதிரி. அவளுக்கில்லையே!

“என்னங்க! அந்த அருணா வந்து சொல்லிட்டு போறாக!” வீட்டிற் குள்ளிருந்த நடராசனிடம் அவன் மனைவிதான் சொன்னாள்.

“அப்பாடா இந்தக் காம்பவுண்டைப் பிடிச்ச பீடை ஒழிஞ்சிது! தொலைஞ்சாளா!”

“அவுக இங்கன இருந்த வரிக்கும் தாறுமாறா பேசினீக. இப்ப வேற காம்பவுண்ட்டுக்குப் போறாகளாம். அங்கன போயும் பேசு வீகளோ?

“அடியே! அவ ஒரு பொண்ணு, அவுளுக்குப் பரிஞ்சுபேசறையாக் கும்! அவ எங்கிட்டுப் போனாலும் புத்தி மாறாதுவே!”

“ஆமாமா! ஒங்கள மாதிரி அங்கிட்டும் ஆராவது இருக்கமாட்டா களா என்ன? ஆனாலும் இம்பூட்டு விரோதம் வன்மம் ஆகாதுங்க. ஒங்களுக்கும் பொண்ணு இருக்கு மறந்திடாதீக...!”

அருணா தன்னை விட்டுத் தூரமாகப் போகிறாளே எனும்போது கனகராஜ் வெறுமையை உணர்ந்தான். இதயத்தின் ஒரு பாதி துண்டானது போல இருந்தது. பரஸ்பரம் அவர்களின் அன்பிற்கு இத்தனை வலு விருக்கிறதா? நல்ல சிந்தனையும் துடிப்பும் உடைய வனை அவளின் அன்பு பலகீனனாக்கிவிட்டது. காத லின் சூத்திரத்தை அறிந்த இவர்களால் காலத்தின் சூட் சமத்தை உணர்ந்துகொள்ள இயலுமா? இவர்களின் காதல் கரை ஒதுங்காமல், கங்கையாய் காவிரியாய் கடலில் சங்கமம் ஆகவேண்டுமே! ஒருநாள் நிச்சயம் ஆகலாம்.

எங்கிருந்தோ கண்ணன் வந்தான். ஆசாபாசங்களை அவனுக்காகப் பொசுக்கிக் கொள்கிறாள். அதுவரை நியாயந்தான். என்னைவிட்டுத் தொலைதூரம் போகி றாளே. நான் துவண்டுவிடுவேன் என்று ஏன் எண்ண வில்லை. பெண்கள் இப்படித்தானோ. ச்சே! ஏன் இப்படி

யோசிக்கிறேன். அவளுடைய நிழலாக நானிருக்க வேண்டுமாம். என் நிழலே அவளான பின்பு எனக்கேது இனி பிம்பம். என் உயிரே அவள் தான். எல்லாமே எனக்கு அவளாகிவிட்டாள்.

கண்ணனுக்காகத் தன் சுகத்தைத் தியாகம் செய்ய அவளுக்குக் கிடைத்த சந்தர்பம் போல நான் ஏன் என் மகிழ்ச்சியை அவளுக் காகத் தியாகம் செய்யக் கூடாது? தினமும் ஒருவரை ஒருவர் பார்த்துக்கொண் டிருந்தால்தான் அன்பு வளருமா? வெவ்வேறு திக் கில் இருவருமிருந்தாலும் ஒருவருடைய நினைவு இன்னொ ருவரை வாழவைக்கக் கூடியதுதானே!

அருணாவுக்கு தைரியமாய் விடை தந்து அனுப்பி னானே தவிர அவள் சென்றபின் படுக்கையில் பொத் தென்று விழுந்தவன் வெகு நேரம் எழவில்லை. காலை உணவுகூட இல்லை. புரண்டுபுரண்டு படுத்தவனின் காது மடல்கள் நிரம்பி தலையணை நனைந்தது. ஓவென்று சத்தம் போட்டு அழவேண்டும் போலிருந்தது. கண்கள் சிவந்து லேசாக எரிச்சல் உண்டாயிற்று. அவளுடன் நெருக்கமாகப் பழக முடியாமல் போனாலும் எதிர் வீட்டிலிருந்தபடி அந்த எழில் தாரகையைப் பார்த்து மகிழ்ந்திருப்பான். அவளின் நளினமான ஒவ்வொரு அசைவையும் மிக அருகிலிருந்து பார்த்து ரசிப்பான். அன்னியோன்யமான நெருக்கம், அபரிமிதமான அந்த அன்பு அவனைத் துன்பத்தில் ஆழ்த்தியது.

மாலை ஆறு மணிக்கு வழக்கமாக வீட்டிற்கு வரவேண்டியவன் வரவில்லேயே என்று ஒரு நாள் அருணா தவித்துப் போனாள். காம் பவுண்ட் கதவு திறக்கும் போதெல்லாம் எட்டி எட்டிப் பார்த்தாள். இரவு மணி ஏழு எட்டு என்று ஒன்பதையும் நெருங்கப் பதற்றத்தோடு நிலைகொள்ளாமல் துவண்டு போனாள். கதவு திறந்தது. முழங் கையில் கட்டுடன் ஒருவரின் தோளைப் பிடித்தவாறு மெல்ல நுழைந் தான். பதறி ஓடிவந்தாள். அவனை ஒரு பக்கம் தாங்கி அறைக்குக் கூட்டிப் போனாள் அருணா. யாரைப் பற்றி எதைப் பற்றியும் லட்சி யம் செய்யவில்லை. படுக்கையை விரித்துப் படுக்க வைத்தாள்.

“ஓங்க வீட்டுக்காரக மேலே தப்பில்லே தாயி, நாந்தே கொஞ்சம் பைய வந்திருக்கணும்...”

ரிக்ஷாக்காரன் சொல்லிவிட்டுச் சென்றான். செய்திகேட்டு சேது பாண்டியன், சுந்தரேசம்பிள்ளை என்று பலரும் கூடிவிட்டனர். அவன் உடல்நிலை ஒருபக்கமிருக்க, மற்றவர் முன்னிலையில் தன்னைக் கனகராஜியின் மனைவியாக எண்ணி வருத்தம் சொன்ன ரிக்ஷாக் காரனுக்கு தனக்குள் நன்றி சொல்லிக்கொண்டாள்.

ஆபீஸ் வேலையாக சொக்கிக்குளம், யானைமலை புதூர் வரை சைக்கிளில் சென்று திரும்பிக்கொண்டிருந்தான். மேலமாசி வீதியில் நின்ற லாரியை ஒதுக்கிவிட்டு வேகமாய் வந்த ரிக்ஷாவின் மேல் மோதி விழ, கல்லில் இடித்து முழங்கையில் இரத்தம் கொட்டியது. கால் முட்டியிலும் பலமான அடி. ரிக்ஷாக்காரன் ஆஸ்பத்திரிக்கு அவனைக் கூட்டிச் சென்று, சிகிச்சை பெற்று, தன் வண்டியிலேயே வீட்டிற்குக் கொண்டு வந்து விட்டுப்போனான். விசாரிக்க வந்தவர்கள் சென்றுவிட்டனர்.

அருணா வீட்டிற்கு ஓடிப்போய் காஃபி போட்டுக் கொண்டுவந்தாள். நெருங்கி அவன் பக்கத்தில் உட்கார்ந்து காஃபியைக் குடிக்க வைத்தாள். அடிபட்டயிடத்தில் வெந்நீர் ஒத்தடம் கொடுத்தாள். வாஞ்சையோடு முகம் கழுந்து மார்புவரை துடைத்துவிட்டாள்.

“ஏங்க! பாத்து வந்திருக்கக்கூடாதா? ஆறுமணியில இருந்து ஒங்கள காணாம தவிச்சிட்டேன். என்னவோன்னு பயந்தே போயிட்டேங்க...!”

“நேரமாச்சே, நீ காத்துட்டு இருப்பேன்னு வேகமா வந்தே. கொஞ்சம் நிதானமா வந்திருக்கணும். இதுவும் நல்லதுதே.”

என்ன நல்லது...! கசிந்த விழிகளைத் துடைத்தபடி கேட்டாள்.

“இப்படி எம் பக்கத்தில நீ நெருக்கமா இருக்க முடிஞ்சிதே...”

போங்க..செல்லமாகச் சிணுங்கியவாறு அவன் தோளில் சாய்ந்தபடி தன் கன்னத்தை இழையவிட்டாள்.

“என்னங்க! ஒங்களுக்குப் பசியாயிருக்கும், நா போயி சாப்பிடக் கொண்டு வாறே...!”

“நேரம் ஆயிடுச்சி அருணா! கண்ணங்கிட்ட கொடுத்தனுப்பிட்டு நீ தூங்கு...”

அவளா கேட்பாள். தட்டில் சாப்பாட்டைப் போட்டுக்கொண்டு வந்தவள், அவளே ஊட்டியும் விட்டாள்.

“ஏங்க..நா இன்னிக்கு ஒங்கக்கூட இருக்கேனே..”

அவளின் கையை எட்டிப் பிடித்து...

“குழைந்த மாதிரி பேசாதே அருணா! அக்கம்பக்கம் இருப்பவிக என்ன நினைப்பாக?”

“எனக்கு அதப் பத்திக் கவலையில்ல. ஒங்கள இப்புடி வுட்டுட்டு வீட்டுல எப்படி நா நிம்மதியா தூங்க முடியும்..?”

“எனக்குப் பெருசா ஒண்ணுமில்ல. நீ போயி கண்ணனை அனுப்பி வைம்மா. அது போதும்..”

அவள் தன்னோடு இருப்பதில் அவனுக்கும் ஆசைதான். மறு நாள் ஆபீஸ்க்கு லீவு போட்டுவிட்டு உதவியாக இருப்பேனென்று அடம்பிடித்தவளைச் சமாதானப்படுத்தி ஆபீஸ்க்கு அனுப்ப பெரும் பாடாகிவிட்டது. அவ்வப்போது சில நிகழ்வுகள் அவர்களை நெகிழச் செய்ததோடு நெருங்கவும் வைத்தன.

சிந்தனை பலவாறு அவனைப் புரட்டிக்கொண்டிருந்தது. அவளை எண்ணி கோழையாகப் படுத்திருப்பது சரியில்லை. அருணா சொல்லி விட்டுப் போன விலாசத்தை ஒருமுறை நினைவுப் படுத்திக்கொண் டான். தெப்பக்குளம் பஸ் ஏறினால் சற்று நேரத்தில் அருணாவுக்கு முன்பாக போய் நின்று விடலாம். படுக்கையிலிருந்து துள்ளி எழுந் தான். அவளுக்குச் செய்யவேண்டிய உதவிகள் எவ்வளவோ இருக்கும். அவசர அவசரமாகக் குளித்துக் கிளம்பிவிட்டான். அவன் நினைத்த மாதிரி அருணா வீட்டில் வேலையிருந்தது.

ஒரு மாலைப்பொழுது. ஆபீஸ் முடிந்து நேரே அருணா வீட்டிற்குச் சென்றான். வராந்தாவில் சத்தம் கேட்டு அருணா எட்டிப் பார்த்தாள். முகத்தில் கொள்ளை சந்தோஷம். அவனைப் பார்த்து ஒரு வாரமாகும். துண்டால் முகத்தைத் துடைத்துக்கொண்டிருந்தவள் ஓடி அவனைக் கட்டித் தழுவாத குறைதான், அக்கம்பக்கத்தில் பார்ப்பார்களோ என்கிற பிரக்ஞையின்றி அத்தனை ஆவலோடு கனகராஜியின் கை யைப் பிடித்து அழைத்து வந்தாள். மனசுக்குள் பரபரப்பு. சந்தோஷத் தில் கன்னம் சுருங்கியது. அடிக்கடி அவன் வருவது வழக்கமாயிருந் தாலும், அவன் வரும் ஒவ்வொரு தருணமும் அவளுக்குப் புதிதுதான். உச்சி முதல் உள்ளங்கால் வரை புது ரத்தம் பாய்வது போலிருக்கும். எவ்வளவு சோர்விருந்தாலும் அவளுக்கு அவன்தான் புத்துணர்வு. அவனுக்கு காஃபி பலகாரம் கொடுத்தாள். கனகராஜியின் சிபாரிசு மூலம் கண்ணன் மீனாட்சி மில்லில் வேலைக்கு சேர்ந்துவிட்டான். அவன் வருவதற்கு ஏழு மணி ஆகும். பத்திரிகையைப் புரட்டினான்.

“எங்க ஆபீஸ்ல ஒரு நிகழ்ச்சி நடந்ததுங்க, சூப்ரவைஸர் ஒரு ஓர்க்கர அடிச்சிட்டா. அவே யூஸ் பன்னுற வாஷ் பேஷன்ல அந்த ஓர்க்கர் கைக் கழுவிட்டானாம்., ஜாதி பேரைச் சொல்லி திட்டியிருக்கான்.

“அடப்பாவி...இவிங்க இன்னும் மாறவே மாட்டாங்கிளா...”

“என்னங்க, இந்தத் தீண்டாமை எப்புடி வந்துச்சி..? எனக்கு விவர மாச் சொல்லுங்களே...”

“சொன்னா மணிக் கணக்காவும்..சொல்லுரே. நீ தாழ்ந்த ஜாதி. எட்டி நில்லு, தொடாதே, தீட்டுங்கிறானே, இந்த வார்த்தை எம்புட்டுக் கொடுமைன்னு கற்பனை செஞ்சிப் பாத்தா அதோட வலி தெரியும். அவே இருதயத்த கிழிச்சி, ரணமாக்கி அதில கொட்டுற குருதிய

உயர் ஜாதிக்காரரே உணருவானா? தீண்டத்தகாதவைங்கன்னு கீழ் மைப்படுத்தி அவே சுயமரியாதயைக் கொலை செய்யிறது பெரிய கொடுமை அருணா!"

"எதனால இந்த நிலமை..."

"மனுஷன் மனுஷனயே வித்தியாசப்படுத்தி, அடக்கிச் சித்திரவதை, வன்கொடுமைங்க பண்ணுறது நம்ம நாட்டுல மட்டுமில்ல, எல்லா நாட்டுலயுந்தான். இங்கன வர்ணாசிரமுங்கற ஒன்னுத்தே இந்தக் கொடுமைக்கெல்லாம் ஆணி வேரு."

"பிராமணன், சத்திரியன், வைசியன், சூத்திரன் நாலு வர்ணங்கதானே."

"ஆமா!" என ஆமோதித்துவிட்டு கனகராஜ்,

சூத்திரர்களைத் தீண்டத் தகாதவர்கள் என்று பல கொடுமைக்கு ஆளாக்கினார்கள். அதுமட்டுமில்லாமல் சூத்திரன் என்று சொல்லப் படுகிற தாழ்த்தப்பட்டவர்களுக்குள்ளே உயர்ந்தவன் தாழ்ந்தவன் என உட்பிரிவை உண்டாக்கி, அவர்களைக்கூட ஒற்றுமையாக வாழ விடவில்லை. இதில் வேடிக்கையான வேதனையைப் பார் அருணா. சத்திரியன், வைசியன் இரண்டு வர்ணத்தாரும் சூத்திரனைத் தீண்டத் தகாதவன் என்று தள்ளி நிற்கச் சொல்ல, உயர்ந்த ஜாதி என்று சொல்லிக்கொள்ளும் பிராமணர்கள் மற்ற மூன்று வர்ணத்தாரையுமே தள்ளி நிற்கச் சொல்லி சந்தோஷப்படுவார்கள். சூத்திரர்களில் பிரா மணனும், பிராமணர்களில் சூத்திரனும் இருக்கிறார்கள், இருப்பார்கள். மானுடப் படைப்பியல் இதுதான். அவர்களின் குணப் பண்புகளைப் பொருத்தே இதை அனுகி ஆராய வேண்டும். ஆனால் பிறவியிலேயே இனத்தால் ஜாதியால் உயர்ந்தவர்கள் என்கிற எண்ணம் அவர்களுக்கு அகந்தையையும் ஆணவத்தோடு கூடிய மயக்கத்தையும் உண்டாக்கி விட்டது. அந்த மயக்கம் தந்த மமதையில் மனித நேயத்தை, பண்பை பல நூறு ஆண்டுகளுக்கு முன்பே குழிதோண்டிப் புதைத்து விட் டார்கள். இதனால்தான் தந்தை பெரியார் வர்ணாசிரமத்தை, மனு தர்மத்தை, கடவுள் நம்பிக்கையை எதிர்த்துப் போராடுகிறார் என்று விளக்கமாக விவரித்து நிறுத்தினான்.

"ஆமாங்க, ஈ.வே.ரா பெரியார் மாதிரி ஒருசமுதாயத்தந்தை நமக்கு கிடைச்சது பெரிய வரபிரசாதங்க.."

"ஒரு ஆணும் பெண்ணும் திருமணம் செய்யிறதயே கிரிமினல் குத்தமுன்னு சொன்னவரு பெரியார்."

"ஐயோ அப்படீன்னா திருமணம் ஆனவிங்க எல்லா கிரிமினலா.."

"அப்படி நேரடியாக பொருள் பண்ணக்கூடாது. ஒரு பெண்ணைத் திருமணம் செய்து, அவளுக்கு எந்தச் சுதந்திரமும் உரிமையும் கொடுக்

காமல் வெறும், பிள்ளைப் பெறும் எந்திரமாக, போகப் பொருளாக, கல்வி அறிவு, சொத்துரிமை இல்லாமல், கணவன் என்கிற உரிமையில் அவளை வீட்டில் சிறைப்படுத்தி வைப்பது கிரிமினல் குற்றமில்லாமல் வேற என்ன? பெண்கள் அழகை வர்ணிக்கின்ற பழைய இலக்கிய மட்டுமின்றி, தற்கால கவிஞர்கள கடுமையா கண்டிப்பாரு. பெரி யாரு தமிழினத்த காட்டுமிராண்டின்னு சொன்னாரு. சுதந்திர தினத்தைத் துக்க நாளா கொண்டாடுங்கன்னு சொன்னவருதா. அவரு சொன்னத ஆழமா சிந்திச்சிப்பாத்தா காரணம் புரியும். தந்தை பெரி யாரப்பத்தி பேசற வயசுமில்ல அனுபவமுமில்ல எனக்கு. இன் னொரு முக்கியமான விஷயம். ஒனக்கு தெரியுமான்னு தெரியில..., இந்து மனுதர்மப்படி சூத்திரர்களுக்குக் கல்வி மறுக்கப்பட்டிருந்தது. இந்தியாவில் வாழ்ந்த இந்துக்களுக்கு தோன்றாத மனிதாபிமானம் இந்த மண்ணில் வியாபாரம் செய்யவந்த பிரிட்டிஷாருக்குத் தோன்றி யது. 1835 இல் **லார்ட் மெக்காலே** (Thomas James Babington Mecauly, Member of British Parliament) இந்து மனுதர்மச் சட்டத்திற்குத் தடை விதித்து சூத்திரர்களும் கல்வி கற்கலாம் என்ற உத்தரவை அன்றைய கவர்னர் ஜென்ரல் மூலம் பிறப்பிக்கச் செய்தார். இதன் பின்தான் பிற்படுத்தப்பட்ட, தாழ்த்தபட்ட மக்களால் அரிச்சுவடி படிக்க முடிந் தது என்கிற சரித்திர நிகழ்வை உணர்ச்சிப் பொங்க சொன்னான்.

“அடப் பாவமே! இந்தச் சட்டம் வராம யிருந்திருந்தா நாமெல்லா படிச்சிருக்கவே முடியாதோ..”

“நிச்சயமாக மனுதர்மப்படி மக்கள் விலங்கினும் கீழாய்நடத்தப் பட்ட காலம். கல்வி, உயர் ஜாதியர்களுக்கு மட்டுமே என்கிற கொடுமையை பார். இந்து சமுதாயச் சமூகக் கட்டமைப்பைச் சீர் குலைக்கவே லார்ட் மெக்காலே தடை சட்டம் கொண்டு வந்ததாக காரணங்கூடக் கற்பித்தார்கள். எது எப்படியோ அனைத்து மக்க ளும் கல்வி அறிவுபெற ஒரு நூற்றாண்டிற்கு முன்பே கல்வித்திட்டத் தைக் கொண்டுவந்த லார்ட் மெக்காலேக்கு நாம் நன்றிக்கடன் பட்டவர்கள்” என விளங்கும்படிச் சொன்னான்.

“காந்திஜீ, அம்பேத்கரும் தாழ்த்தப்பட்ட மக்களுக்குப் போராடினாக”

“இந்த வன்கொடுமைக்கு அன்னல் அம்பேத்கரும் ஆளானவருதே. இந்திய அரசியலமைப்புச் சட்டத்தை உருவாக்குன பணியில பெரும் பங்கிருந்துது அவுகளுக்கு. தாழ்த்தப்பட்ட ஜனங்களுக்கு செஞ்ச கொடுமைக்கு எதிரா தடைச்சட்டம், பிறவு சமுதாயத்தில சுயமரியா தையோட வாழறதுக்கு, கல்வியில, வேலை வாய்ப்பில இட ஒதுக்கீடு மூலமா சமூகநீதி ஏற்பட்டு எல்லாரும் மேம்பட்டு வாழறதுக்கும் தேவையான சட்ட நெறிமுறைய கொண்டுவரப் பாடுபட்டாக.”

“மேல் ஜாதி கீழ் ஜாதி, உசந்தவ தாழ்ந்தவ இதெல்லாம் எப்போங்க மறையும்?”

“அன்னல் அம்பேத்கர் உருவாக்குன சட்டம் தாழ்த்தப்பட்டவிகளுக்கு அரணா இருக்கு. அந்தச் சட்டம் செயல் பட்டும் வருது.”

“எல்லா சரிங்க! இன்னிக்கு நடந்ததைப் பாருங்களே. சமுதாயத்தில ஜனங்ககிட்ட இன்னும் அந்தச் சாயல் மறையலங்கிறததானே காட்டுது!”

“பல நூற்றாண்டா திட்டம் போட்டு உணர்வோட, உதிரத்தோட ஊறிப்போனது மறைய இன்னும் காலம் பிடிக்கும். எல்லாத் தரப்பு ஜனங்களும் கலந்து வாழக்கூடிய சமத்துவ, சமூகச் சூழல் ஏற்படஏற்பட பழைய சுவடு மறைஞ்சிப்போவும். கல்வி அறிவு, வளர்ச்சியையும் சுய சிந்தனையும் வளக்கிறதோட, நல்ல நாகரீகம், பண்பாட்டை உருவாக்குற வலிமை உள்ளது. ஜாதிகள் மறைஞ்சி எல்லாரும் ஓரினம் எல்லாரும் ஓர் மக்கள்ங்கிற சமூக நீதி இலக்கை மெள்ள மெள்ள எட்டிடுவோம்.”

“ஏங்க காதல் திருமணம் ஜாதி மதத்தைத்தாண்டி சமத்துவ சமுதா யத்தை உருவாக்க முடியதா?

“காதலிக்கறப்போ ஜாதி மதம் எதுவும் குறுக்கிடறதில்ல. அவிங்க அதை சட்ட பண்ணுறதுமில்லே...”

“அதைத் தாண்டி இயல்பா ஏற்படுறதுதாங்க உண்மையான காதல்...”

“உண்மை காதல் அதோட நிக்கறதில்லியே! திருமணமுன்னு வர்றப்போதே பிரச்சனை கிளம்புது. கீழ்ஜாதி, மேல்ஜாதி காதல் திரு மணப் பிரச்சனை, சம்பந்தபட்ட அந்த இருவீட்டாரோட மட்டும் நிக்கிறதில்ல. அது ஜாதீய சமுதாயப் பிரச்சனையா உருவாகி தனக்கே உரிய வக்கிரத்தோட கலவரம் வன்முறைகள் கட்டவிழ்ந்து, தீ வைப்பு அப்பாவிகள் கொலைவரை அரங்கேறி தன்னோட கோரப் பசியைத் தீத்துக்குது. காதலர்களுடைய மென்மையான உணர்வு கொச்சைப் படுத்தப்பட்டு, நசுக்கப்பட்டு, ஒதுக்கி புறந்தள்ளப்பட்டு, அங்க ஜாதி மதவெறி தலை விரித்தாடுறதுதான் நிதர்சனம்”

“இதுபோல மோசமான நிகழ்ச்சி ஒருசில இடத்திலதானே...”

“மத்த காதலர்களை மட்டும் மலர்த்தூவி சிவப்பு கம்பளம் போட்டா வரவேக்கிறாங்கே. இந்துப் பொண்ணு கிருஸ்துவப் பையனையோ இல்லே, முஸ்லீம் பையனையோ காதலிச்சா அவனக் கல்யாணம் செய்ய, கட்டாயம் மதம் மாறினாத்தான் முடியும். வேற்றுமதப் பெண்களை மதமாற்றம் செய்யாம திருமணம் செஞ்சா அவிங்கள அவிக சமூகம் புறக்கணிக்குமாம். இப்படி மதம்சம்பந்தப்பட்ட பயம் அவிகளுக்கு.”

“நீங்க சொன்னதுல ஒரு விஷயம் பாருங்க, காதலிச்ச பொண்ணு

இந்துவோ எவளோ, பொண்ணுதா கட்டாய மதமாற்றத்துக்கு நிர் பந்திக்கப்படுறா. இதுல இருக்குற ஆணாதிக்கத்தப் பாருங்க."

"ஆமா! ஆம்பிள்ளைதா இந்த முடிவெடுக்கிறாங்கே. காதலிச்ச பொண்ணு நிபந்தனைக்குக் கட்டுப்பட்டா காதலனைக் கல்யாணம் செஞ்சிக்கலாம். அதுக்கு விருப்பமில்லேன்னா தன் காதல தியாகம் பண்ணுறதவிட வேற வழியில்ல. ஒருத்தன காதலிச்சதால தன்னோட பௌத்தரம் கெட்டுப் போச்சின்னும், தன் தூய்மையை சந்தேகமாப் பாப்பாங்கேங்கிற அச்சம், கட்டாய மத மாத்தத்துக்கு அவளை சம் மதிக்க வைக்கிது. எப்படியாவது தனக்கு வாழ்க்கை கிடைச்சா போதுங்கிற நிலைக்கு அவ தள்ளப்படுறா."

"போங்கடா…நீயுமாச்சி ஒங் காதலுமாச்சின்னு தூக்கி எரிஞ்சிட்டு பொண்ணுக வெளியில வரனுங்க."

"நீ சொல்றது உணர்வுபூர்வமா சரி. ஆனா பாதிப்புக்கு உள்ளா னவ சட்டுன்னு அந்த முடிவுக்கு வரமுடியாது. அவளைக் காதலிச்ச பையனுக்கு ஈசியா அவே ஜாதியில, மதத்தில பொண்ணு கிடைச் சுடும். ஆனா பொண்ணுகளுக்கு அப்படியில்ல. ஒருவனோட காத லிங்கிற அடையாளத்தோட எவனும் வந்து கல்யாணம் செஞ்சிக்க யோசிப்பா. அப்படி செஞ்சாலும் தன் மனைவி ஒரு சமயத்தில ஒருத் தனோட காதலிங்கிற உருத்தல் இல்லாம காலமுழுக்க நிம்மதியா வாழ முடியுமாங்கிறது கேள்விதான்."

"ஆமாங்க, தான் ஸ்ரீராமனா இல்லேன்னாலும் தனக்கு வர்றவ சீதையா இருக்கணுமுன்னு நினைக்கிற ஆம்பிள்ளைகதான் அதிகம்."

"உங் கோபம் புரியிது. இந்த மண்ணுல காலங் காலமா ஆம்பிள்ள செய்யற எந்தத் தவறையும், துரோகத்தயும் சகிச்சி, மன்னிச்சி ஏத்துக்கிற பொண்ணுகளோட எளகின இரக்க சுபாவந்தான் இதுக்குக் காரணம்."

சொல்லிவிட்டு அவள் கைகளைப் பிடித்துக்கொண்டு முகத்திற்கு நேரே, "அருணா நா ஒன்னு கேப்பே சொல்லு, "இம்புட்டு நாளா நீ என்ன இனம், என்ன ஜாதின்னு நானும் கேக் கல, நீயும் என்னைக் கேக்கல. இதுலயிருந்து உனக்கு என்ன புரியுது?"

"எனக்கு ஜாதி மதம் எதுவும் முக்கியமாபடலை. அதைவிட நல்ல மனுஷனை உங்ககிட்ட பாத்தே. பெண்மைய போற்றக்கூடிய பண் பைப் பாத்தே. அது போதாதா?"

"வெரிகுட் இதத்தா நானும் உங்கிட்ட பாத்தே. இப்போ புரியுதா? நீ கேட்ட கேள்விக்கு பதில் உங்கிட்ட இருக்கு. ஜாதி இனத்தை நாம பாக்கல. அதைப் புறந்தள்ளிட்டோம். சமத்துவ சமூகச் சூழல் வளந் திருக்கு, வளந்துட்டு வருதுங்கிறதுக்கு நாம உதாரணமா இல்லியா."

“எப்படீங்க இது? நா ஒண்ணு கேக்கப்போயி நம்மள உதாரணமா காட்டுற இந்தச் சாமர்த்தியம், சாதுரியம் ஐயோ...கிரேட்ங்க!

“சரி அருணா, நா என்னா ஜாதின்னு உனக்குத் தெரிய வேணாமா?”

“ஏங்க...நல்லாத்தே இம்பூட்டு நேரமா பேசிட்டு வந்தீக...”
“தெரிஞ்சிக்கிறதில தப்பில்லியே”

“தெரிஞ்சிகணுங்கிற எண்ணம் துளிக்கூட எனக்கில்ல. ஒங்களுக்கும் இதே அயிப்ராயம் இருந்தா இந்தப் பேச்சை இத்தோட விடுங்க.”

“எம் மேலக் கோபமா அருணா?”

“கோபமில்லீங்க... நான் இன்ன ஜாதி என்று என் வாயால் சொல்ல, அது எந்தளவிற்கு உங்களைப் பாதிக்குமென்று என்னால் யூகிக்க முடியாது. காரணம் பிறக்கும் போதே ஆண்–பெண் என்கிற அடையாளத்தோடு ஜாதி மதச் சாயமும் சேர்ந்தே ஒவ்வொருத்தரும் அடையாளப் படுத்தப்படுகிறோம். நமக்குத் தெரியாமல் நம் விருப்பத் தைத் தெரிந்துகொள்ளாமல் திணிக்கப்படுகிற, பூசப்படுகிற இந்த சாயம் மனிதனுக்குள் ஏற்றத் தாழ்வை ஸ்திரமாக விதைத்துவிட்டது. இந்த உணர்விலிருந்து வெளியே வந்துவிட்டோம் என்கிற பிடிப்பு ஒன்றே போதும் நாமிருவரும் சேர்ந்து வாழ..” உணர்ச்சி பொங்கக் கூறினாள்.

“அருணா உம்பேச்சக் கேக்க எனக்கு சந்தோஷமாயிருக்கு. ஆனா லும் நம்ம சந்ததிங்க ஜாதி, இட ஒதுக்கீடு பட்டியலுக்குள்ள வந்து தானே ஆகணும். அரசு சலுகையை நிராகரிக்கக் கூடாதில்லே.”

“சமூகத்து அடித்தட்டுல அடிப்படை சுகாதாரமில்லாம, கல்வி அறிவில்லாம உழலுற பாமரமக்கள், ஏன்? காந்திஜீ மறைஞ்சி எம் புட்டு வருஷமாயும் அவுக இன்னமும் இருக்காகன்னு நம்பிக்கிட்டு காட்டுலயும் மேட்டுலயும் வாழுறாகளே அந்த ஜனங்கள, அவிங்க சந்ததிகளை மேலக் கொண்டுட்டு வர, நிச்சயம் அரசு இட ஒதுக்கீடு சலுகை எல்லாம் வேணும். சமூக நீதியை அடைய இட ஒதுக்கீடு தேவைதான்னு சொல்லுவே. அதே நேரத்தில இந்தச் சலுகையை எதிர்பாக்காம ஓரளவு கல்வி அறிவு தகுதியுள்ளவிக தம் பிள்ளைகள நல்லாப் படிக்க வைக்க முடியுங்கிற நம்பிக்கையிருக்கு. எம் பிள்ளை மாநிலத்தில முதல் மாணவனா பரீச்சையில தேறிட்டாங்கிறதைவிட நல்ல மனுஷனாஉருவாகிறதிலதான் பெருமையிருக்கு.”

“உண்மையில ஒம் பேச்சக் கேக்கப் பெருமையாயிருக்கு அருணா.”

“என்னோட பல புரிதலுக்கு, இந்தளவு சிந்திச்சிப் பேசக்கூடிய தெளிவு, திறமைய வளத்தப் பெருமை எல்லா ஒங்களுக்குதாங்க...”

“அப்படியில்ல அருணா! நல்ல அறிவு, சிந்தனை உங்கிட்டயிருக்கு.

அதோட நல்ல மனசு, நல்ல எண்ணத்துக்கு சொந்தக்காரி நீ. எங்கூட பேசிட்டு இருக்கிற வாய்ப்பு ஒன்னைத்தவிர எந்தப் பெருமையும் என் னியச் சேர்ந்ததில்ல. எனக்கு நீ துணையா கிடைச்சிருக்கியே, நான் கொடுத்து வைச்சவன்...” உளப்பூரிப்போடு சொல்லிவிட்டு அவளைப் பார்த்து சந்தோஷப்பட்டான்

“போதுங்க..போதும் போதும்...”

அவனருகில் வந்து முகவாயைத் தூக்கிப் பிடித்து அழகு பார்த்துக் கொஞ்சினாள்.

“நாளைக்கு ஞாயிறு லீவுதானே! நீங்க வீட்டுக்குப்போவ வேணாம். இங்கன தங்கிடுங்களேன்...”

கெஞ்சுவது போல அவள் கொஞ்சினாள். தலையை அசைத்தான். சந்தோஷத்தில் துள்ளி ஓடவேண்டும் போலிருந்தது அவளுக்கு. இரவு சாப்பாடு ஸ்பெஷலாக என்ன செய்யலாம் என யோசித்தாள். கண்ணன் மில்லிலிருந்து திரும்பினான். தன்னைக் கண்டு முறுவல் செய்தவனிடம் வேலையைப் பற்றிக் கனகராஜ் விசாரித்தான்.

“அருணா...எனக்கு மாத்திக்க துணி வேணுமே..”

“கவலையே வேணாம். கண்ணன் புது லுங்கி இருக்கு...”

அரைமணி நேரத்தில் சமையலை முடித்தாள். மூவரும் சாப்பிட்டு முடித்தார்கள்.

“கண்ணா...ஓ ரூம்ல இவருக்கும் படுக்கை போடுறே”

“வேணாங்கா...நா காத்தாட வராந்தாவில படுத்துக்கிறே.

“அவுக கொஞ்ச நேரம் பேசிட்டு இருப்பாகடா...”

“அவுக பேசுறத கேட்டுக்கிட்டே தூங்கிடுறே..”

“கண்ணா எம் பேச்சு உனக்கு தாலாட்டா ஆயிடுச்சி இல்லே...” லேசாகச் சிரித்தபடி கனகராஜ் கேட்டான்.

பெரும்பாலும் கனகராஜியிடம் அதிகமாகக் கண்ணன் பேச மாட்டான். கேட்டதற்குப் பணிவாகப் பதில் சொல்வான். கனகராஜியிடம் அத்தனை மரியாதை பயம். அன்று ஏதோ நல்ல மூடில் விளையாட்டாக அப்படிச் சொல்லிவிட்டான். தான் சொன்னதை கனகராஜ் தவறாக எடுத்துக் கொண்டிருப்பாரோ எனக் காலையில் அருணாவிடம் வருத்தத்தோடு கேட்பான். பார்ப்பதற்கு முரடனாக இருந்தாலும் அவனுக்கு குழந்தை மனசு என்பதை ஆரம்ப நாட்களிலேயே கனகராஜ் புரிந்துகொண்டிருக்கிறான்.

8

கனகராஜ் வராந்தாவிற்கு வரவே அவனுக்குப் பின்னால் பாய், தலையணையோடு வந்த கண்ணன் படுக்கையை விரித்துப் படுத்துவிட்டான். அடுக்களை வேலைகளை முடித்துவிட்டுப் புடவைத் தலைப்பில் கை ஈரத்தை துடைத்தபடி அருணா கொஞ்ச நேரத்தில் வந்தாள்.

"அருணா! தந்தை பெரியாரு மாதிரி தீண்டாமை, ஜாதிக் கொடுமைக்கு எதிரா பாடுபட்ட ஒரு பெண் மணி இருந்தாக."

"யாரைச் சொல்லுறீக..?"

"ருக்மணி அம்மாள், கீழ்தஞ்சை மாவட்டத்தில் மணலூர் கிராமத்தைச் சேர்ந்த பிராமணப் பெண்மணி. தமிழ்நாட்டுல இவுக பேரு பிரபலமாகாமப் போனது துரதிஷ்டந்தா. தஞ்சையைச் சேர்ந்த பொதுவுடைமைக் கட்சி நண்பர் மூலமா இந்த அம்மையார் வரலாற்றைத் தெரிஞ்சிக்கிட்டே. இவுகளப்பத்தி சேதியச் சொன்னா உன்னால நம்ப முடியாது."

"அம்புட்டு பெரிய புரட்சியாளரா அந்த அம்மையாரு?"

ஆமென ஆமோதித்தவன் விவரித்துச் சொன்னான்,

இரண்டாம் தாரமாகப் பெரும் பணக்கார வழக்கறிஞரை மணந்து இளம் வயதிலேயே கைம்பெண் ஆனவர். பிராமணக் குலத்தின் சனாதனக் கோட்பாடு அவரைக் கேள்வி கேட்கச் செய்தது. அக்ரஹார ஆஸ்திகமே அவரை வித்தியாசப்படுத்தி தள்ளி வைத்தது. அவர்கள் குலத்தில் பெண்களுக்குக் கல்விச் சுதந்திரமிருந்தும் பல விஷயங்களில் அடிமைகளாக நடத்தப்படுவதைக் கண்டு வெகுண்டு எழுந்தார். இதனால் தான்பிறந்த

குலத்தார், உற்றார் உறவினர்களால் ஒதுக்கி வைக்கப்பட்டார். ஜாதி உயர்வு தாழ்வு, தீண்டாமையைத் தூக்கி எறிந்துவிட்டுத் தன் கிராமத்து அரிசன சேரிவாழ் மக்களின் ஏழ்மையில் பங்கெடுத்தார். வறுமையில் வாடிய அவர்களுக்கு அரிசி, பருப்பு கொடுத்து உதவு வார். பிராமணப் பெண்ணாயிருந்தும் அசூயைப் படாமல், தலை முடி சிக்குப்பிடித்து தெருப் புழுதியில் புரண்ட சேரிக்குழந்தைகளுக்கு எண்ணெய் தேய்த்துக் குளிக்கச் செய்து சுகாதாரமான வாழ்க்கையைக் காட்டினார். படிப்பு சொல்லிக்கொடுத்தார். பெருநிலக்கிழார், மிராஸ் தாரிடமிருந்து உழைப்பாளிகளுக்குக் கிடைக்க வேண்டிய நியாய மான கூலிக்காகப் போராட வைத்தார். தீண்டாமை வன்கொடு மைகளுக்கு எதிராக அணி திரட்டினார். தொழிலாளர்களை ஒன்று திரட்டி அவர்கள் உரிமைக்காகப் பல போராட்டங்களை முன்னின்று நடத்தினார் என்று விரிவாகச் சொல்லி முடித்தான்.

"அடேங்கப்பா, என்னென்னவோ பண்ணியிருக்காக. ஏங்க இதால விரோதம் பயமுறுத்தலுக்கு ஆளாயிருப்பாகளே..."

"இல்லாமலா. தனியா இருந்தப்போ சிலபேரு தாக்கியிருக்காங்கே. பிறவு முறையா சிலம்பாட்டம் கத்துக்கிட்டாக. அவுக சிலம்பாட் டத்த பாத்து குருவே மலைச்சிப் போயிட்டாருன்னா பாத்துக்கோ. ஒத்தைக் காளை மாட்டு வண்டிய பூட்டிகிட்டு தன்னந்தனியா தைரி யமா பக்கத்து ஊருக்கு எல்லாம் போய் வருவாகளாம்."

"அப்படீங்களா, நம்ப முடியலங்க..."

"வெள்ளையன் ஆட்சியை எதித்து காந்திய போராட்டத்தில பங்கு எடுத்துக்கிட்டாக. சென்னையில காந்திய சந்திச்சிருக்காக. தலைவர் சத்யமூர்த்தியுடன் பல போராட்டத்தில கலத்துக்கிட்டாலும் கதர்ச் சட்டை காங்கிரஸ்காரகளுடைய சுயநலம், நேர்மையில்லாத படோ படத்தைப் பார்த்து வேதனைப்பட்டாக. பொறவு அந்த இயக்கத்தில இருந்தே வெளியேறிட்டாக."

"காங்கிரஸ்காரங்கே அப்பமே சரியில்லியோ?"

"காங்கிரஸிலிருந்து வெளிவந்து பொதுவுடைமை கம்யூனிச இயக் கத்தில சேந்தாக. உழைப்பாள பெருமக்கள், தொழிலாளத் தோழர்களை ஒண்ணுதிரட்டிப் பல போராட்டக் களம் கண்டவக. நாட்டை விட்டு வெள்ளைக்காரே வெளியேறினான். புறவு என்னாச்சுத் தெரியுமா? சுதந்தர இந்தியாவில நாட்டுப் பாதுகாப்புக்கு பங்கம் விளைவிச்சா கன்னு அம்மையார், அம்மையார் மாதிரி பல கம்யூனிச தோழர்களைக் கைது பண்ணினாங்க. மூனு வருஷம் ஜெயில்ல இருந்தாக அம்மையார்."

"ஐயோ...பாவங்க, அந்த அம்மா ஜெயில்ல இருந்தாகளா...!"

“சுதந்திரம் வந்தப்புறவு கம்யூனிச தொழிலாளப் போராட்ட இயக் கத்த ஒடுக்கணுமுன்னு ஆண்டுகொண்டிருந்த காங்கிரஸ் அவிங்கள சிறையிலத் தள்ளி சந்தோஷப்பட்டுச்சி. பின்னாட்களில் எந்த இயக் கத்தில சேந்து மக்களுக்காக போராடி ஜெயிலுக்குப் போனாகளோ, அந்த இயக்கத் தோழர்களாலே அம்மையார் ஓரங்கட்டப்பட்டாக...”

“அடடா...இது ரொம்ப அநியாயங்க...”

“நியாயத்துக்காவ, தொழிலாளர் நலத்துக்காக பாடுபட்ட அம்மை யாருக்குக் கிடைச்ச பரிசு அதான். பாரதம் வெள்ளையனை வெளி யேத்தி சுதந்திரம் வந்தும், சுதந்திர இந்தியாவைப் பார்த்து அம்மையார் சந்தோஷப் படமுடியல. வெள்ளையன் ஆட்சியைவிட ஆளுகிற காங் கிரஸ்காரகளும், காவல் துறையும் செயல்பட்ட விதத்தைப் பார்த்து வேதனைப் பட்டாக. 1953இல் தன்னலமில்லாத அந்தத் தியாகச்சுடர் சாந்தி அடைஞ்சிது. ஒண்ணு சொல்ல மறந்துட்டேன். இந்த மாதரசி ஆணுக்குச் சமமாகத் தன்னை உசத்திக்கிட்டவக. அரைக் கை கதர் ஜிப்பா, இடையில வெள்ளை வேட்டி, கிராப் தலை, கையில சின்ன ரிஸ்ட் வாட்ச், தோளுல நாலாமடிச்ச வெள்ளத்துண்டு இதான் அம் மையாரோட தோற்றம்.”

“ரொம்ப வித்தியாசமாத்தே வாழ்ந்திருக்காக.”

“இவுக வாழ்ந்த சுவடு மறைக்கப்பட்டதில ஆண் ஆதிக்கத்துக்குப் பெரிய பங்குண்டு. போராட்டக் களத்திலுஞ்சரி, பிரச்சார மேடை யிலயும் சரி, இவுகள ஏளனமாப் பாத்து முகத்தைச் சுளிப்பாகளாம். ஆண் தோற்றத்தில பல பாராட்டுக்குரிய இவுகள பெருந்தன்மையோட ஏத்துக்க முடியாத, சகிச்சிக்கமுடியாத ஆணாதிக்கத்த என்ன சொல் லுறது..”

“உண்மைதாங்க, இம்புட்டு அறிவாற்றல் துணிச்சலா யிருந்தவுகள ஏத்துக்க முடியாத ஆண் வர்க்கம் தம்வீட்டுப் பொண்ணுகள மட்டும் தலை தூக்கவிடுவாகளா என்ன”

“இன்னொரு விஷயம் அருணா! வர்ணாசிரமப்படி எந்த உசந்த இனம் தாழ்த்தப்பட்டவிகள தள்ளி வைச்சிதோ, அந்த இனத்தில இருந்துதான் இந்த அம்மையாரும் வந்திருக்காக, அப்படீன்னா ஒரு மனுஷனுடைய அறிவு ஆற்றல் சிந்தனை எல்லாம் ஒரு குறிப்பிட்ட இனத்தை, ஜாதியைச் சாந்ததுன்னு உறுதியாச் சொல்ல முடியாது.”

“அப்படித்தா நானும் நினைக்கிறேங்க.!”

“தந்தை பெரியார், பாரதியார், ருக்மணி அம்மாள் என்று எல்லா ரும் உயர் ஜாதிக்காரங்க தான். தீண்டாமை ஜாதீய வன்கொடுமைக்கு

எதிராக் குரல் கொடுத்த இவுகளைப் போலச் சமூகப் புரட்சிக்கு பல தலைவருங்க பொறப்பாங்க. இதான் சரித்திரம்." சொல்லி முடித்த வன் சில வினாடிகளுக்குப் பிறகு,

"அருணா நம்முடைய முறுக்கு மீசை முண்டாசுக் கவிஞனின் விழியைக்கூடத் திறந்தது ஆரு தெரியுமா?"

"யாரு பாரதியாரையா சொல்லுறீக.."

"ஆமா அவரே தா, கல்கத்தாவுல ஸிஸ்டர் நிவேதிதாவை சந்திச்ச புறவுதான் பாரதிக்குப் பெண்கள பத்திய புரட்சிகற சிந்தனையே உரு வாச்சி. வாரணாசியில நடந்த காங்கிரஸ் மாநாட்டுக்குப் போனவர் மெட்றாஸ்க்கு திரும்புற வழியில நிவேதிதாவை சந்திக்காமலே வந் திருந்தா பெண்கள் புரட்சிய பத்தி பாடியிருப்பாருங்கிறது சந்தேகந்தே"

"என்னங்க இப்புடிச் சொல்லுறீக. பாரதிக்கே நிவேதிதா மாதிரி ஒரு பெண் வழி காட்டியிருக்காகன்னா, பெண்ணுங்க உண்மையில பெருமைபடனுங்க..."

இரவு மணி பத்தரைக்கு மேலாகிவிட்டது. சீராக வீசும் தென்றல் வராந்தாவில் இதமாக இருந்தது. முன்கூரை முகப்பு வழியே நிலவொளி எட்டிப் பார்த்தது. தெருவில் நடமாட்டம் குறைந்துவிட்டது. தெருக் கோடியில் நாய்கள் குறைக்கும் சத்தம் வெகு நேரம் கேட்டு மெள்ள ஓய்ந்தது. வெளியேவந்த கனகராஜ் வானத்தைப் பார்த்தான். வெண் வட்டத்திற்கு நடுவே நிலா சிறைபட்டிருந்தது.

"என்னங்க வானத்த அண்ணாந்து பார்த்து எந்தக் கோட்டய பிடிக்கத் திட்டம்?"

"எந்தக் கோட்டையும் என் அருணாவுக்கு ஈடாகுமா.."

"ஐயோ...போங்க..."

நானிய அவள் அழகு முகத்தை நிலவொளி காட்டிக் கொடுக்க தலை குனிந்தாள். கண்ணனின் குரட்டையொலி கேட்டது. கனக ராஜ் வராந்தாவிலுள்ள சேரில் உட்கார்ந்தான்.

"வாங்க வந்து படுங்க.., நேரம் போனதே தெரியல. ரொம்ப நேரம் பேசிட்டு இருந்துட்டோம். நாம பேசி ஆவப்போறது ஒண்ணுமில்ல."

"இல்ல அருணா நாம பேசினதில சமுதாயத்தை பத்திய பார்வை, ஒரு புரிதல் ஏற்பட்டா நல்லதுதானே. நல்ல விஷயத்தைச் சிந்திக்கி றோம், மனசுக்கும் ஒரு நல்ல பயிற்சி."

"ஒங்கள மாதிரி எல்லாரும் சிந்திக்கணும்..."

சிரித்துக்கொண்டே எழுந்தான். அவனுக்குப் படுக்கையை விரித்து

விட்டுத் திரும்பினாள். இரண்டு கைகளைத் தூக்கிச் சோம்பல் முறித்த வனின் பின்பக்கத்திலிருந்து மெல்லக் கட்டிக்கொண்டாள். அவன் இதை எதிர்பார்க்கவில்லை. அவள் கையைப் பிடித்து முன் பக்கம் இழுத்தான். கைகள் மாலையாக அவன் கழுத்தில் இறுக அவன் மார்பில் முகத்தைப் புதைத்துக்கொண்டாள். மின்சாரம் பாய்வது போலிருந்தது அவனுக்கு. துவண்ட கொடியாய்ச் சில வினாடிகள் தன்னையே மறந்து மயங்கிவிட்டாள்.

"என்ன ஆச்சி...மறந்துட்டியா..."

"நா போட்ட கோட்டை நானே தாண்டுவேனா..."

"அதானே...அருணா தி கிரேட்! சரி போய் தூங்கு.."

அவள் தாடையைப் பற்றி தூக்கிச் சட்டென்று நெற்றி முகட்டில் முத்தமிட்டான். இமைகள் தரையில் தாழ மெல்ல அவனிடமிருந்து விடுபட்டாள். ஒரு செம்பில் கண்ணனுக்குத் தண்ணீர் கொண்டுபோய் வைத்துவிட்டு வந்தவள் கதவைச் சாத்தினாள். தாழ் போடவில்லை.

ஆபீஸ் ஃபிரண்ட் ஒருத்திக்கு குழந்தை பிறந்திருக்கவே அவளைப் பார்த்து வர அருணா மருத்துவமனைக்குப் போயிருந்தாள். வராந்தா பெஞ்சில் காத்திருக்கையில் எதிரே ஒரு பெரியவர் வைத்த கண் வாங் காமல் அவளையே பார்த்துக்கொண்டிருந்தார். என்னவோ போலி ருந்தது. இந்நேரம் அந்த இடத்தில் ஒரு இளைஞன் பார்த்துக் கொண்டி ருந்திருந்தால் நிலைமை வேறாகியிருக்கும். செய்வதறியாமல் கை விரல் களைப் பிசைந்துகொண்டாள். பெரியவர் அவளைப் பார்த்துப் புன் னகை செய்யவே வேறுவழியின்றி லேசாக முறுவலித்தாள்.

"ஏந் தாயி...தனபாக்யம் பொண்ணா நீங்க?"

ஒரு வினாடி வியப்போடு விழியகலப் பார்த்தவள்,

"ஆமா ஒங்களுக்கு அம்மாவத் தெரியுமா..."

அவள் இப்படிக் கேட்கவே தனபாக்யம் மகள்தான் என்று உறுதி செய்துகொண்டு...,

"தனபாக்யம் பொண்ணாதே இருப்பீகன்னு நினைச்சே. அப்படியே அவுகள அச்சில வாத்த மாதிரி இருக்கீக. அம்மா சுகமா இருக்காகளா தாயி..."

"அம்மா தவறிட்டாக..."

"என்ன தாயி சொல்லுறீக அம்மா தவறிட்டாகளா! அடக்கடவுளே"

எழுந்து அவளருகில் வந்து கேட்டவரின் உதடுகள் லேசாக நடுங் கியது. கண்களை இடுக்கியபடி மீண்டும் கேட்டார்.

“நிஜமாத்தே சொல்லுறீகளா ! என்னால நம்பமுடியல, அவுகளுக்கு சாகிற வயசு இல்லியே தாயி ! உடம்புக்கு ஏதும் முடியாமக் கிடந்தா களோ…!”

இத்தனைப் பரிவு பாசத்தோடு அவள் தாயைப் பற்றி அவளிடம் யாரும் கேட்டதில்லை. விவரத்தைச் சொன்னாள். பெரியவர்தான் ஈஸ்வரன் மேஸ்திரி என்று அருணாவிற்குத் தெரிய வாய்ப்பில்லை. கலங்கிய விழிகளைத் தோளில் கிடந்த துண்டால் துடைத்தபடி தொண்டை கரகரக்க செருமிக்கொண்டே மேலே தொடர்ந்தார்…

“மகாராணி மாரி வாழ வேண்டியவுக ஒங்க அம்மா. புன்னியவதி சுருக்கப் போயி சேந்திட்டாக. எங்களுக்கு எப்ப நேரம் வருமோ தெரியல...”

கண்கள் மறுபடியும் கலங்கி இருமல் வரவே மீண்டும் இரும்பினார்.

“ஏந் தாயி…நீங்க ஒரே பொண்ணுதானே ! எப்படியிருக்கீக? கல்யாணம் ஆயிடுச்சா…?”

அருணாவின் கழுத்தையும் பாதத்தையும் பார்த்தார். பதில் சொல்ல விழையும்போது அவளுடைய தோழி வந்து கூப்பிடவே ஈஸ்வரனிடம் சொல்லிக்கொண்டு கிளம்பினாள். தன் பார்வையிலிருந்து மறையும் வரை அருணாவைப் பார்த்துக்கொண்டிருந்தார்.

நான்கு நாட்களுக்கு முன் கனகராஜ் வீட்டுக்குப் புறப்படும் நேரம். அருணா ஆபீஸ்க்கு வந்தாள்.

“என்ன வீட்டுக்குப் போவாம இங்கன வந்திருக்க..”

“ஒங்கக்கூட சேர்ந்து போவலாமுன்னு வந்தே, போவலாமா…”

“தோ…வந்திட்டே போவலாம்…”

இரண்டு நிமிடம் கழித்து ஆபீஸிலிருந்து வெளி வந்தவன் அவளுடன் நடக்க ஆரம்பித்தான்.

“சைக்கிள் என்னங்க ஆச்சு…?”

“ரிப்பேர், கடையில விட்டுருக்கே…”

அவனோடு சைக்கிளில் போகலாம் என்று வந்தவளுக்கு ஏமாற்றம். “சுமதி என் சுந்தரி” படம் பார்க்கப் போகலாமா என்று ஒரு நாள் கேட்க, அலங்கார் தியேட்டருக்கு இரவு காட்சிக்குக் கூட்டிச் சென்றான். படம் முடிந்து திரும்பும் போது நேர்வழியே போகாமல் கிழக்கு மாசி வீதி வழியே சுற்றிக்கொண்டு போகச் சொன்னாள். அவனுடன் சைக்கிள் சவாரிசெய்ய அத்தனை ஆசை. பின் கேரியரில் அவனை ஒரு கையால் வளைத்து அணைத்தபடி சென்றாள். இரவு நடுநிசி, அதிக நடமாட்டமில்லை. எங்கோ ஓரிரு தலைகள் தென்பட்டது.

லாரிகள் மட்டும் கனத்த ஒலியுடன் கடந்துச் சென்றன. சைக்கிளை நிறுத்தச் சொன்னாள். முன்பக்கம் வந்து ஏறிக்கொண்டாள். அவனுக்கும் அதில் சந்தோஷந்தான். அவன் கைகளின் இடையில் சாய்ந்தபடி அந்த அணைப்பில் மார்கழிப் பனியின் குளிர்கூடத் தெரியாது. பக்கவாட்டில் குனிந்து கன்னத்தை உரசியபடி அவன் பேசும் போது ஏற்படும் கூச்சம் பரவசம் எல்லாம் ஒரு இனிமையான சுகந்தான். அவனோடு சைக்கிள் சவாரி செய்வதில் ஆனந்தப்படுவாள்.

“என்ன விஷயம் அருணா, காரணம் இல்லாம வரமாட்டியே…?”

முகத்தைத் தாழ்த்திப் புருவத்தை உயர்த்திக் கேட்டான்.

“என்னிய அணுவனுவா புரிஞ்சி வைச்சிருக்கீக…”

“உன் சுபாவத்த புரிஞ்சிக்கலைன்னா ஒனக்கு எப்படித் தகுதி உள்ள வனா யிருக்க முடியும்?

“கேள்விக்கே கேள்விய பதிலா மடக்குற இந்த சாமர்த்தியம் எப் படீங்க…”

“போதும்… போதும்…”

இருவரும் வீடுவந்து சேர்ந்தார்கள். அவன் கைகால் சுத்தம் செய்து திரும்புமுன் காஃபி கலந்துகொண்டு வந்துவிட்டாள்.

“அடேங்கப்பா…எப்படி அருணா இம்பூட்டு சுருக்க?”

“சரிங்க! காஃபிய குடியுங்க நா ட்ரஸ் மாத்திட்டு வந்துடுறே…”

குடித்தபடி தினசரியைப் புரட்டினான். ஐந்து நிமிடங்கள் கழித்து காலி டம்ளரை சமையல் அறையில் வைக்கப் போனான். அறையைப் பெருக்கிக் கொண்டிருந்தவள் அவனைப் பார்த்ததும், நானங் கலந்த புன்னகையுடன் சட்டென்று முழங்கால் தெரிய தூக்கிச் சொருகியிருந்த புடவையை அவிழ்த்துவிட்டாள். அந்த நொடிப் பொழுது காட்சி அவனைப் பரவசப்படுத்தியது. புடவையை இடுப்பில் தூக்கிச் சொருகியிருந்த அழகும், உயர்ந்திருந்த புடவை விளிம்பிற்குக் கீழே வெளேரென்ற வாழைத்தண்டு கால்களும் புகைப்படமாய் பதிந்து விட்டது. கூடத்திற்கு வந்து உட்கார்ந்தான். இமைமூடி மறுபடியும் அந்தக் காட்சியை நினைத்து ரசித்தான். சற்று நேரத்தில் உடையை மாற்றிக் கொண்டு அவன் எதிரில் வந்தமர்ந்தாள். அழகுப் பதுமையாய் மந்தகாரச் சிரிப்புடன் எதிரில் இருந்தவளை விழுங்கி விடுபவன் போலப் பார்த்தான். இயல்புக்கு மாறான அவன் பார்வை சற்று சலனப்படுத்தினாலும் சுதாரித்தபடி…

“என்ன…ஒங்க பார்வையே சரியில்ல…”

“அது ஏ என்னிய பார்த்து சொருகியிருந்த புடவைய சட்டென்னு இறக்கிவுட்டே?

“என்ன கேள்வி, ஜடம்மாரி அப்படியே முன்னால நிப்பாகளா..”

“உம்பாட்டு வேலயப்பாக்க வேண்டியதுதானே, வெளி ஆளக் கண்ட மாரி ஏ திடுக்கிட்டே? நா இன்னும் ஒனக்கு வெளி ஆளுதானா?”

“வேல செய்யறப்போ திடீரென்னு யாரு வந்தாலும் கை தானா புடவைய சரி பண்ணும். கூச்சம் நாணம், ஆம்பிள்ளங்கிற மரியாத எல்லாந்தா. இதுல ஒங்களுக்கு என்னா கஷ்டம்?

“என்னியக் கண்டு பயமா, கூச்சமா என்ன அருணா இது...”

“ஆமாங்க என்னத்தா நா உங்களுடையவ ஆனாலும் முளுசா என்னிய ஒப்படைக்கலயே.”

“நா முளுசா ஒப்படைச்சி எம்புட்டோ நாளாச்சு. நீ தவணையில கொடுக்கிறே...”

“ஒரு பொண்ணுக்கு எது முக்கியமுன்னு தெரியாதா? தெரிஞ்சிக் கிட்டே கேக்காதீக!”

“ஏதோ காரணம் சொல்லி தப்பிக்கப் பாக்குறே. அந்த ஒரு நொடி தரிசனம் சுகமான இம்சைதான். எனக்குள் விரசமில்லாத ஒரு கலை ஞனுடைய பார்வை அது. அழகான காட்சி...”

“நீங்க பாத்து ரசிக்கமுடியாத அழகு எனக்கு எதுக்கு? இளகின மனசு இருக்கிறவிகளுக்கு சின்னச் சின்ன அழகுகூட மெலிசா ஒரு அதிர்வை உண்டாக்கும். இந்த ரசனைதான் ஒருத்தர கலைஞனா, கவிஞனா உருவாக்குமாம்...”

“ரொம்ப தேங்ஸ் அருணா, என்ரசனைய கொச்சப்படுத்தாம நாக ரீகமான அங்கீகாரம் கிடைச்சுது. தேங்ஸ்..”

சொன்னவன் செல்லமாக இரு கன்னத்தையும் பிடித்துத் திருவி னான். அவள் சினுங்கினாள், கையில் வைத்திருந்த புதிய பேண்ட், சட்டையை நீட்டி...

“என்னங்க இதப் போட்டுட்டு வாங்களேன்...”

“இத ஏ போடச் சொல்றே...”

“ஒங்களுக்காக வாங்கி தைக்கச் சொன்னே. நல்லா இருக்கா பாருங்களே...”

“எனக்குத் தெரியாம என்ன இது, சர்பிரைஸா..”

“ஆமாங்க..போடுங்களேன் பிளீஸ்...”

“நா ஒனக்கு ட்ரஸ் கொடுத்தது போக, நீ எனக்குக் குடுக்குறே..”

“ஒங்களுக்கு செய்யணுமுன்னு எனக்கு ஆசை இருக்காதா...”

புதிய டெரிகாட்டன் பேண்ட், டெரிலின் சட்டையில் அழகாக இருந்தான். அவனுக்குத் தெரியாமல் கச்சிதமாகத் தைத்து வாங்கி வந்திருக்கிறாள். அவளுக்கு அளவற்ற மகிழ்ச்சி. புதிய உடையில் எடுப்பாக நின்றவனைச் சட்டென்று அப்படியே கட்டிப் பிடித்துக்கொண்டாள்.

“ஐயோ...அருணா அங்கன பாரு, ஆரோ பாத்துட்டுப் போறாக!

“ஐ டோன் கேர்...நீங்க இந்த ட்ரஸ்ல அழகா இருக்கீக.”

சட்டென்று அவன் கன்னத்தில் முத்தமிட்டுவிட்டு உள்ளே ஓடிவிட்டாள். இரண்டு நிமிடங்கழித்து வந்தவளின் முகம் வாடியிருந்தது.

“என்ன ஆச்சு, ஒரு மாதிரியா இருக்கே...?”

“நா போட்ட தடைய நானே மீறிடுவேனோ என்னமோ..”

“ச்சே இதானா! கண்ணனுக்காக உன் லட்சியம் நிச்சயம் நிறைவேறும். அதுல எனக்கும் பங்கிருக்கு. நீ மீறுனாலும் நான் உடன்பட வேணாமா?”

மெல்லிய அவள் பிஞ்சு விரல்களைத் தன் விரல்களோடு கோத்துக் கொண்டான். விரல்களை மெல்ல விடுவித்தவள் இரண்டு கைகளாலும் முகத்தை மூடிக் கொண்டாள்.

அருணா தந்த புது பேண்ட் சட்டையைக் கழற்றி விட்டு பழைய உடையைப் போட்டுக்கொண்டான். கண்ணன் அவனுடைய நண்பனின் ஊருக்கு நேற்று போயிருந்ததால் காலையில்தான் வருவானாம். இரவு சாப்பிட்டபின் கனகராஜ் பழங்காநத்தம் கிளம்பினான். அருணா தனியாக இருக்கும் போது இரவில் தங்குவது அவனுக்குச் சரியாகப்படவில்லை.

“எங்கன கிளம்பிட்டீக...?”

“வீட்டுக்குத்தே, கண்ணன் இல்லாத நேரத்தில...”

“ஓஹோ அப்படியா! நீங்க ராத்திரி தங்கியிருந்தா தவறு செஞ்சதாயிடும். ஏங்க! தப்பு செய்ய ஒரு ஷண நேரம் போதாதா. என்ன உலகங்க. எனக்கு ஒண்ணும் தெரியல. நீங்க ஊருக்கு பயந்து போறீகளா, இல்ல மனசாட்சிக்கு பயந்து போறீகளா?”

புடவை முந்தியை இழுத்துச் சொருகிவிட்டு ஒரு கையை மடக்கி இடுப்பில் வைத்துக்கொண்டு, வலது ஆட்காட்டி விரலை நீட்டி ஆட்டியபடி கேட்டாள். முகம் சற்றுக் கடினமாக இருந்தது. அவன் போவதில் அவளுக்குத் துளிகூட இஷ்டமில்லை.

“ரெண்டுக்கும் பயந்துதே போறே...”

“இல்ல, நீங்க சமுதாயத்தவிட மனசாட்சிக்கு முக்கியத்துவம் கொடுக்கிறவுக...”

“இருக்கட்டுமே...”

“மனசாட்சிக்கு முக்கியம் கொடுக்கிறவுக எதப்பத்தியும் சட்ட பண்ணத் தேவையில்ல. எனக்குப் புத்திஉரை சொல்லுற நீங்க எப் படி மாறிட்டீக.”

“என்ன அருணா...எதுக்கு இந்த வாக்கு வாதம்...”

“கண்ணன் இருக்கானோ இல்லியோ ஒங்களுக்கு இங்கன சர்வ சுதந்திரமும் இருக்கு. சங்கடப்பட்டு ஏன் போவனும்? வெட்கத்தை வுட்டுச் சொல்றேங்க, முடிஞ்சப்ப எல்லா உங்கப் பக்கத்தில இருக் கணுமுன்னு நினைக்கிறே. அது தப்பா...?”

விழிகள் சிவக்க, இரண்டு சொட்டுத் திவலைகள் உருண்டோடின.

“ஐயோ ஸாரி அருணா உன்னிய புரிஞ்சிக்காத மூடனாயிட்டே.”

ஸாரி சொன்ன உதடுகளை மூடினாள். மூடிய அவள் கையைப் பிடித்தபடி சேரில் உட்கார்ந்தான். அருகில் தரையில் உட்கார்ந்து விழிகள் அகல அவன் முகத்தை ஏக்கத்தோடு பார்த்தாள்.

“எழுந்திரு எம்பக்கத்தில இப்புடி வா. எங்கிட்ட யாசகம் கேக்குற மாரி கீழ ஏ உக்காருறே, எனக்குப்புடிக்கல. எல்லாவிதத்திலும் எனக்கு நீ சமமானவ, எழுந்திரு..”

அவள் தோளைப் பிடித்து எழுப்பிப் பக்கத்தில் உட்கார்த்தினான். அவள் இடையை மெல்லத் தன்னுடன் வளைத்திழுத்துக் கொண்டு...

“நம் இருவரில் உயர்ந்தவர் தாழ்ந்தவரென யாருமில்லை. உன்னை விட நான்கு வயது அதிகமிருப்பேன் நான், அவ்வளவுதான். எனக்குத் தெரிந்த விஷயங்களை உனக்குச்சொல்கிறேன். அதனால் நான் பெரிய அறிவாளியில்லை. எந்த அறிவும் ஞானமும் எனக்கே சொந்தமில்லை. பலவழியில், முறைகளில் கைவரப்பெற்றவை. இதனால் நான் உயர்ந்த வனாகிவிட முடியாது. இன்னும் சொல்லப் போனால் பெண்களை ஆண்கள் ஆளுமை செய்பவனாக இருக்கக்கூடாது” என தெளிவாகச் சொன்னான்.

அவனுடைய வார்த்தைகள் புல்லரித்தன. மனதிற்குள் பெருமிதப் பட்டாள். சிறந்த ஆண்மகனாய் அவளுக்கு முன் தோன்றினாலும், பெண்களைப் பேதமையின்றி சமமாகப் பார்க்கும் பண்பை, அவனின் தன்னடக்கத்தை எண்ணி உருகிப் போனாள். என்னதான் தன்னை

அவன் இணையாகப் பாவித்தாலும் அவனின் அந்த அறிவார்ந்த, அன்பு சுரந்த ஆளுமை சொர்க்கமாயிருந்தது. அந்தக் கைகளில் கட்டுண்டு கிடக்கவே விரும்பினாள்.

கண்ணனின் வேலையைப்பற்றி பேசியதில் நேரம்சென்றதே தெரியவில்லை. வெளிக் கதவைத் தாழிட்டபின் அவனுக்குப் படுக்கை போட்டாள். உள் அறையில் தான் படுத்துக்கொள்வதாகச் சென்னாள்.

"இங்கனயே நீ படுத்துக்கலாம் தைரியமிருந்தா..."

"தைரியமா... இருங்க வாறே..."

அவனுக்குப் பக்கத்தில் இரண்டடி தள்ளி படுத்துக்கொண்டாள். ஜன்னல் வழியே லேசான வெளிச்சம் பரவியிருந்தது. நிசப்தத்தில் தலைக்கு மேல் ஓடும் மின்விசிறி சத்தம் மட்டும் கேட்டது. கூரையைப் பார்த்தவாறு அருணா படுத்திருந்தாள். பக்கத்தில் படுத்திருப்பவளை இழுத்து மார்பில் கிடத்திக்கொள்ள அவனால் முடியும். எந்தச் சந்தர்ப்பத்திலும் அவன் உணர்வுகளை அவளும் உதாசீனப் படுத்துபவளல்ல. அவனின் விரல்முனை பட்டால்கூடக் கரைந்து விடுபவள்தான். அவன் எல்லையை மீறமாட்டான் என்கிற அசைக்க முடியாத நம்பிக்கை. எங்கோ சுருண்டு முடங்கிக் கிடக்கும் உணர்வுகளைத் தட்டி எழுப்பி பெண்மையின் பலகீனத்தை சாதுரியமாகத் தன்வசப்படுத்திக் கொள்ள முயலும் சுயநல ஆண்கள் மத்தியில் அவளுக்கு அவன் வித்தி யாசமாகப்பட்டான். அதனால்தான் துளிச் சலனமில்லாமல் அத்தனை பதிவுசாகப் படுத்திருந்தாள்.

"என்ன பேச்சு மூச்சை காணோம்..." அவன்தான் கேட்டான்.

"ஏங்க..." கீழ் ஸ்தாயில் கேட்டது அவள் குரல்.

"இப்படித்தா வாயே..."

நகர்ந்து அருகில் வந்தாள். அவ்வளவு நேரமாக அவள் பக்கத்தில் வெகு அருகில் இருந்தபோது ஏற்படாத படபடப்பு அப்போது எழுந்தது. இதயத் துடிப்பு சற்று வேகமாகியதைப் புரிந்துகொண்டவன் இயல்பு நிலைக்கு மீட்டுவர அவள் கையை எடுத்து மார்பில்போட்டுக் கொண்டான். வளையலை உருட்டியபடி...

"இந்த அக்னிப்பரீட்சை வேணாமுன்னுதே கிளம்பினே..."

"ஓங்கக் கஷ்டம் எனக்குப் புரியுதுங்க..."

"எனக்கு என்ன கஷ்டம் ஒனக்குதே சங்கடம். நா இல்லேன்னா இந்நேரம் நிம்மதியா தூங்கிருப்பே..."

"நா போட்ட தடையாலதே. பெரிய தண்டனை கொடுத்திருக்கே..."

“சரி... அதைவிடு. இதுக்குப் பதில் சொல்லு. நீருக்கும் நெருப்புக்கும் இடையில இருக்கிறது உறவா இல்ல விரோதமா?”

“ராத்திரியில ஏங்க இந்த தத்துவ ஆராய்ச்சி யெல்லாம்...”

“தத்துவமுமில்ல ஆராய்ச்சியுமில்ல. ஒனக்குப் புரிஞ்ச வரையில சொல்லேன்...”

“நேரடியாக ஒன்றைச் சார்ந்து ஒன்றில்லை. கட்டுக்குள் அடங்கி யிருக்கும் போது அதன் சிறப்புகள் வானளாவியவை. அதே நேரத்தில் எல்லையை மீறித் தம் பராக்கிரமத்தைக் காட்டும் போது மானுடம் அஞ்சிப் பயந்து மலைத்து வாய் பிளந்து நிற்பதைத்தவிர வேறு வழி யில்லை. எதனோடும் ஒப்பிட முடியாதவைகளாகத் திகழ்கின்றன. எப்படித் தண்ணீர் தீயை அணைப்பது விரோதத்தினால் இல்லையோ, அப்படி நீரைத் தீ சூடாக்குவதும் உறவினாலில்லை.”

அவள் தந்த விளக்கத்தைக் கேட்டு ரொம்பவே சந்தோஷப்பட்டான்.

“வெரிகுட் அருணா. அருமையாச் சொன்னே. இம்புட்டு தூரம் விளக்குவேன்னு நினைக்கல. தெளிவா சிந்திச்சிருக்கே. காட்டுத் தீயும் சரி ஆற்று வெள்ளமுஞ் சரி கட்டுக்குள் அடங்குனப்போ அதோடப் பயன்பாடு இந்த உலகத்த வாழவைக்கிற மாதிரி, ஆணுக்கும் பெண் ணுக்கும் உள்ள உறவு இருக்கணும்.”

“அதுக்கு உதாரண புருஷராத்தே சாட்சாத் நீங்களே இருக்கீகளே...”

“என்ன கேலியா? அதுசரி அருணா, ஒனக்கு அப்பத்தா, பாட்டி யாருமில்ல...?”

“எதுக்காக இப்போ அதை ஞாபகப்படுத்துறீக?

“குருடோ செவிடோ வயசான ஒருத்தரு ஓங்கூட யிருந்தா நாஅஞ் சிப் பயந்து வந்துப்போக வேண்டிதில்ல. வீண் பழியும் வராது பாரு..”

“வூட்டுல சந்தர்ப்பத்த சாதகமாக்கி தப்பு செய்யிறவன நல்லவே, யோக்கியன்னு அவிங்கள வெளி உலகத்துக்கு சாட்சி சொல்றதுக்கு வயசான அப்பத்தா பாட்டி வேணுமா? மூனாவது ஆளு ஒருத்தரு வூட்டுல இருக்கிறதால தாழ்ப்பா போட்ட அறைக்குள்ள இருப்பவிக எல்லாம் உத்தம யோக்கியன்னு சொல்ல முடியுமா?”

“அப்படித்தே நினைக்கிறாங்கே. அதான் யதார்த்தமான நிலைமை. நாம சுத்தமானவைங்கன்னு நம்ம அந்தர ஆத்மாவுக்குத் தெரியும். அதை ஆருக்கும் வெளிச்சம் போட்டுக் காட்ட வேண்டியதில்ல...”

“அது எதுவோ இருந்துட்டுப் போட்டும், நா நானா இருக்கேனே!”

“இதத்தே நா அன்னைக்கே, நீ வூட்டை மாத்துறப்பச் சொன்னே. இப்ப புரிஞ்சிட்டியே சந்தோஷம். சரி கொஞ்சம் நெருங்கித்தா வாயே..”

"ம்...ஓங்கள ஒட்டி வந்திட்டே போதுமா.."

"ஆசை தூண்டுது, அறிவு தடைப் போடுது..."

"ஆசைக்கும் அறிவுக்கும் போராட்டமாங்கே?"

எழுந்து உட்கார்ந்தான். இழுத்து ஒரு பெருமூச்சு விட்டான். தாகமாயிருக்கவே கொஞ்சம் தண்ணீர் குடித்தான். லேசான வெளிச்சத்தில் அவன் முகத்தையே பார்த்தாள்.

"உணர்ச்சியில யிருந்து மீண்டு வர்றது ஒருத்தரோட அறிவு சித்தத்தின் பலம், பலகீனத்த பொருத்தது. சரி நீ தூங்கு அருணா..."

சொன்னவன் கொஞ்ச நேரத்தில் தூங்கி விட்டான். உணர்ச்சியைக் கட்டுக்குள் கொண்டு வருவதென்பது ஆண்மையின் முக்கியமான அம்சம். அவன் வலிமையை எண்ணி உவகைக் கொண்டாள். அவளுக்குத் தூக்கம் வரவில்லை. சட்டென்று பழங்காநத்தம் காம்பவுண்டில் நடந்த நிகழ்ச்சி நினைவுக்கு வந்தது. சிறு தவறு செய்துவிட்டு ஒரு வாரம் அவன்பட்ட வேதனையை நினைத்துப் பார்த்தாள்.

9

அன்று பக்கத்துக் காம்பவுண்டில் ஒரு திருமண விஷேஷம். அதற்காக பட்டிவீரன்பட்டிக்குச் சென்றிருந்தாள் அருணாவின் தாய். இரவுஉணவை முடித்து விட்டு கனகராஜ் அறைக்குத் திரும்பிக்கொண்டிருந்தான். சைக்கிள்களைக் கடைக்குள் எடுத்து வைத்துக் கொண்டிருந்த ஜெயபால் எப்போதும் போல நலம் விசாரித்தான். அண்ணேஅண்ணே என்று கனகராஜிடம் அவனுக்கு அலாதி அன்பு.

"அண்ணே ! ஜகதா தியேட்டரில இந்திப் படம் நல்லாயிருக்காம். வாங்கண்ணே போயிட்டு வரலாம்..." ஜெயபால் கூப்பிட்டான்..

"இல்லப்பா படம் பாக்கிற மூட்ல இல்ல..."

அவனுடன் சற்று நேரம் பேசியிருந்துவிட்டு அறைக்கு வந்தான். காம்பவுண்ட் கதவைத் திறந்து நுழையும் போதுதான் அருணாவின் தாய் ஊருக்குப் போயிருப்பது நினைவுக்கு வந்தது. உள்ளே அருணா பாத்திரம் துலக்கும் சத்தம் கேட்டது. தன் அறைக்குள் நுழைந்தான். உடையை மாற்றிக்கொண்டு வந்து ஈசி சேரில் உட்கார்ந்தவன் பார் வையில் பெட்டி மேலிருந்த மு. வரதராசனாரின் நாவல் பட்டது. எடுத்துப் பிரித்து முன்னுரையை ஒதுக்கி நாவலுக்குள் நுழைந்தான். வெகு நேரம் படித்துக் கொண்டிருந்தவனின் கவனம் தடைபட்டது. காம்பவுண்ட் கதவு திறக்கப்படும் ஓசையோடு பேச்சுக் குரலும் கேட்டது. நேரத்தைப் பார்த்தான். கடிகாரம் 12.50 யைக் காட்டியது. இரவு காட்சி திரைப்படத்திற்குச் சென்றுவந்த சுந்த ரேசன் பிள்ளை, அவர் மனைவியின் குரல் சற்றுநேரம் கேட்டு, பின்பு காம்பவுண்டே நிசப்தமானது.

புத்தகத்தின் இடையே ஆட்காட்டி விரலை நுழைத்தபடி அண்ணாந்து கூரையைப் பார்த்துக் கொண்டிருந்தான். அறையின் ஒரு மூலையிலிருந்து பல்லி மூன்று முறை உரக்கச் சத்தமிட்டது. புத்தகத்தை வைத்துவிட்டு துண்டால் கழுத்து மார்பிலுள்ள வியர்வையைத் துடைத்தான். தாகமாயிருக்கவே எழுந்து பானையிலிருந்து ஒரு குவளைத் தண்ணீர் குடித்தபின் விளக்கை அணைத்துவிட்டுப் படுத்தான். வெகுநேரம் புரண்டுபுரண்டுப் படுத்தவனின் கண்களில் அயர்ச்சியில்லை. சட்டென்று எழுந்தான். விளக்கை போடாமல் கதவைத் திறந்து வெளியே வந்தவனின் கால்கள் அருணா வீட்டிற்குமுன் நிற்க, கை கதவை மெல்லத் தட்டியது. இரவு 7 மணிக்கு காம்பவுண்ட்டில் எரிந்த விளக்கு இப்போது இருட்டில் எங்கேயிருக்கிறது எனத் தெரியவில்லை. இருட்டு அவனுக்குப் பொருட்டாகயில்லை. அந்த நடுநிசியில் கருத்துக் கிடந்த வானில் சோளப்பொரியை இரைத்தது போல நட்சத்திரங்கள் விரவிக் கிடந்தன. தார்ச்சாலையில் பெருத்த ஓசையுடன் அதிர்ந்து சென்ற லாரியைத் தொடர்ந்து, சாலையே சென்ற இருவரின் உரையாடல் சற்றுத் தெளிவாகக் கேட்டு மெல்ல மெல்லத் தேய்ந்தது. அருணாவின் படுக்கை அறையில் விளக்கு எரிந்தது. கனகராஜாக இருக்குமோ என்ற யூகத்தில் மெல்லக் கதவைத் திறந்தாள். சட்டென்று வேகமாக உள்ளே நுழைந்தவன் இரண்டடிதான் எடுத்து வைத்தான் அப்படியே நின்று விட்டான். சிலை போல நின்றவனின் கையைப் பற்றி ‘என்னங்க’ என மெலிதாய் கேட்டபடி வலது கையை அவன் மார்பில் வைத்தாள். அதிவேகமாய்த் துடித்த அவன் இதயத் துடிப்பைப் புரிந்துகொண்டு ஓடிப் போய்த் தண்ணீர் கொண்டுவந்து கொடுத்துக் குடிக்கச் செய்தாள்.

“ஆராவதுபார்த்தா என்ன நினைப்பாக? அம்மா இல்லாத நேரத்தில, என்னா ஆச்சி ஒங்களுக்கு...”

குரலைத் தாழ்த்தி அவள் சொல்லி முடிப்பதற்குள் அம்பு மாதிரி வெளியே பாய்ந்தான். தன் அறைக்குப் போய் படுக்கையில் விழுந்தவன் விழுந்தவன்தான். எப்போது தூங்கினானோ தெரியாது. கண் விழித்தபோது காலை மணி 10.45 ஆகிவிட்டது.

அர்த்த ராத்திரியில் ஏன் அவள் கதவைத் தட்டினேன், எனக்கு என்னவாயிற்று? ஒத்தையிலிருந்த பெண்ணின் வீட்டுக் கதவை அதுவும் நடுநிசியில் தட்டுவது தவறுதானே. இதனால் என்மேல் வைத்திருந்த நல்லெண்ணம் நம்பிக்கை எல்லாம் சிதைந்துவிட்டிருக்குமே? என் மேலுள்ள மதிப்பு மரியாதைகூட நேற்றைய இருட்டோடு தொலைந்து போயிருக்கும்! இனி என்ன செய்து சாய்ந்துவிட்ட இவைகளைத் தூக்கி நிறுத்துவேன்?

இனி எப்படி அவளை நேருக்கு நேர் சந்திப்பேன்? அவளுக்கு எவ்வளவு பெரிய அவமானத்தை, அவப் பெயரைத் தேடித்தர நானே காரணமாகிவிடப் பார்த்தேனே! அருணா என்னுடையவள்தான். எனக்காகத் தன்னை இழக்கக்கூட தயங்காதவள்தான். ஆனாலும் என் இச்சையை முடிக்க நுழைந்தேன் என்று நிச்சயம் நினைத்திருப்பாள். புத்தி கெட்டு செய்த இந்தச் செயல் மூச்சிருக்கும் வரை என்னைக் கொல்லுமே! செயற்கறிய செயலைவிட்டு எத்தகைய தலைக் குனிவைத் தேடிவிட்டேன்! அயோக்கியன் என்று என்னை நானே நிரூபிக்கும்படி ஆகிவிட்டதே!

அந்நேரத்தில் என் இதயத்தில் வீசிய புயலைப் புரிந்துகொண்டு அதை தணிக்க ஓடிப்போய்த் தண்ணீர் கொண்டுவந்து குடிக்க வைத்து என் நிலையை உணரச் செய்தாளே அருணா! எத்தனை சாதூரியம், சமயோதிய புத்தி என் அருணாவிற்கு. அப்படிப்பட்டவளுக்கு எப்படி நான் ஏற்றவனாவேன். எனக்குள் இப்படியொரு மிருகம் இருந்ததை உணராமல் இருந்து விட்டேனே!

அந்த இருட்டில் என்னை யாராவது பார்த்திருந்தால்? நாங்கள் இருவரும் பேசிப் பழகுவதைக் கதைக் கட்டி இறக்கை வைத்து காற்றில் பறக்கவிடும் சேதுபாண்டியன், நடராசனும் பார்த்திருந்தால் வெறும் வாயில் அவலை மென்றவர்களுக்கு அல்வா கிடைத்தது போலல்லவா ஆகியிருக்கும்!

இராத்திரியில் தனியே இருக்கும் பெண்ணின் வீட்டுக் கதவைத்தட்டுவது சரியில்லைதான். அவசர நிமித்தமாகக்கூடக் கதவைத் தட்டினாலும் தவறுதான். அதை ஆரோக்யமாகப் பார்க்க யாரும் தயாராகயில்லை. நடுநிசியில் கதவைத்தட்டி வெற்றிலைக்கு சுண்ணாம்பு கேட்கப் போனானா, இல்லை காஃபிக்கு சர்க்கரை கேட்கப் போனானா என்று சேதுபாண்டியனும் நடராசனும் பட்டிமன்றம் போட்டுப்பேசி கடைசியில் எல்லாம் அதுக்குத்தான் போயிருப்பான் என்று முடிவு சொல்லியிருப்பார்களே!

இப்படித் தன்னையே சபித்து புலம்பிக் கொண்டிருந்தவன் ஒருவழியாக 11.30 மணிக்கு ஆபீஸ்க்குக் கிளம்பிப் போனான். வழக்கத்திற்கு மாறாக இரவு 10 மணிக்குத்தான் வீடு திரும்பினான். காலையில் தாமதமாய் செல்வதும் இரவு தாமதமாய் வருவதுமாக மூன்று நாட்கள் ஓடின. ஒரு நாள் வாடியமுகத்தோடு காணப்பட்டவனை அருணாவின் அம்மா விசாரிக்க வேலை பளு கொஞ்சம் அதிகமாயிருப்பதாகக் காரணம் சொல்லி நழுவிவிட்டான்.

மேலும் இரண்டுநாள் ஓடின. இரவு காம்பவுண்ட் கதவைத் திறந்து கொண்டு நுழைந்தவனின் பார்வையில் படும்படி அருணா நின்றிருந்

தாள். முகத்தைக் கவிழ்த்தபடி அவளைக் கடந்து சென்றான். எந்த முகத் தரிசனம் இதயத்தைத் திளைக்க வைத்ததோ அந்த முகத்தை நிமிர்ந்து பார்க்கத் திராணியற்று நடக்காமல் நடந்தான். ஆயிரம் ஈட்டிகளை நெஞ்சில் தாங்கியவனாய் வெட்கித்து அவளைக் கடந்து அறைக்குள் நுழைந்தான்.

கனகராஜ் மேல் அவளுக்குக் கடுகளவுகூடக் கோபமோ கருத்து மாற்றமோயில்லை. ஆனாலும், அவன் தனக்குள் மிகுந்த வேதனையில் நெளிகிறான் என்றுமட்டும் அவளுக்குப் புரிந்தது. அவனைத் தெளிவு படுத்தி பழைய கனகராஜாக மாற்றும் வழியறியாமல் தவித்தாள். அவன் வருகைக்காக அடுத்த நாளும் காத்திருந்தாள். குனிந்த தலை நிமிராமல் தன் அறைக்குச் சென்றான். அவன் படும்வேதனை இப்போது அவ ளையும் தொற்றிக்கொண்டது. நாளை பொழுதிற்குள் அவனிடம் மனம் திறந்து பேசிவிட வேண்டும் என்று முடிவு செய்தாள்.

காலை ஒன்பது மணியிருக்கும். அருணாவின் தாய் கனகராஜியின் அறைக்குச் சென்றாள்.

"என்னெய்யா...உடம்பு சுகமில்லையா என்ன? இம்புட்டு நேரமா படுத்திருக்கீக..."

"வாங்கம்மா...சும்மாத்தே படுத்திருந்தே..."

"ஐயா... எங்கிட்டோ ஆபீஸ்க்குப் போகணுமா அருணாவுக்கு, கூடக் கொஞ்சம் போயிட்டு வாங்களே..."

"ஆகட்டும்மா...சாப்புட்டுட்டு வந்திடுறே, பஸ்டேண்ட்டுக்கு வரச் சொல்லுங்க..."

கொஞ்ச நேரத்தில் கிளம்பி டிஃபன் சாப்பிட்ட பின் அவன் பஸ் ஸ்டாப்பில் வந்து நிற்கவும் அருணாவும் வந்துகொண்டிருந்தாள். வந்தவள் இரண்டடி தள்ளி அவன் பக்கத்தில் நின்றாள். சென்ட்ரல் செல்லும் பஸ் வரவே ஏறிக் கொண்டனர். சென்ட்ரலில் பஸ்ஸைவிட்டு இறங்கியும் இருவரும் பேசிக்கொள்ளவில்லை. கட்டபொம்மன் சிலை யைத் தாண்டி அவள் முந்தியும் அவன் சற்றுத் தயங்கியும் சென்றான். தன் பின்னால் அவன் தயங்கி வருவதைத் தாளமுடியால் நின்றாள். தன் பக்கத்தில் வந்ததும் சட்டெனத் தயக்கமின்றி அவன் கையை எட்டிப் பிடித்தபடி நடையைத் தொடர்ந்தாள். ஒரு ஹோட்டலில் நுழைந்தவர்கள் நெருக்கடி இல்லாத இடத்தில் உட்கார்ந்தனர். வெயிட்டரிடம் இரண்டு காஃபி மட்டும் சொல்லிவிட்டு கனகராஜை நிமிர்ந்து பார்த்தாள். ஒருநொடிக்கு மேல் அவனால் அந்த பார்வை யைத் தாங்கமுடியவில்லை.

"ஏங்க இப்படி மாறிட்டீக? இப்படிக்கூட நீங்க இருப்பீகன்னு

நான் கனவுகூட கண்டதில்ல..."

அவளை நிமிர்ந்து பார்த்தவன் வேறுபக்கம் பார்வையைத் திருப் பிக்கொண்டான்.

"ஏங்க ஒங்களத்தே கேக்கிறே சொல்லுங்க..."

"ஒண்ணுமில்லே நல்லாத்தே இருக்கே..."

"எங்கே எம் முகத்த பாத்து சொல்லுங்க..."

அவன் விழியோடு கலந்த அவள் விழிகளிலிருந்து இரு மணிகள் உருண்டு விழுந்தன. அது வரை இருக்க மாய் கூம்பியிருந்த அவன் மனம் லேசாக உடைந்தது. சட்டென அவள் கையை எட்டிப்பிடித்து, "ஸாரி அருணா... ஸாரி..." என்றான்.

"என்னிய நீங்க நிமிந்து பாக்கக்கூட அருகதை யற்றவளா ஆயிட் டேங்க நா..." கைக்குட்டையால் கண்களைத் துடைத்தாள்.

"இந்த வார்த்தைய நான் சொல்லணும். அந்த அருகதையும் யோக் யதையும் நான் தொலைச்சிட்டேனே..."

"இல்லீங்க ஒங்கள நீங்களே தப்பா எடுத்துக்கிட்டு வருத்திக்கிறீக, தண்டனை கொடுத்துக்கிறீக. ஒங்க மேல எந்தத் தப்புமில்ல..."

"உன் பெருந்தன்மை சொல்லுறே. தனியா இருக்கிற பொண்ணு வீட்டுக் கதவை நடுநிசியில தட்டுறது கீழ் தரமான செயல் யில்லியா?"

"எங்கவீடு உங்கவீடுன்னு பாத்தாதே தப்பு. இதயம் நமக்கு ரெண் டானாலும் வாசல் ஒண்ணுதான்னு சொல்லுவீக. நமக்குள்ள வேற் றுமை இருந்தாத்தானே. முதமுதலா எங்கையை எப்ப பிடிச்சீகளோ அந்த நொடியிலயிருந்து நா உங்களுடையவளாயிட்டே. உங்களுக் குள்ளே நான் ஐக்கியமானவதானே..."

அவள் வார்த்தைகளால் கொஞ்சம் தெளிவு பிறந்தது. வெயிட்டர் வைத்துவிட்டுப் போன காஃபி டபராவிலிருந்து ஆவி வளைந்து நெளிந்து மேலெழுந்தது. முகத்தில் வளர்ந்த தாடியைத் தடவியபடி,

"சமாதானத்துக்காக நீ என்ன சொன்னாலும் நா செஞ்சது தப்பு தான். கேவலமான மனுஷனா என்னிய நானே காட்டிக்கிட்டே.."

"இதுல கேவலம் என்னங்க இருக்கு? என்னியத்தானே தேடி வந் தீக. எங் கையை கூடப் பிடிக்கல. தப்பு செய்ய முயற்சி பண்ணாம எந்த உந்தல்ல நுழஞ்சிகளோ அதே வேகத்தில ஒரு நிமிஷங்கூட நிக்காம திரும்பிட்டீக. இன்னும் கொஞ்ச நேரம் நீங்க இருந்திருந்தா என் இருக்கம் இளகி நானே துவண்டிருப்பே. ஒருவேளை என் பல கீனத்த பயன்படுத்தி நீங்க முயற்சி பண்ணியிருந்தா தப்புத்தே. அதக் கூட சரியா தப்பான்னு நாந்தே முடிவு பண்ணனும்."

“அருணா, நம்மப் போல காதலர்கள் வரம்புமீறி தப்பு செய்யறதே இந்த மாதிரி சூழல்லதே. அந்த வரிசயில நானும் ஒருத்தேன்னு நினைக்கிறப்ப அவமானம் பிடிங்கித் திங்குது. இதுக்காக நீ என்ன தண்டனைக் குடுத்தாலும் ஏத்துக்குவே.”

“ஐயோ...ஏங்க இப்பபடியெல்லா நினைக்கிறீக. அப்படிப் பார்த்தா அந்த ராத்திரியில என்னியத் தேடி வருற நிலைக்கி உங்கள நிலைதடுமாற வச்சவ நாந்தானே. எனக்குத் தண்டனை யாரு குடுக்கிறது. தயவு பண்ணி அதை விடுங்க. நான் அன்னைக்கே அதைச் சாதாரணமா தள்ளிட்டே. நீங்களும் உங்க மனசிலருந்து துடைச்சிட்டு வெளியே வாங்க.”

“அம்புட்டு ஈசியா மறக்க முடியலியே. மு. வ நாவலை ரொம்ப நேரம் படிச்சிட்டிருந்தே. பிறவு படுத்தவ ஏன் அப்படி நடந்துகிட்டேன்னு தெரியல. என் அறிவு சோர்ந்த அந்த வேளையில எனக்குள்ள பதுங்கியிருந்த மிருகம் பாயப் பாத்திருக்குன்னு மட்டும் புரிஞ்சிகிட்டே..”

“அது போதுங்க! ஒங்கள என்னோட இணைய வைச்சதே இந்த அறிவார்ந்த சிந்தனையும், பெண்கள சமமா பாக்குற பண்புந்தான். நீங்க நீங்களா இருக்கணும். ஒங்களுக்கென்னு ஒரு உசரம் இருக்கு. யாருக்காவும் எதுக்காவும் அந்த உசரத்திலிருந்து தாழக் கூடாது. தப்பு செஞ்சிட்டேங்கிற அச்சம் வேணாம். உங்களுக்கு நீங்கதான் நீதிபதி. உண்மைய சொல்லுறேங்க. நீங்க வீட்டுக் கதவைத் தட்டுவீகன்னு எனக்குச் சின்ன யூகம் இருந்திச்சி. ஆனா, உங்கள எப்புடிச் சமாளிக்கிறதுங்கிற சிந்தனையில்ல. விளக்கை அனைக்காம நான் வைச்சிருந்ததும் இதனாலத்தே. அந்த ராத்திரி முழுக்க நான் தூங்கல. நீங்க தூங்காம படிச்சிட்டு இருந்ததும் எனக்குத் தெரியும்.”

“அடிப்பாவி.. என்னால நம்ப முடியல. உனக்கு எப்படி தோனுச்சி?”

“ஆண், பெண் ரெண்டு பேரும் நெருக்கமாப் பழகுறப்போ ஆண்களோட எண்ண ஓட்டத்தை, செயல்பாட்டை ஓரளவுக்குச் சரியா யூகிச்சி, புரிஞ்சிக்கிற தன்மை பெண்ணுங்களுக்கு உண்டுங்க. இந்தத் திறமை இல்லாத பெண்ணுக தவறு செய்யிறாங்கே. நான் யூகிச்ச மாதிரி அன்னைக்கு நடந்துச்சி. நம்ம ரெண்டு பேரோட எண்ண அதிர்வு அலைகள் ஒரே கோட்டுல சந்திக்குதுன்னு நினைக்கிறே.”

“இதை நீ முன்னால சொல்லி யிருக்கலாமில்ல...”

“தேவையில்லீங்க. இந்த அனுபவம் ஒங்கள இன்னும் மெருகேத்தி பண்பட்டவரா ஆக்கியிருக்கு. சரி... காஃபியை சாப்பிடுங்க...”

குப்புற கவிழ்ந்திருந்த டம்ளரை நிமிர்த்தி டவராவிலிருந்த காஃபியை சூடாற்றிக் குடித்தனர்.

“ஏங்க, அந்த டம்ளரை அப்படியே குடுங்களே...”

“ஏ எதுக்கு...?

“ஏங்க...குடுங்கன்னாக் குடுங்களே...”

அவன் டம்ளரை வாங்கி ஒரு மிடறு குடித்துவிட்டு நீட்டினாள்.

“இதென்ன ஒருத்தர் குடிச்சதை இன்னொருத்தர் குடிக்கிறது. இப்படி செஞ்சா அன்பைப் பரிமாறிக் கொண்டதாகுமா என்ன? பெண்கள்கிட்ட வழிவழியா வந்த பழக்கம். இன்னமும் பெண்ணுக அப்படியேதே இருக்கீக...”

“இதுலயிருக்கிற அன்பு ஒங்களுக்குத் தெரியல, எச்சில் மட்டும் தெரியுது...”

“சரி...ஏ இப்படி செய்ய தோனுச்சி?”

“உங்க மேலிருக்கிற அன்பை இந்த இடத்தில காட்ட இதைவிட வேறு வழி எனக்குத் தோனல.”

“ஒரு வாரமாக எனக்குள்ளேயே மறுகி மறுகி வேதனைபட்டவனை இழுத்து வந்து என் மேல் எந்தத் தவறுமில்லை என்று சொல்லி என்னைத் தெளிய வைத்ததில் இல்லாத அன்பும் அக்கறையும் இந்த ஒரு மிடறு எச்சில் காஃபியில் இருக்கிறதா என்ன. பெண்களைப் பல நூற்றாண்டுகளாய்த் தங்களுக்குக் கீழேயே மடக்கி வைக்க வேண்டு மென்கிற வழிமுறைகளில் இதுவும் ஒன்று. நீயும் அந்த வழியில் போய் உன் அடையாளத்தை இழந்துவிடாதே. கணவன் வரும் வரை சாப் பிடாமல் காத்திருப்பது, அவன்சாப்பிட்ட இலையில்தான் சாப்பிடுவது போன்ற பத்தாம்பசலி வழக்கங்களிலிருந்து பெண்கள் வெளிவர வேண்டும்.” என்று மேடைப் பிரசங்கம் மாதிரி அவன் பேசியதைக் கேட்ட அருணா,

“இத இதைத்தா, இந்த உங்கப் பேச்சக் கேக்காம ஒரு வாரமா நா தவிச்சுப் போயிட்டேங்க. என்னுடையவர் நீங்க. எந்தக் காலத்திலும் சூழலிலும் உங்கள நீங்க இழக்க மாட்டீகங்கிற நம்பிக்க இருக்குங்க.”

வறண்டு கிடந்த அவன் உதடுகள் புன்னகையால் மெல்ல விரிந் தது. அருணா தொடர்ந்தாள்,

“வயசுப் பொண்ணுகளைத் திரும்பிப் பார்க்க வைக்கிற அந்தக் கம் பீரம், மிடுக்கு எல்லா எங்கனப் போச்சுங்க. கன்னம் வாடி, கண்ணுல வளையம் விழுந்து ஏங்க இந்தக் கோலம். அலங்கோலமா தலை எப் படி யிருக்கு பாருங்க. ஆபீஸ் போயிட்டு ஈவினிங் காம்பவுன்டில நுழையறப்போ இந்த தாடியெல்லா இருக்கக் கூடாது. பளிச்சின்னு பழைய கம்பீரத்தோட வருனும். சரி எழுந்திருங்க போவலாம்.”

இப்படிச் சில சம்பவங்கள் அவனைப் பட்டைத் தீட்டிய வைரமாகப் பண்பட வைத்தது. எழுந்து உட்கார்ந்த அருணா அவனையேபார்த்துக்கொண்டிருந்தாள். அகண்ட அழகிய அந்த மார்பில் தலைசாய்த்து முகம் புதைத்துப் படுக்கலாமா என்று அவளுக்குள் ஆசை எழுந்தது. அடுத்த நொடி மறைந்துவிட்டது.

காலையில் திருமலை நாயக்கர் மஹாலுக்குப் போய் வரலாமென சொல்லியிருந்தாள். அவள்கேட்டு, சொல்லி எதையும் அவன் மறுத்ததில்லை நிராகரித்ததில்லை. சமையலறையில் இட்லி அவித்து முடித்து தேங்காய்ச் சட்டினிக்குத் தாளிதம் செய்தாள். கடுகு கருவேப்பிலையின் மணம் நாசியைத் துளைத்தது. துவைத்த பணியன் ஜட்டியைத் தோளில் போட்டபடி குளித்துவிட்டு வெளியே வந்தவனைப் பார்த்தவள்...

"ஏங்க தலைய நல்லா துவட்டுங்க சொட்டச் சொட்ட வர்றீக..."

துண்டை வாங்கித் துவட்டி அவனைக் குழந்தை ஆக்கினாள்.

"கொஞ்சங் குனியுங்களே..."

இரண்டு கைகளாலும் அவள் இடையைப்பற்றி தன்னோடு இழுத்துக்கொண்டான்.

"நா என்ன சின்னப் பையனா, விடு அருணா..."

"இது ஏ பனியன்துணியெல்லா நீங்களே துவச்சீகளா? நா எதுக்கு இருக்கே, என்னா நீங்க, குடுங்க நா போயி காய வைக்கறே.."

"ஏன், என் துணிய நா துவச்சிக்கிறே, இதுல என்னா இருக்கு..!"

"ரொம்ப சந்தோஷம் எல்லா ஆம்பிள்ளையும் இப்படியிருந்தா..."

"எந்த வேலையா இருந்தாலும் இரண்டு பேரும் பங்குபோட்டுச் செய்யிறதில தப்பில்ல. கௌரவக் குறைச்சலா நினைக்கக் கூடாது."

"எனக்குக் கவலையே இல்லீங்க..."

ஊருக்குச் சென்றிருந்த கண்ணன் வந்தான். அவனும் குளித்துவிட்டு வந்த பின், எல்லோரும் சாப்பிட்டார்கள். களைப்பாயிருப்பதாகச் சொல்லி கண்ணன் தூங்கச் சென்றுவிட்டான். இருவரும் திருமலை நாயக்கர் மஹாலுக்குப் புறப்பட்டனர்.

10

17 ஆம் நூற்றாண்டின் மத்தியில் மதுரையை ஆண்ட திருமலை நாயக்கர் இம்மாபெரும் மஹாலை உருவாக்கியிருக்கிறார். பெரிய அளவிலான வட்டவடிவத் தூண்கள் இரண்டு பக்கமும் வரிசையாக நிற்க, நீண்ட அரைவட்ட அமைப்பில் நேர்த்தியான சுதை வேலைப் பாடுகளுடன் கூடிய உள்விதானம் தூண்களை இணைக்க, கட்டிடத்தின் ஒவ்வொரு மூலையிலும் நின்று பார்க்கும் போது கலையின் நேர்த்தியையும் அழகையும், அதன் பிரம்மாண்டத்தையும் வியந்து புகழாமல் இருக்க முடியாது.

வழக்கத்திற்கு மாறாகக் கனகராஜ் அவளை நிற்கச் சொல்லி புகைப் படம் எடுத்தான். சுற்றி வந்த களைப் பில் படியில் உட்கார்ந்தவளைக் கட்டிடத்தின் பின் னணியோடு பல கோணங்களில் படம் எடுத்து மகிழ்ந் தான். முகம் கழுத்தில் வழிந்தோடும் வியர்வையைத் துடைத்தவள் பத்திரிகையால் விசிறிக்கொண்டாள். அவளருகில் அவனும் உட்கார்ந்துகொண்டான். திடீ ரென்று சந்தடி அதிகமாகியது. ஆண் பெண்கள் சிறு வர்களுமாக ஒருகூட்டம் அவர்களைக் கடந்து செல்ல பின் வரிசையில் சென்ற பெண்மணியிடம் ஒருத்தி...

"அத்தாச்சி நம்ம ராசாத்தி எப்படி இருக்காக, அவுகள பாத்தீகளா?"

"அவுளுக்கு என்னடியம்மா குறைச்சல், கோயில் தாசி மாதிரி நல்லாத்தே இருக்கா. கேட்பாருமில்ல மேய்ப்பாருமில்ல."

பதில் சொல்லிக் கொண்டே போனாள். கோயில் தாசி மாதிரி என்று அவள்சொல்லிய வார்த்தை அரு ணாவின் செவியில் அழுத்தமாக ஒலித்தது.

“என்னங்க, கோவில் தாசின்னு சொல்லுறாகளே அவிங்க யாரு எப்படின்னு தெரியுமா ஒங்களுக்கு?”

“நல்லா கேட்டியே நா பொறக்கிறதுக்கு முன்னமே இது மறைஞ்சி போச்சி. எனக்குத் தெரிஞ்ச வரை சொல்றே...”

தேவதாசிகள், தேவரடியாள், நித்யசுமங்கலி என்று இவர்களுக்குப் பெயர். மன்னராட்சியில் பல நூற்றாண்டுகள் சமூக வாழ்வியல் அமைப்பில் பெரிய வித்தியாசமில்லை. கடவுள் வழிபாடு, கோயில்கள், திருவிழாக்கள், நடன இசை நிகழ்ச்சிகள் எல்லாம் ஒரு முக்கிய அங்க மாக இருந்திருக்கிறது. இறை வழிபாட்டில் நடன இசை மூலம் கடவுளை மகிழ்விப்பது என்பது ஒரு நம்பிக்கை. எனவே பெண்களை இந்த இறைப்பணிக்காகக் கோவில்களுக்கு அர்ப்பணித்தார்கள். பல இனம், ஜாதியிலிருந்தும் பெண்கள் வருவதுண்டு. இவர்கள் பொட்டு (தாலி) கட்டி, கடவுளை தன் கணவனாகக் கொள்ள வேண்டுமென்பது ஐதீ கம். மன்னர், கோயில் நிர்வாகத்தார் முன்னிலையில் இவர்கள் அங் கீகரிக்கப்பட்டு ஏற்றுக் கொள்ளப்படுவார்கள். முறையாக நாட்டிய நடனப் பயிற்சி பெற்று இறைவன் சன்னதியில் சதுர் ஆடுவார்கள். இறைவனை மட்டுமில்லாமல் மன்னனையும், மக்களையும் மகிழ்வித் தார்கள் என்று விளக்கியவன்...,

“கோயில் தாசிங்க இந்த வழக்க முறையோட நின்னுருந்தா சமுதா யத்துக்குப் பாதிப்பு இருந்திருக்காது அருணா...”

“வேற என்ன செஞ்சாங்கே?”

“தான் விரும்புற ஆண்கூட வாழ்ந்து சந்ததிகளைப் பெத்துக்க அனு மதிச்சிருந்தாங்கே. சிலபேரு இப்படி இருந்தாலும் பலபேர் பணக்கா ரனுக்கு ஆசை நாயகியா இருந்தாங்கே. ஒருத்தருக்கு மட்டுமில்லாமப் பலருக்கு ஆசைநாயகியா இருந்தாங்கே. வசதிமிக்கவக தாசியோட தன் சரீரசுகத்துக்காகத் தொடர்பு வச்சுக்குவாக. அவளுக்கு அள்ளி அள்ளிக் கொடுத்தே குடுபத்தை அழிச்சவிங்க ஏராளம். பொன்னை பொருளை வாரிவாரிக் கொடுத்துட்டு ஏழையாயிட்டாங்கே. இதனால சனங்க மத்தியில தேவதாசிகளபத்தி நல்ல எண்ணம் குறைஞ்சிடுச்சி.”

“இப்படிப் பணக்காரங்கே சொத்து எல்லாத்தியும் தொலைச்சிட்டு மனைவி மக்களோட தெருவில நின்னதை சமுதாயம் ஏ வேடிக்கை பாத்துட்டுயிருந்தது?

“உங் கேள்வி நியாயந்தே. கோயில், கடவுள்வழிபாடு, நம்பிக்கைன்னு தேவதாசிக சம்பந்தப்பட்டு இருந்ததால அந்த முறைய ஒழிக்க யாரும் முன் வந்திருக்கமாட்டாக.”

“ஏங்க நாட்டை ஆளுற மன்னனுக்குக்கூட தெரியாதா...”

“தெரியும், மன்னருக்கே தேவதாசிக ஆச நாயகியா இருப்பாங்கே.”

“அடப் பாவமே! வேலியே பயிரை மேஞ்ச கதைதானா...”

“ஒருத்தனுக்கு ஆசை நாயகியா இருந்தாலும் அவனயே புருஷனா ஏத்துக்கிட்டு பதிவிரதையா சில பேரு வாழ்ந்திருக்காக. யாருக்கும் மனைவியா, ஆசை நாயகியா வாழாம, முழுக்கமுழுக்கக் கோயிலுக்குத் தன்னை அர்ப்பணிச்சவகளும் இருந்திருக்காக. தாசிங்க பல பேருக்கு விலைமகளா வாழ்ந்ததுதான் சமுதாயம் நெறிக்கெட்ட பாதையில போவக் காரணமாயிருக்கலாம்.” என்று சொன்னவன் தொடர்ந்தான்.

“அருணா! ஒரு நிமிஷம் இப்படிக் கற்பனை செஞ்சிப்பார். தாசிங்கிற விஷமே அந்தக் காலத்துல இல்லேன்னு நினைச்சுக்கோ. அப்போ இன்னொரு பெண்ணைத் தேடி ஆம்பிள்ளய்க போகாம யிருந்திருப்பாகன்னு சொல்ல முடியுமா..”

“என்னால சரியாச் சொல்ல முடியிலங்கே..”

“ரெண்டாயிரம் வருஷத்துக்கு முன்னாலயே பிறன் மனை நோக்காமை பற்றியும் வள்ளுவன் சொல்லிருக்கான். பிற பெண்களோடு தகாத உறவு வச்சிருந்தாக என்பதற்கு வள்ளுவன் குறளே சாட்சி. வள்ளுவன் காலத்துல தாசிகள் இருந்தாகளான்னு தெரியில. ஆனா இந்த ஒழுக்க இன்மைங்கிறது மானுடம் தோன்றிய காலந்தொட்டே இருக்கு..”

“சரிங்க, மனைவி ம்க்கள் குடும்பமுன்னு இருக்கறப்போ இந்த வழி எதுக்குங்க?”

“அடிப்படையான கேள்விக்கு வந்திருக்க. ஒருத்தன்–ஒருத்திங்கிற சித்தாந்தத்தில எல்லாரும் உறுதியா வாழ்ந்தா சமுதாயம் சொர்க்கத்தையே தோக்கடிச்சிருக்கும். ஆணும் பெண்ணும் அறிவு பலத்தால மனசை அடக்கி நெறியோட வாழ முடிஞ்சிருந்தா, வாழ முயற்சிசெஞ்சிருந்தா சமுதாயம் நல்லாவே இருந்திருக்கும்...”

“அப்போ...இதுக்குப் பொறுப்பு ஆணா இல்லை பெண்ணா?”

“கொஞ்சம் விளக்கித்தே ஒனக்குச் சொல்லணும். ஒருவாழை இலையில ஐம்பத்தாறு வகை உணவுப் பதார்தத்தை பரிமாறிச் சாப்பிடுங்கோன்னு சொல்லிட்டு ஓரமா நின்னு வேடிக்கை பாக்கிறதுக்கும், அதே இலையில அவனுக்குப் பக்கத்தில உக்காந்து ஒன்னு ஒன்னா பரிமாறி அவே சாப்பிடற அழகை ரசிச்சிட்டு, எதை விரும்பிச்சாப்பிடுறா எதை ஒதுக்குறான்னு புரிஞ்சி செய்யிற உபசரிப்புக்கும் வித்தியாசம் என்னென்னு புரியுதா? கணவன்மனைவி தாம்பத்திய உறவும் இப்படித்தே.”

“தாம்பத்தியத்துக்கும் சாப்பாட்டுக்கும் ஏங்க முடிச்சு போடுறீக”

“சாப்பாடு பரிமாறின விதத்தில முதல்ல சொன்னது மனைவி, பின்னால சொன்னது தாசி. தாசியைப் போல மனைவி பரிவோட யிருந்தா கணவன் வேற இடந்தேடிப் போகமாட்டான்.”

“இது மாதிரி பெண்ணுங்களும் நினைச்சி யிருந்தா”

“மனைவிங்கிறவ புருஷனுக்கு அடங்கிப்போகிற பொண்ணா இருக்கணும், இருந்து ஆவனும். ஆரம்பக் காலத்தில யிருந்தே ஆண் ஆதிக்கந்தான் ஓங்கியிருக்கு. அவனுக்கு எது தேவையோ அதைத் தேடிப் போவ அவனுக்கு அதிகாரம் இருந்துச்சி. ஆணுங்கிற அகங் காரம் குடுத்த அதிகாரம் அது. அந்த வழியில தன் சுகத்துக்காவ தேவதாசிக்கிட்ட மட்டுமில்ல மனசுக்குப் பிடிச்ச எவகிட்டயும் சொத் துக்களை இழப்பாங்கே.”

“தேவதாசிக விலைமாதரா ஆனதுக்கு யாருங்க காரணம்?”

“இதென்ன கேள்வி? ரெண்டுபேருந்தே. இவனுக்குச் சுகம் வேணும் அவுளுக்குப் பொருள் வேணும். ஒன்னைக் குடுத்து ஒன்னை வாங்குற வியாபாரந்தே. சரி அருணா டாக்டர் முத்துலட்சுமி ரெட்டி யாருன்னு தெரியுமா ஒனக்கு?”

“பிரபலமான பெண்மணின்னு கேள்விப்பட்டு யிருக்கே. முழுசா விவரம் தெரியாதுங்க...”

இந்தியாவின் முதல் பெண் மருத்துவர் மெட்ராஸ் மாகாண சட்ட சபை பெண் உறுப்பினர், சட்ட சபைத் துணைத் தலைவர் என்று பல பெருமைகளுக்குரியவர். 1920 இல் மாகாண சட்டசபை உறுப்பினராக இருந்தபோது தேவதாசி முறையை ஒழிக்கக் குரல் கொடுத்தார்கள். அப்போது தமிழகத்தில் இருந்த பல ஜாதீய சங்க அமைப்புகள் இந்தத் தடைச் சட்டம் வரவேண்டுமென்று தீர்மானம் போட்டார்கள். பெரியார் சுயமரியதை இயக்கதிலிருந்த மூவலூர் ராமாமிர்தம் அம்மாள் 1930 இல் தேவதாசி ஒழிப்பு சட்டம் ஏற்றப் படவேண்டுமென்று முத்துலட்சுமி ரெட்டியோடு சேர்ந்து குரல் கொடுத்தார்கள். ஆனால் 1947ல்தான் இந்த சட்டம் மாகாண சட்ட மன்றத்தில் கொண்டுவரப்பட்டது. இருதாரத் தடைச் சட்டம், பெண் களுக்குச் சொத்துரிமை, பால்ய விவாகத் தடைச் சட்டமெல்லாம் கொண்டுவரக் காரணமாயிருந்தவர் டாக்டர் முத்துலட்சுமி ரெட்டி தான் என்று விளக்கமாக அவன்கூறியவற்றை கேட்டுவந்தவள் சற்று ஆச்சரியத்தோடு,

“இந்த அம்மையாரு சட்டசபையில குரல் குடுக்காம இருந்திருந்தா

தேவதாசி முறை இன்னும் ரொம்ப வருஷம் நீடிச்சிருக்குமோ?"

"ஆமா, தேவதாசி முறைய ஒழிக்கக் கூடாதுன்னு சிலர் சட்டமன்றத் தில எதுத்தாங்கே. ஏன்! தேவதாசிகளே அவுக வசதியான, சுகபோக வாழ்க்கை பறிபோயிடும், நாட்டியக் கலை நலிஞ்சி போகுமுன்னு தடைச்சட்டம் கூடாதுன்னாக. இந்தத்தடை வந்ததில எனக்கு சந்தோஷந்தான். ஆனா அத்தோட கடமை முடிஞ்சிருச்சின்னு நினைக்கிறியா?"

"வேற என்னங்க செய்யணும்?"

"இந்தத் தடைச்சட்டம் வந்தபிறவு அவிகளுக்கு ஏற்பட்ட பாதிப்பு என்னா, அவிங்கள சமுதாயத்தில கவுரவமா ஏத்துக்கிட்டு இருப்பாகளான்னு யோசிச்சிப் பாரு..,பொட்டு கட்டிக்கிட்டு யாரும் இனிமே தேவதாசி ஆவமுடியாது. ஆனா அதுவரை அவுக மேலிருந்த பார்வ மாறியிருக்கணுமில்லே! மத்தவக மாதிரி இவுகளையும் சம அந்தஸ்த்தோட, கௌரவத்தோட பாத்திருக்கணும் இல்லயா."

"தடைச்சட்டம் கொண்டு வந்த ஒரே நாள்ல அவிங்கள பத்தின எண்ணம் மாறாதுங்க. ஆனா சமமா ஏத்துக்கிறதில என்ன பிரச்சனை?"

"பிரச்சனை இருந்திருக்கலாம். தாழ்த்தப்பட்டவிகள எப்படி வித்தியாசப்படுத்தித் தள்ளிவைச்சி நடத்தினாகளோ அப்புடி தேவதாசிகளோட வாரிசுக ஆஸ்தி சொத்துக்கு அதிபதியா அப்போவரைக்கும் வாழ்ந்திருந்தாலும், சமுதாயம் அவிகமேல வைச்சிருந்த மதிப்பு, மரியாதை கொஞ்சம் குறைஞ்சிருக்கலாம். தகப்பன் ஒருத்தனே ஆனாலும், சொந்தப் பிள்ளைகளையும் தாசி வயித்துப் பிள்ளைகளையும் சமமா பாக்கமாட்டாக. மதிச்சிருக்க மாட்டாக. வேறவேற மண்ணுல விதைக்கப்பட்டவிக இல்லியா!"

"பெத்தவன் பிள்ளைகள வித்தியாசமா பாக்க மாட்டான். மத்தவுகளப் பத்தி ஏன் சட்ட பண்ணனும்!"

"அந்தத் தகப்பன் வாழ்ந்த வரைக்குந்தான். அவுனுக்குப் பிறவு தாசி வயித்துப் பிள்ளைகள ரண்டாந் தரமாத்தான் நடத்தியிருப்பாக. ஏளனமா கேலிக்கு ஆளாயிருப்பாங்கே. சம அந்தஸ்த்தோட மதிச்சியிருக்க மாட்டாகங்கிறது என் யூகம். உனக்குத் தெரியுமா? மிகப்பெரிய அரசியல் தலைவர் ஒருவரை தாசிமகன்னு அரசியல்வாதிக கேலிப் பேசி சந்தோஷப்பட்ட சமுதாயம் இது!"

"மனிதாபிமானமில்லாத சில பேரு அப்படிப் பேசியிருப்பாங்கே."

"அப்படியில்ல. இவிகளோடயும் சேந்துத்தானே வாழணும். தாசி வயித்துப்பிள்ளைகன்னு பெண் எடுக்க குடுக்க யாரும் முன் வந்திருக்க மாட்டாங்கே. சுதந்திர இந்தியாவில பிறந்த நானே இந்த பாதிப்பைப்

114 ❖ வெட்டவெளி மனிதர்கள்

பாத்திருக்கே. முற்போக்குச் சிந்தனைவாதிக முன்வந்து சிலருக்கு வாழ்வு கொடுத்திருக்கலாம். அதோட முடியறதில்லியே. எந்தப் பாவத்துக்கும் ஆளாகாத இவிங்க வாரிசுகளும் இந்தப் பழியைச் சுமந்திருப்பாங்கே இல்லியா? குறைஞ்சது நாப்பது ஐம்பது வருஷமாவது இந்தச் சமூக இடர்பாடுகளக் கடந்துதான் வந்திருப்பாங்கே"

"இந்தப் பாதிப்பைப் பத்தி சமுதாயச் சீர்திருத்தவாதிக, ஏன் டாக்டர் முத்துலட்சுமி ரெட்டிக்கூட சிந்திக்காமலா இருந்திருப்பாக!"

"எனக்கு அதைப்பத்தி ஒன்னும்தோனல. ஆனா நிச்சயமா அந்தத் தலைமுறை, வாழ் நாள் முழுக்க தான் ஒரு தாசி வயித்துப் பிள்ளைங் கிற வலி, உருத்தல் நெருடலுக்கு ஆளாயிருந்தாலும் அவிக பிள்ளை கள் கல்வி உத்தியோகமுன்னு கொஞ்சகொஞ்சமா மேலவந்து சமுதா யத்தோட கலந்திருப்பாங்கேன்னு நினைக்கிறே..."

"நீங்க சொல்றது சரிதாங்கே...!"

"அருணா நம்ம தலைமுறையில குலம்ஜாதின்னு யரையும் பாக்கிற தில்ல. காரணம் என்ன தெரியுமா?

"என்ன காரணங்க?"

கால ஓட்டத்தில் இளைய தலைமுறையின் முற்போக்குச் சிந்த னைகள் வளர்ந்திருக்கிறது. ஜாதி மத இனபேதங்கள் இந்நூற்றாண் டின் பிற்பகுதியில் பின் தள்ளப்பட்டிருக்கின்றன. இதன் குரல்வளை சற்று ஒடுக்கப் பட்டிருப்பதாகவே உணர்கிறேன். தேவதாசிகள் மீது டாக்டர் முத்துலட்சுமி ரெட்டிக்குக் கனிவான பார்வை இருந்திருக் கலாம். புனிதமான கோயில் காரியத்திற்குத் தேவதாசியாக அற்பனிக் கப்பட்டப் பெண்களை, தங்கள் சிற்றின்ப வேட்கைக்கு விலைமகளாக ஆர்ஜிதம் செய்துகொண்ட ஆண் வர்க்கத்தின் மேல் அவருக்குக் கோபமிருந்தது. இருந்தாலும் சமூக நலத்தைக் கருத்தில் கொண்டு பிரகடனப்படுத்திய இந்தத் தடைச் சட்டத்தின் மூலம் சமூகம் மாறி விட்டது என்று என்னால் சொல்ல முடியாது. நாகரீக, பரிணாம வளர்ச்சியில் இந்தச் சீர்கேடு வேறு ரூபத்தில் இடம் பெற்றுத்தானே இருக்கிறது என ஆதங்கத்தோடு உணர்ச்சி மேலிடச் சொன்னான்.

"அப்படியா சொல்றீக! சரி இதைப்பத்தி பொறவு பேசலாம். நேர மாச்சி வாங்க மேல மாடியில போயி பாக்கலாமா!"

படி ஏறி இருவரும் மாடிக்குச் சென்றனர்.

"ஐயோ! இங்கனயிருந்து பாத்தா ரொம்ப அழகாயிருக்குங்க!"

இதற்கு முன் பலமுறை வந்திருந்தாலும் மீண்டும்மீண்டும் பார்க் கும் போது சலிப்புத் தட்டுவதில்லை. மீனாட்சி அம்மன் கோயில்

இந்துசெல்லா ❖ 115

கோபுரங்கள், வரிசையாகத் தென்னை, மாமரங்கள் என்று பார்க்க ரம்பியமாக இருந்தது. அந்த உயரத்தில் மதுரையை ஒரு சுற்றுசுற்றிப் பார்த்து சந்தோஷப்பட்டாள்.

"சரி வா மஹாலை மூடப் போறாங்கே. டவுன் ஹால் ஹோட்டலுக்குப் போயி சாப்பிட்டுட்டுப் போவலாம்"

"ஏங்க வீட்டுக்குப் போக வேணாமா, வீஞ்செலவு ஏங்க!"

"தினந்தே சமைக்கிறே, ஒரு நாளாவது ஓய்வு வேணாமா ஒனக்கு?"

அருணாவும் கனகராஜியும் வீட்டிற்குத் திரும்பும் போது கண்ணன் வெளியே போயிருந்தான். சாப்பிட்டானா என்று அடுக்களைக்குப் போய்ப் பார்த்தாள். சாப்பிட்டுத்தான் போயிருக்கிறான். கொஞ்சம் திருப்தி அவளுக்கு. எங்கே போவான் எப்போது வருவான் என்று அவனுக்கே தெரியாது. சில நாள் வெளியிலிருந்து வந்தவுடன் பசிக்கிறது என்பான், சில நாள் சாப்பாடு வேண்டாம் என்பான். தாயாய் அவன் பசியைப்போக்க வேண்டியதை கடமையாக்கிக்கொண்டாள். அவனைக் கண்டிப்பதற்கு மனமில்லை. ஆனாலும் பொறுப்பில்லாமல் இருப்பது சரியில்லை. அவனுக்கென ஒருத்தி வந்தால் சரியாகி விடுவான் என்ற நம்பிக்கை அவளுக்கு.

ஊர் சுற்றின களைப்பில், சீராகச் சுற்றிய ஸீலிங் ஃபேன் காற்றில் கனகராஜ் அசந்து தூங்கிப்போனான். அடுக்களையில் பாத்திரம் தேய்க்கும் சத்தம். தூக்கம் கலையவே புரண்டு படுத்தான். இமை மூடி மல்லாக்க சற்று நேரம் படுத்திருந்தான். அருணா வரும் சந்தடி கேட்டு இமைகள் விரிந்தன. கொண்டை போட்டிருந்த ஜடையை அவிழ்த்து விட்டுவிட்டு ஈரக்கையை முந்தியால் துடைத்தபடி வந்தாள்.

"நல்ல தூக்கமா?"

"கால் வலி அசந்து தூங்கிட்டே..."

"காட்டுங்க கொஞ்சம் பிடிச்சு விடுறே..."

"ஒன்னும் வேணாம் இப்படி வா..."

எழுந்து உட்கார்ந்தவன், அவள் கையைப் பிடித்துத் தன் மடியில் உட்கார்த்திக்கொண்டான்.

"ஐயோ! கண்ணன் திடீர்ன்னு வத்தாலும் வருவான்." சொன்னாளே ஒழிய எழுந்திருக்க முயலவில்லை.

"சரி நா விட்டுட்டே"

"போங்க...நீங்க..."

சினுங்கியபடி அவன் மார்பில் இரண்டு கைகளாலும் குத்தினாள். கைகள் அவளைச் சேர்த்து அனைத்துக்கொண்டன. விரல்கள் அவன்

மார்பில் கோலம் போட்டன. தாயின் மடியில் அடைக்கலம் தேடிய சேயாய் அந்தப் பிடிக்குள் அடங்கிப்போனாள்.

"அருணா உங்கிட்டயிருந்து வர்ற இந்த சுகந்த வாசத்தில மயக்கமே வந்திடும் போலயிருக்கு. யப்பா என்னா மணம்?"

"ஏங்க...என்னிய வாசனை அகற்பத்தியா ஆக்கிடாதீக..."

"இந்த வாசனை இன்னிக்கெல்லாம் இருந்து நாளைக்குக்கூட எம் முகத்தில வந்து வீசும். நீ எம் பக்கத்தில இருக்கிற மாதிரி இருக்கும். என்ன சுகம் தெரியுமா?"

"அத்தோட நிறுத்துங்க. இந்த வாசம் எப்புடி வந்துதுன்னு ஆராச்சிக்கெல்லா போகவேணாம். மதுரையில ஏற்கெனவே இந்த ஆராச்சி நடந்து முடிஞ்சிடுச்சி."

"நீ ஆயிரம் சொல்லு. இந்தச் சுகம், மயக்கம் நா சொர்க்கத்துக்குப் போனாக்கூட கெடைக்காது. உன் உடம்புகூட பஞ்சுமாதிரி இருக்கு.."

"நீ பஞ்சு மாதிரி இருக்கேன்னு வர்ணிச்சி வர்ணிச்சே பொண்ணுங்கள பலகீனமாக்கிட்டீக."

"நிஜமா, பஞ்சு மெத்தைய சுமக்கிற மாதிரி சுகமா இருக்கு. சரி அருணா, எல்லாப் பொண்களுமே இப்படித்தே இருப்பாகளா?"

"ம்...இந்தக் கேள்விக்கு அவசியம் பதில் தேவையா.."

விரலை நீட்டி அவன் மூக்கிற்கு நேரே ஆட்டியவாறு கேட்டாள்.

"சும்மாத்தே கேட்டே."

"சும்மாங்கிற வார்த்த அபாயமானது. இந்த மாரி அவசியமில்லாத கேள்விக்கு நோ ஆன்ஸர்."

திடீரென்று குழந்தையின் அழுகை ஒலி. உரத்த குரலில் சிலர் வாக்குவாதம் செய்யும் இரைச்சல் கேட்க வெளியே சென்று எட்டிப் பார்த்தாள். சைக்கிளில் சிறுமி அடிபட்டிருக்கிறாள், அதுதான்.

அவள் பின்னால் வந்த கனகராஜ் கூடத்தில் உட்கார்ந்தான்.

"வாழைக்காய் பஜ்ஜி செய்யிட்டுங்களா?"

"அருணா நா என்ன விருந்தாளியா, எதுக்கு இதெல்லாம்?"

"ஒங்களுக்கு செஞ்சிப் போட ஆசையா யிருக்காதா..."

"அப்போ நா எதையும் சாப்பிடப் போறதில்ல..."

"ஐயோ! ஏங்க...நீங்க."

"நானும் ஒனக்கு உதவி செய்யிறே..."

"வேணாமுன்னா விடவா போறீக..."

இரண்டு பேரும் சேர்ந்து பஜ்ஜி செய்து சாப்பிட்டுவிட்டு கூடத்

தில் வந்து உட்கார்ந்தனர். தினசரி பேப்பரைக் கனகராஜ் கேட்கவே எடுத்து வந்தவள் அதிலிருந்த புகைப்படத்தை உற்றுப் பார்த்தாள். விபச்சாரத்தில் ஈடுபட்டதாகச் சிலபெண்களைக் கைதுசெய்து, அவர்களின் புகைப் படத்தை வெளியிட்டிருந்தார்கள். திடீரென்று கோபத்தோடு அந்த தினசரி பேப்பரைத் தூக்கி எரிந்தாள்.

“என்ன ஆச்சி யாரு மேல கோவம்?”

“கோவமா வருது, யாரைக் குறை சொல்ல...”

“என்ன விஷயம் சொல்லு, உங் கோவம் நியாயமான்னு பாப்போம்.”

“விபச்சாரமுன்னு சொல்றாகளே இதுக்கு காரணம் பெண்ணா, ஆணா?”

“சிக்கலான கேள்வி, பெண்களப் பத்திச் சொன்னா நீ கோவிக்க கூடாது...”

“இல்ல...சொல்லுங்க. இது பத்தி உங்கப் பார்வை எப்படீன்னு தெரிஞ்சிக்கிறே...”

செல்லமாகக் கோபித்தபடி அவனருகில் உட்கார்ந்தாள்.

“அருணா இது பத்தி ஒவ்வொருத்தருக்கும் ஒரு கருத்து இருக்கும். என் பார்வைய மட்டும் சொல்றே. நீ ஏத்துக்குவியோ மாட்டீயோ.”

“பொதுவான கருத்தைச் சொல்லுங்க...”

“அறியாப் பருவத்தில் தன்னை இழந்தவர்கள், ஆணின் ஆசைவார்த்தையால் வஞ்சிக்கப் பட்டவர்கள், விபத்தாக நேர்ந்த நிகழ்வின் தாக்கத்தினால் அடுத்தடுத்து தவறு செய்யத் துணிந்தவர்கள், நெறிகெட்ட குடும்பச் சூழ்நிலையால் வீட்டைவிட்டு ஓடி வந்தவர்கள், கணவனால் கைவிடப்பட்டவர்கள், பகட்டும் படோபடத்திற்கும், பணத்திற்கும் விலை போனவர்கள், போலி மனிதர்களை நம்பி அவர்கள் வலையில் விழுந்து வலுக்கட்டாயமாக விபச்சாரத்தில் தள்ளப்பட்டவர்கள், பெரும் பணக்காரர்கள், அரசியல் செல்வாக்காளர்கள், அரசுஅதிகாரிகள் போன்ற முதலைகளினால் சின்னாபின்னப்பட்டு, சிதைக்கப்பட்டவர்கள், கலை, நாடகம், சினிமா என்று இவைகளால் ஈர்க்கப்பட்டுத் தங்களைப் பலி கொடுத்ததோடு அதில் காலூன்றி நிற்கத் தங்கள் நிஜ பிம்பத்தையே இழந்தவர்கள், நிரந்தரமில்லாத கலையுலக வாழ்க்கையின் படோபடத்தில் மூழ்கி மீண்டுவர முடியாமல் மாற்று வழியாக இதைத் தேடிக்கொண்டவர்கள், தான் செய்வது தவறெனத் தெரிந்தும் மான அவமானத்தை, சுயகௌரவத்தைத் துச்சமாகத் தள்ளி விட்டு மனம்போன போக்கில் வாழ்பவர்கள்..” என்று அடுக்கியபடி போனவன் சில வினாடிகள் நிறுத்தி,

“ஆனா, என்னால ஜீரணிக்க முடியாத ஒன்னு உண்டு அருணா!”

ஒரு ஐஸ்கிரீமுக்காகக் கற்பைக் கைமாறா குடுத்த பெண்ணுகூட இருக்கிறாளேங்கிற வேதனைதான்...”

“ஐயோ! நம்பவே முடிலயிங்க, பாவிப் பொண்ணுக்கு ஒழுக்கம் மானத்தவிட ஒரு ஐஸ்கிரீம் ஒஸ்தியா போயிடுச்சா? வேடிக்கையா வும் இருக்கு, வேதனையாவும் இருக்கு.”

“க்ஷண நேர சுகம். பல பொண்ணுக வாழ்க்கைய புரட்டிப் போடறது தான் நிதர்சனம். இதனாலத்தே ரிஷி மூலம் நதிமூலம் பாக்கக் கூடாதும் பாக. ஒவ்வொரு பொண்ணுக்குப் பின்னால எம்புட்டோ சோகம், காயம்.”

“நீங்க சொன்ன காரணத்தாலதான் பொண்ணுக விலைமகளா ஆனாகன்னு எப்புடிச் சொல்லுறீக?”

“குற்றவியல் துறை அதிகாரிங்க இந்தக் குற்றத்தில ஈடுபட்டவங்க பின்னணிய பத்திரிகைக்குச் சொல்ல, அததான் செய்தியா பேப்பருல பார்த்தே. இந்த அவலத்தைப் பல எழுத்தாளருங்க புத்தகத்திலயும் எழுதியிருக்காக. நான் சொன்னதில்லாம இன்னும் பலசூழல்ல இந்த நிலைக்கு ஆளாயிருப்பாக.”

“இவிகள்ல சிலர் திருந்தி வாழ முயற்சி பண்ணியிருக்கலாமே...”

“இருக்கலாம், பெண்கள் காப்பகத்தில தஞ்சம் அடைஞ்சிருக்கலாம் சிலர் தலைக்கு மேல வெள்ளம் போனப்பறம் ஜான் போனா என்ன முழம் போனா என்னான்னு, தம்போக்குல ஒரு நெறிபட்ட வாழ்க் கைக்குள்ள போக முடியாம போயிருக்கலாம். தன்னைப் பார்த்து இச்சைப்படுற எந்த ஆணையும் அவ நிராகரிக்கிறதில்ல. எப்படியா வது ஜீவிக்கணுங்கிற நிர்பந்தம், ஒரு ஆம்பிள்ளைய அண்டி அவே ஆசைய பூர்த்திச் செய்யிறவளா ஆயிடுறா.”

“யாரோ ஒருத்தனோட வாழ்ந்துட்டுப் போவப்படாதா ஏ பல பேரு...”

“இதுல சில சிக்கல் இருக்கு. உள்ளே போயிப் பாத்தாத்தே புரியும். ஒருத்தி ஒருத்தங்கூட நெறிகெட்டு வாழ்ந்தாலும், அந்த ஒருத்தன் அவளோட ரொம்பக் காலம் சேர்ந்திருக்க முடியாமப் போயிடும். பொருளாதாரப் பற்றாக்குறை, இன்னும் ஏதேதோ காரணங்கூட இருக்கும். ஏன்? தான் தப்புசெஞ்சிட்டோம்னு புத்தி தெளிஞ்சி, இது சரியில்லேன்னு திருத்திக்கிறவுகளும் உண்டு. சரியோ தப்போ ஒருத் திய நட்டாத்தில விட்டுட்டுப் போயிட்டா அவன நம்பியிருந்தவ பொழப்பு என்னாவுமுன்னு யோசிச்சுப் பாரு.”

“ஆமா அவ பாடு திண்டாட்டந்தே...”

“இந்த நிலையில அவ இன்னொரு ஆம்பிள்ள துணைய தேடுறா. எப்படியோ ஜீவிச்சு ஆவனுமே. ஒருத்தி பல பேர தேடிப் போவக்

காரணம் ஆம்பிள்ளய்தே. உலகத்தில கொடுமையான தண்டனைய அவுனுக்குக் குடுக்கணுமுன்னு சொல்லுறே."

"சரியா சொன்னீக. அது போகட்டும் இதுக்கு பதில் சொல்லுங்க"

"என்ன சொல்லு..."

ஒருத்தியை விபச்சாரி என்று அடையாளப்படுத்த, பட்டம் கட்ட உரிமையுள்ள ஆண்களுக்கு அவர்களை நல்வழியில் வாழவைக்கக் கூடிய கடமையில்லையா? ஒற்றை மனுஷியாய் எவளும் விபச்சாரி யானதில்லை. ஆண்களுக்கும் இதில் சரிபாதி பங்குண்டு. ஆண்கள் நல்லவர்கள் போர்வைக்குள் ஒளிந்துகொள்கிறார்கள். காவல் துறை கூட ஒருதலை பட்சமாய் நடப்பதாக எனக்குத் தோன்றுகிறது. பத்திரி கைகள், செய்தித்தாள்கள் அந்தப் பெண்களின் புகைப்படத்தை வெளி யிட்டு சந்தோஷப்பட்டுக் கொள்கின்றன. பெண்களைச் சித்திரிக்க எடுத்துக்கொள்ளும் இந்தத் தாராளத் தனம் விசாலமான பார்வை ஆண்களைப் பற்றி எழுதும்போதில்லையே. இது வேதனைக்குரிய விஷயம் இல்லையா, என்று ஆண்களுக்கு எதிராகப் பெரிய குற்றப் பட்டியலைப் படித்தாள்.

"நீ சொன்னதில எனக்கு மறுப்பில்ல. இந்தியச் சுதந்திரப் போ ராட்ட நேரம். கல்கத்தாவில நடந்த கலகத்தில பெண்களுக்கு ஏற் பட்ட கொடுமைய கேட்டு மகாத்மா காந்தி கண்ணீர்விட்டாரு. கற் பழிக்கப்பட்ட கன்னிப் பெண்களுக்கு வாழ்வு கொடுங்கன்னு சுதந் திரப் போராட்ட வீரர்களைக் கேட்டுக்கிட்டாரு."

"ஆமாங்க...நாங்கூட படிச்சிருக்கே. அந்த மாதிரி கொடுமை இனி எப்பவுமே நடக்கக் கூடாதுங்க."

"காந்திஜீ சொன்னத கேட்டுப் பல இளஞர்கள் அந்தப் பெண் களுக்குப் புணர்வாழ்வு கொடுத்தாங்கே. இது சரித்திர வரலாற்று உண்மை."

"இப்படி விபச்சாரத்திலிருந்து வெளிவர விரும்புற பொண்ணுக மறுவாழ்வு தேடிக்க முடியாதா? பெண்கள் புணர்வாழ்வு மையத்துக்கு போயி எஞ்சியிருக்கிற வாழ்க்கைய தூய்மையா கழிக்கலாமேங்க."

ஆண் பெருந்தன்மையுடன் முன்வந்து அந்தப் பெண்ணை மனை வியாக சுவீகரித்து வாழ்ந்தாலும், எப்போதாவது அவர்களுக்குள் கருத்து பேதம் ஏற்படும். அவளின் பூர்வீகம் பிரலாபிக்கப்பட்டு இழிவு படுத்தப்படுவாள். இதுவே மனமுறிவுக்கு வழிவகுத்துவிடும். மற்றவர்களைப் போல வாழ்க்கையில் இவர்களால் வெற்றி பெற முடியாது. குறைந்தபட்ச நிம்மதிக் கூட இல்லாமல் வாழ வேண்டிய நிலைதான் யதார்த்தம். ஆதலால் தன்னை ஆதரிக்க வருபவரைக்கூட

நிராகரித்து விடுகிறாள். ஒரு விபச்சாரியாக வெளிப்படையாக வாழ்ந்துவிட்டுப் போகிறேனே என்று அந்த வாழ்க்கையோடு ஒட்டி ஊறிப் போய்விடுகிறாள்.

அவன் கூறிய விளக்கத்தை அருணா ஏற்றாலும் அவள் உள்மனம் சமாதானம் பெறவில்லை.

"இவிகள மேலோட்டமா பார்த்து தரக்குறைவா எடைபோடுறதை விட, இவிங்க தாண்டி வந்த பாதையப் பாக்குறப்போ வருத்தமா யிருக்கு. இந்த படுகுழியில இருந்து மீண்டு வந்தா நல்லதுதாங்க"

"ஆமா அருணா! சோகத்த மறைச்சுகிட்டு இயல்பாக எழக்கூடிய உணர்ச்சியைக்கூட போலியா வரவழைச்சி, இயந்திரமா செயல்பட்டு மருத்துப் போன வாழ்க்கைதான் இவிகளுக்கு சாசுவதம். இவிங்க மேல வெறுப்புமில்லே, கசப்புமில்லே. பரிதாபந்தான் வருது."

"நாடு முளுக்கக் கடுமையா சட்டம் போட்டு இந்த விபச்சாரத்த ஒழிக்க முடியாதா?"

"ஒனக்கு ஒருவிஷயம் தெரியாது. கல்கத்தா பம்பாயில இந்த விபச்சாரம் கவர்மென்ட் அனுமதியோட நடக்குது."

"நாசமாப் போச்சு! என்ன சொல்லுறீக?"

"ஆமா அருணா! ஒனக்கு அதிர்ச்சியாத்தே இருக்கும் ஆனா உண்மை."

வெள்ளையன் ஆண்டபோது அவனுடைய படைவீரர்களுக்காக விலைமாதர்களை இறக்குமதி செய்தான். அதோடு பம்பாய், கல்கத்தா போன்ற பெரிய நகரங்களுக்கு வியாபார நிமித்தம் வெளி நாட்டவர் ளின் போக்குவரத்து கணிசமாகப் பெருகவே தங்கு விடுதிகளில் கொஞ் சங் கொஞ்சமாக விலைமாதர்கள் வியாபிக்க ஆரம்பித்தார்கள். பின் நாட்களில் இத்தேவை வளரவளர விலைமாதர்கள் தங்களுக்கென்று முகவரியைத் தேடிக்கொண்டனர். அதுதான் சிகப்பு விளக்குப் பகுதி என்பது. நகரங்களில் இந்த நடவடிக்கை தவிர்க்க முடியாமல் கட்டுப்படுத்த முடியாமல் போகவே மாநில அரசுகள் இதை அனு மதிக்க வேண்டிய நிலைக்குத் தள்ளப்பட்டன என்கிற விவரத்தை அவனிடம் ஆச்சரியத்தோடு கேட்ட அருணா...

"என்னக் கொடுமைங்க. மக்கள நல்வழியில காபந்து பண்ணி நடத்த வேண்டிய அரசே இத அங்கீகரிக்கிதுன்னா என்ன சொல்லுறதுன்னு தெரியல...!"

"உம் ஃபீலிங் புரியுது. அரசே இத ஏன் அனுமதிச்சிதுன்னு ஆரா யப்போனா நிறைய விஷயத்துக்குள்ள நுழஞ்சிப் பாக்கணும். ஒரு சின்ன ஆறுதல், விலைமாதர்களுக்கு அப்பப்போ இலவச மருத்துவ

சிகிச்சை குடுத்து, அவிங்க ஆரோக்யத்த கவனிச்சிகிறாங்கே. இவிங்க மூலமா மத்தவிங்களுக்கு நோய் பரவாம பாத்துகிறாங்கே. இப்போ சொல்லு விபச்சாரத்தில உனக்கு கோபம் ஆண் மீதா பெண் மீதா?"

"ஆரையும் நான் குறை சொல்ல வழியில்ல. என் ஆதங்கமெல்லா இந்தக் குறைபாடு இல்லாத சமுதாயம் இருக்கக் கூடாதான்னுதா."

"என் அறிவுக்கு எட்டுனவரை முடியாதுன்னுதான் சொல்லுவேன். வள்ளுவனுக்கு முற்பட்ட சங்க காலத்திலிருந்தே இந்தக் குறைபாடு இருந்ததாச் சொல்லுறாங்கே. நம்ம நாட்டுல மட்டுமில்ல இது உலகம் முழுக்க இருக்கு. காரணம் இது மனிதனுடைய உயிரியலோடு உள வியலும் சம்பந்தப்பட்டிருக்கு. எல்லா மனிதனும் ஒரே மாதிரியில்ல. எல்லா மனசும் ஒரே மாதிரி இருக்கிறதில்ல."

"அப்படித்தாங்க எனக்கும் தோனுது..."

தேவதாசிகள் விபச்சாரிகள் என்று பெண்களை இழிவுபடுத்திய மனிதச் சமுதாயத்தில் செங்கோல் ஏந்திச் சில பெண்கள் நாட்டையும் ஆண்டிருக்கிறார்கள் என்கிற சரித்திர உண்மையை மறைத்திட முடியாது. சுமார் இரண்டாயிரத்து நானூறு ஆண்டுகளுக்கு முன்பு எகிப்த் தேசத்தை **கிளியோபட்ரா** அரசியாகப் பட்டம்சூட்டி ஆண்டாள். இந்தச் செய்தியைச் சொன்ன கனகராஜ் தொடர்ந்து...

"அருணா, உலகத்தில அரசியா பட்டம் சூடி நாட்டை ஆண்ட முதல் பெண்மணி கிளியோபட்ரா தே.. எகிப்த் அரசியா இருந்தா. பெண்ணுங்கெல்லா பெருமை படனும்.."

"உண்மையில பெருமை படனுங்க. நம்ம நாட்டுலயுந்தே ஜான்சி ராணி மாதிரி இருந்திருக்காக.." அருணா சொல்லிக்கொண்டிருக்கும் போது வெளியில் போயிருந்த கண்ணன் வந்தான். வழக்கமான புன்னகையோடு கனகராஜை வரவேற்றான்.

"கண்ணா! வெளியப் போனா எங்கனப் போறே, எப்ப வருவேன்னு சொல்லிட்டுப் போனா என்னய்யா."

அருணா சார்பாகக் கேட்க வேண்டுமென்றும், குடும்பமென்கிற கட்டுப்பாட்டுக்கு அவனைப் பழக்க வேண்டும் என்பதால் கேட்டான்.

"என்னமோ அப்படியே பழகிப் போச்சு சார்..."

"போவும்போது சொல்லிட்டுப் போ. அதா நல்ல பழக்கம். உனக்காவ ஒரு ஜீவன் காத்துட்டு இருக்கில்லே. சின்ன பிள்ளயில இருந்து அக்கா அக்கான்னு உசிரையே வச்சிருக்கே. அவுக மனசு கஷ்டப் படாம பாத்துக்க வேணாமா?"

லேசாகச் சிரித்துக்கொண்டே தலையை ஆட்டி ஆமோதித்தான்.

11

மூன்று வீடுகள் தள்ளி அருணா வசிக்கும் அதே தெருவில் ஈஸ்வரி கொஞ்சம் பழக்கம். TVS இல் வேலை பார்க்கிறாள். கனகராஜ் வந்து போவதை ஒரு நாள் நாசூக்காகக் கேட்டாள். ஒளிவு மறைவின்றி உள்ளது உள்ளபடி அருணா சொன்னாள். அவளுக்கு மிகவும் பொருத்தமானவர் என்று பாராட்டினாளாம்.

கொஞ்சம் பழகிய தைரியத்தில் ஈஸ்வரி கேட்டுவிட் டாள். பல பேருக்கு இப்படிக் கேட்க வாய்ப்பில்லை. அவரவர் வசதிபோல எப்படி வேண்டுமானாலும் எண் ணிக்கொள்ளலாம். அவரவர்கள் சுதந்திரம். எங்கெங் கும் நடராசன், சேதுபாண்டியன் போன்றோர் இல் லாமலில்லை.

அருணா ஆபீஸில்தான் அமுதாவும் வேலை பார்த் தாள். அமுதா பயந்தது போலவே ஆகிவிட்டது. அவ ளைக் கர்ப்பிணியாக்கிவிட்டு பம்பாய்க்கோ எங்கோ ஓடிவிட்டான் அவள் காதலன். ஐந்துமாதம் வயிற்றில். கருக்கலைப்பு ஆபத்தில் முடியுமென்பதால் அந்த முயற்சி கைவிடப் பட்டது. மிகவும் ஏழ்மையான குடும் பம். அவமானம் தாங்காமல் அவள் கழுத்தைப் பிடித்து பெற்றவர்களே வெளியே தள்ள, தெரு வாசலில் நாள் முழுக்கச் சுருண்டுகிடந்தவள், பொழுது இருட்டியபின் தோழியின் விட்டில் தஞ்சம் அடைந்தாள். தோழி யின் பெற்றோர்கள் அவள் முகத்திற்கு நேரே பேசவில் லையே தவிர பேசவேண்டியளவிற்குப் பேசினார்கள்.

பசி மரத்தும் மறந்தும் போய் பல நாட்களாகியும் தன்மானமும் ரோஷமும் தலை நீட்டின. வெளியேவந்த அமுதாவை தோழி கட்டாயப்படுத்தி இருக்க வைத் தாள். ஒரு வாய்த் தண்ணீர்கூடக் குடிக்காமல் வீட்டுத்

தாழ்வாரத்தில் சுருண்டுகொண்டாள். விடியலில் மெல்ல எழுந்து ரயில்வே பாதைப் பக்கம் கால்கள் நடந்தன. தூரத்திலிருந்து கேட்ட ரயில் ஓசை நடையைத் துரிதமாக்கியது. அவளுக்கு மிக அருகில் வந்து விட்டது. அதுவரை பதுங்கிப் பதுங்கி பின்னால் வந்து கொண் டிருந்த தோழி சட்டென்று அமுதாவை எட்டி இழுத்து இறுக்கிப் பிடித்துக்கொண்டாள். நல்லவேளை இரண்டு உயிர்களும் தப்பித்தன.

ஆபீஸில் இந்த விவரமறிந்து அருணாவும் சரோஜாவும் அவளுக்கு எந்த வழியில் உதவலாமென யோசித்தனர். தன்னோடு அவளைத் தங்க வைத்துக்கொள்ள அருணா முன்வரவே சில துணிமணிகளை மட்டும் சுருட்டிக்கொண்டு அருணாவின் வீட்டில் தஞ்சமடைந்தாள். கழுத்தில் மஞ்சள் கயிறின்றி வயிற்றில் குழந்தையைச் சுமந்து நடமாடு வது எவ்வளவு பெரிய அவமானமென்று தினமும் வெந்துவெந்து செத்தாள். ஒரு வாய் உணவின்றி தான் செய்த தவறை நினைத்து நினைத்து உருக்குலைந்து போனாள். அருணாவும் மற்றவரும் அவ ளுக்குத் தைரியம் சொன்னார்கள்.

“ஒரு பொண்ணு எதைத் தொலைச்சாலும் இதைத் தொலைக்கலா மாடி அப்படி என்னத்த பாத்து அந்தக் கழிசடை கிட்ட மயங்குனியோ தெரியல...” சரோஜா கேட்டாள்.

“அக்கா அந்தப் படுபாவி எங்கிட்ட பாசமா, ஆசையாத்தே இருப் பான். எம்மேல உசிரையே வைச்சிருப்பான். காசு பணத்த பாக்காம அள்ளி யிறைப்பான். வேணுங்கிறத வாங்கிக் கொடுப்பான். இடையில யிருக்கிற இந்தப் புடவை கூட அவே வாங்கிக் குடுத்ததுதான். நல்ல மனுஷனா பாசமா இருக்கானேன்னு நம்பி மோசம் போயிட்டே... மோசம் போயிட்டேக்கா...”

“பாவி மகளே. உன்னிய எப்புடி மயக்க முடியுமோ அப்பிடி வித்த பண்ணி ஏமாத்திபுட்டான். யோக்ய மாதிரி நடிச்சிருக்கா. பொருளுக் கும் புடவைத் துணிக்கும் விலமதிப்பில்லாத கற்பே விலபோயிடுச்சி! ஐஞ்சி நிமிஷத்தில உன் வாழ்க்கைய கோட்டவுட்டுட்டியே.”

“அவே எப்புடிப்பட்டவே, பழக்கவழக்கம் எப்புடி, குடும்பம் எப் படீன்னு முளுசா தெரிஞ்சிக்காம ஆளு வாட்டசாட்டமா இருக் கான்னு கவுந்திட்டீயே. நாங்கப் போயி விசாரிச்சோம். அவே பொண் ணுக பொறுக்கின்னு அம்புட்டு பேரும் சொல்லுறாக. சிம்மக்கல் லுலக்கூட ஒருத்திய ஏமாத்திட்டு ஓடிப்போயிருக்கா. சரி.. எதைச் சொல்லி என்னா ஆவப்போது. நாங்க இருக்கோம் பயப்படாதே..” சரோஜா சொன்னாள்.

“தைரியமா எப்பவும் போல வேலைக்குப் போ, இந்த அவமானம்

உனக்கு மட்டுந்தேன்னு நினைக்காதே. உன்னிய இந்த நிலைக்கி ஆளாக் கிட்டு ஓடிப்போன அவனுக்குந்தான். தப்புப் பண்ணிட்டமேன்னு கலங்கிட்டு இருக்காதே." அருணா தைரியப்படுத்தினாள்.

"தோபாரு அமுதா ஊரு வாயமூட கழுத்தில ஒருமஞ்சக் கயிறு கட்டிக்கோ. ஒம் புருஷ ஆருன்னா அவே பேரச் சொல்லு. எங்கேன்னு கேட்டா பம்பாயிலன்னு சொல்லு. அதானே உண்மை."

"அவே பேர நினைச்சா எனக்குப் பத்திட்டு வருது. இதுல அந்த துரோகியப் புருஷன்னு சொல்லுனுமா? அந்த யோக்கியத இருக்கா அவுனுக்கு. என்னக்கா கொடுமை..."

"சரோஜா அக்கா! நீ சொல்றது எனக்கு உடன்படல. ஊருக்குப் பயந்து தாலிய மாட்டிக்கணுமா? அவ தாலி போட்டுருக்கா இல்லே போடாமயிருக்கா அது அவ இஷ்டம். அதனால ஆருக்கு என்ன நட்டமா போச்சு. அப்படி நினைக்கிறவே எவனாவது இருந்தா, ஓடிப் போனானே அந்தப் பொறுக்கிய கண்டுப் புடிச்சிட்டு வந்து இவளோட வாழ வைக்கட்டுமே. இதைச் செய்ய எவுனுக்கும் திராணி யில்லே. பெருசா கலாச்சாரம் பண்பாடு நாகரீகமுன்னு மீசைய முறுக்கிட்டு வந்திருவாங்கே. பொட்டச்சிக்கு மீச இல்லேப் பாரு. கலாச்சாரம் பண்பாடுன்னு பேசறவங்கே இந்தத் துரோகிகள உக்கார வைச்சிப் பாடம் சொல்லிக் குடுக்க வேண்டியதுதானே. புருஷன் இல்லாம வவுத்தில பிள்ளய சுமந்து அவமானப் படட்டுன்னுதா அந்தக் கள வாணி ஓடிப்போயிட்டா. மான அவமானத்துக்கு மட்டும் தாலி சம் பந்தப்பட்டதில்லே, அதுக்குமேல கணவன் மனைவி உரிமை சம்பந் தப்பட்டதுங்கிறது தெரிஞ்சி இந்த வலையிலமாட்டிக்கக்கூடாதுன்னு சாதுரியமா ஏமாத்திட்டுப் போயிட்டா. ஓடிப்போனவ பேரைச் சொல் லிக் கழுத்தில மஞ்சக் கயிறை கட்டிக்கிறதில அர்த்தமில்லேன்னு நினைக்கிறே நான்."

அருணா ஆத்திரத்தோடு கொஞ்சம் காட்டமாகவே வெடித்தாள். எத்தனையோ கணவன் மனைவி தாம்பத்திய உறவில் தாலியொரு பொருளற்ற பொருளாகவே இருக்கும்போது, அது இருந்தாலென்ன இல்லையென்றால் என்ன என்பது அவள் கருத்து.

"அடியே உங்கூட வியாக்கியானம் பன்ன என்னால முடியாது தாயி. நீ சொல்றது எல்லாஞ் சரித்தே. ஆனா ஊரோட ஒத்து ஓடியா வனும். அவ நாலுபேரு மாதிரி மனுஷியா நடமாடி சுகமா குழந்தைய பெத்து வரணும். அவ நிம்மதியா இருக்கத்தே வழி சொன்னே."

"அமுதா நீ மஞ்சக் கயிறைக் கட்டிக்கோ. ஆனா ஊர் உலகத்துக் காவ போட்டுக்காதே. உம் மனசாட்சி சொன்னா தாரளமா செய்.

சிறுபிள்ளயிலயிருந்து எத்தினியோ விதவிதமா மணி, மாலைன்னு போட்டுருப்பே. அதுக்கெல்லா அவசியமும், அர்த்தமும் இருந்திச்சி. இப்போ நீ போடப்போற மஞ்சக் கயித்துக்கு அவசியமிருக்கு. ஆனா அர்த்தம் இல்லேங்கிறதுதா என் வருத்தம்."

"ஆத்தி...நீ மெத்தப் படிச்சவ. நீ சொல்றது புரிஞ்ச மாதிரியுமிருக்கு புரியாத மாதிரியுமிருக்கு. நா வீட்டுக்குக் கிளம்புறே. அமுதாவ பாத்துக்கோ. உனக்கு நான் சொல்ல வேண்டியதில்ல. இவுளுக்கு அடைக்கலம் கொடுக்கப் போயி சில நாயீக காதுல பட்டும் படாமப் பேசு வாங்கே. சமாளிச்சுதே ஆவனும்."

"அத விடுக்கா. எந்தக் களுதயாவது முனுமுனுக்கட்டும் காலுல இருக்கிறத கழட்டிக்க மாட்டே."

"நீ செஞ்சாலும் செய்வேடியம்மா. சரி நா வாறே."

அமுதாவுக்கு முடிந்தவரை தைரியம் தெளிவு பெறச் செய்தாள். தங்கையாய் கண்ணன் அறையை அவளுக்கு ஒழித்துக் கொடுத்தாள். அமுதா கலங்கிய விழிகளோடு அருணாவின் பாதத்தில் நன்றியைக் கொட்டினாள்.

"ச்சே சே...என்ன காரியம் பண்ணுரே, எழுந்திரு முதல்ல.."

அவளைத் தூக்கி நிறுத்தினாள்.

"எங் காலுல விழறவ...பைத்தியமாயிட்டியாடி..."

"ஊரு உலகமே கேவலமாப் பேசி ஒதுக்கினப்ப என்னிய மனுஷியா மதிச்சு சேத்துக்கிட்டீகளே இந்த மனசு ஆருக்கு வரும்?"

ஓவென்று அழுதவளின் கண்களைப் பாசத்தோடு துடைத்துவிட்டு அருணா சொன்னாள்..,

அமுதா..எல்லோருக்கும் நீ செய்த தவறுதான் முன்னால் தெரிகிறது. முறையில்லாமல் நீ தாயாகி விட்டாய் என்று புரிந்து கொண்டவர்களுக்கு நீயும் ஒரு மனுஷிதான், உனக்கும் மனதிருக்கிறது என்கிற மனிதாபிமானம் இல்லாமல் போய்விட்டது. ஆனால் நான் உன்னுடைய மனதைப் பார்த்தேன், அதில் வடிகின்ற உதிரத்தைப் பார்த்தேன். நீ படும் வேதனையை ஒரு நிமிடம் நானும் அனுபவித்துப் பார்த்தேன். ஆத்தி...எம்பூட்டு வலி. எப்படித் தாங்கிக்கொண்டாயோ. நீ படும் துன்பத்தைவிட நீ படும் அவமானத்தைப் பார்த்து தான் உன்னை என்னிடம் கை நீட்டி அழைக்க வைத்தது. ஐந்தறிவு மிருகங்கள்கூட தன்னுடைய துணை படும் கஷ்டத்தைப் பார்த்துக் கண்ணீர் விடும். நாமெல்லாம் மனிதர்கள் என்று சொல்லிக்கொள்

கிறோம், ஆனால் இன்னும் மனிதர்களாகவில்லை என்பதுதான் என் வேதனை என்று உணர்ச்சி பொங்கக் கூறினாள்.

“என்னமோ பெரிய விஷயமெல்லா சொல்லுறீக. எனக்கு நீங்கதே அடைக்கலம். எல்லாமே நீங்கதான் இனிமே. நீங்க காட்டுற வழியில நடப்பேக்கா.”

“அடைக்கலம் அப்படி இப்படின்னு சொல்லக்கூடாது அமுதா. எங்கூட நீயும் வந்து சேந்திட்டே அம்புட்டுதா. போய் முகத்தைக் கழுவிட்டுப் பளிச்சின்னு வா...போ...போ.”

பிள்ளைதாச்சியாக இருந்தாலும் காலையில் வெள்ளென அருணா எழுவதற்கு முன்பே எழுந்து வாசல் பெருக்கித் துடைத்துக் கோலம் போட்டுவிடுவாள். பால் வாங்கி காஃபி போட்டுத் தயாராக வைத் திருப்பாள். ஆரம்பத்தில் அருணா சொல்லிப்பார்த்தாள். கேட்க வில்லை. வாயும் வயிறுமாக இருப்பவள் ஓடியாடி வேலை செய்தால் சுகப்பிரசவம் ஆகுமாம், அதனால் அவள் இஷ்டத்துக்கே விட்டு விட்டாள்.

சமையல் அறையில் காய்கறி வெட்டிக் கொடுப்பாள் பாத்திரம் தேய்த்துவிடுவாள். எந்த வேலையாக இருந்தாலும் சுருசுருப்பாக நொடிப்போதில் செய்துவிடுவாள். அருணாவுக்கு வேலை பளு கொஞ்சம் குறைவுதான். அமுதா வந்தபின் கண்ணனுக்கு நடுக் கூடத்தோடு எல்லா வேலையும் சரி. பெரும்பாலும் வெளிவராந்தா விலேயே படுத்துக் கொள்வான். மழையாக இருந்தால் அவனைக் கூப்பிட்டு கூடத்தில் வந்து படுக்கச்சொல் வாள் அருணா. அமுதாவை நிமிர்ந்துகூடப் பார்க்கமாட்டான். அக்காள் வீட்டிலிருக்கும் போது தான் அவனுமிருப்பான்.

கனகராஜ் வந்தால் அவன் திரும்ப கிளம்பிப்போகும்வரை அமுதா தலையைக் காட்டமாட்டாள். அப்படியொரு பயம், மரியாதை. ஆரம்பத்தில் சில முறை அவளைக் கூப்பிட்டுப் பேசியிருக்கிறான். தைரியம், நம்பிக்கை கொடுப்பான். எந்தக் கூச்சம், தயக்கமின்றி தன் நம்பிக்கையோடு தலை நிமிர்ந்து நடக்கச் சொல்வான். ஒன்று ஒன் றரை மணி நேரம் வழக்கம்போல கனகராஜ் பேசிக்கொண்டிருந்து விட்டு பழங்காநத்தம் கிளம்பிவிடுவான்.

அமுதா இருப்பது இருவருக்கும் ஒரு வகையில் நல்லதாகவேபட்டது. ஆனாலும் சில தருணங்களில் அவனோடு உரசிப் பேசி சந்தோஷப் பட்டுக்கொள்வாள். அவனுக்கும் அப்படித்தான். வேண்டுமென்றே சமையற்கட்டு பக்கம் போய் அவளை மெல்லச் சீண்டி சந்தோஷப் படுவான். அதுகூட இல்லாமல் போனால் இருவரும் அந்நியப்பட்டது

போலாகிவிடும். கனகராஜ் அங்கே வந்துபோவதையே ஒரு மாதிரி பார்த்த அக்கம் பக்கத்தார்கள் வாயும் வயிறுமாக வந்திருக்கின்ற அமுதாவை ஏற இறங்கப் பார்த்து கிசுகிசுக்காமல் இல்லை.

கனகராஜ் அருணா இருவர்மேலும் நல்ல மதிப்பு, மரியாதையிருந் தாலும் விவரம் தெரிந்துகொள்ள அமுதா ஒரு நாள் தைரியமாய் வாய் திறந்து கேட்டுவிட்டாள்...

"எப்பிடிக்கா அவுக ஒங்களுக்குப் பழக்கமானாக..?"

"எவுகள சொல்றே.." வேண்டுமென புரியாதவள் போல் கேட்டாள்.

"அவுகதாங்கா.."

"அவுகன்னா...ஆருடி....?"

"போங்கக்கா...வேணுமுன்னு தெரியாத மாரி கேக்குறீக." சொல்லிச் சிணுங்கியவள், "அவுகதாங்கா நம்ம மாமாவத்தே கேக்கறே" என்றாள்.

"ஓஹோ, ஒனக்கு மாமா ஆயிட்டாகளா. வெரிகுட், சரி...என்ன எங்களப் பத்தி ஆராச்சி பண்ணுறீயா..."

"இல்லக்கா சாமி சத்தியமா ஒங்க ரண்டு பேரையும் பாத்தா பெரும யாயிருக்கு. ரொம்ப தங்கமான மனுஷர். இருந்தா உங்க மாரி இருக்குனும்"

"அடியே பாவி, கண்ணு வைக்காதடி..."

"எம்புட்டு நாளா பழக்கங்கா?"

"ம்... இரண்டு வருஷத்துக்கு மேல ஆவும்..."

"ஒங்களுக்கு எப்படி அவுகளப் பிடிச்சுது?

"என்னடி பேட்டி எடுக்கிறவமாரி கேள்விமேல கேள்வி கேக்கறே?"

"தப்பா எடுத்துகாதீக அக்கா...சும்மா தெரிஞ்சிகிக்க கேட்டே..."

"ஒரு மனுஷ நல்லவுகளா கெட்டவுகளான்னு புரிஞ்சிக்கிறதுக்கு நல்ல அறிவு வேணும். பிறவு பொறுமை வேணும். அவுககிட்ட இருக் கிற நல்ல குணம், பழக்கவழக்கத்த கொஞ்ச நாளுப் பேசி பழகித்தே புரிஞ்சிக்கிட்டே. அவுகளும் என்னிய புரிஞ்சிக்கிட்டாக. நாங்க ஒருத்தர ஒருத்தர் புரிஞ்சிக்கிட்ட அந்த புரிதல்தான் எங்கள சேத்து வைச்சுது."

"உங்க ரண்டு பேருல ஆருக்கா முதல்ல விருப்பத்த சொன்னது?"

"போடி...எனக்கு வெக்கமாயிருக்கு..."

"ஐயோ அக்கா, ஒங்க முகம் இப்ப எம்புட்டுஅழகாயிருக்கு, அவுக இல்லாம போயிட்டாகளே."

"ஏய்...அமுதா உனக்கு ரொம்ப தைரியமாயிடுச்சுடி..."

அவளைச் செல்லமாக அடிக்கக் கையை ஓங்கினாள்.

“அக்கா பிளீஸ்...சொல்லுங்களே...”

அருணாவின் முகம் வெட்கத்திலும் மகிழ்ச்சியிலும் பொங்கி வழிந் தது. சில வினாடிகள் ஜன்னல் பக்கம் திரும்பிப் பார்த்திருந்தவள்...

“அவுகளும் சொல்லுல நானும் சொல்லுல. ஒருசந்தர்ப்ப சூழ்நிலை என்னிய அவுகளுக்கும் அவுகள எனக்கும் காட்டிக் கொடுத்திடுச்சி. ஒரு வார்த்த கூட நாங்க அப்பப் பேசிக்கல. அதை இப்ப நினைச்சாலும் புல்லரிச்சுப் போயிரும்.”

தன் இரண்டு கைகளிலும் குத்திட்டுச் சிலிர்த்து நிற்கும் ரோமக்கால் களைப் பார்த்து உடம்பை லேசாகச் சிலுப்பிக்கொண்டாள்.

“தனியா இருக்கப்போ என்னக்கா பேசுவீக?”

“நாங்க எங்களப் பத்தி பேசுறதவிட சுத்தியிருக்கிறவுகள பத்தி, சமு தாயத்தப் பத்தி பேசுறதுதே அதிகம். அதத்தே ஆர்வமாப் பேசுவாக. சுயநலச் சிந்தனையவிட பொதுநல அக்கறை ஒருத்தருக்கு இருக்க ணும். அதுக்கு சுத்தமான மனசு வேணும், இரக்கம் கருணை அதோட மனிதாபிமானம் வேணும்பாக. மனிதாபிமானம் யில்லேன்னா மனு ஷனே இல்லேம்பாக.”

“அவுக எப்படிப்பட்ட உத்தமருன்னு தெரியுதுக்கா.”

“பெண்கள ரொம்ப மதிப்பாக. பொண்ணுக கஷ்டப்படுறதப்பாத்து துடிச்சுப் போயிருவாக. உன் விஷயம் தெரிஞ்சதும் இங்கனக் கூட்டி வான்னு முதல்ல சொன்னதே அவுகதான்.”

“அப்படியாக்கா? கை எடுத்து கும்பிட வேண்டிய தெய்வங்கா..”

“அடியே...போதும்போதும் நீ அவுகள சாமியாக்கிடாதடி.”

“நீங்க சொன்னாலும் சொல்லாட்டியு அவுக தெய்வம் மாரித்தே. சரிக்கா..நீங்க தனியா இருக்குறப்ப அப்படியிப்படி...”

“ஏய்..மண்டயில போட்டே தல உள்ளபோயிரும். ஆழம் பாக்கிறியா?

“சாரிக்கா...சாரிக்கா...தப்பா நினைக்காதீக.”

“சரி...நீ கேக்குறது புரியுதடி! அவுக என்னிய எப்போ முதமுதலாத் தொட்டாகளோ அப்பலயிருந்து இன்னவரிக்கும் ஒரு நாள்கூட எல் லைய மீறினதில்ல. நான் ஒரு காரணத்துக்காவ தடைபோட்டிருக்க. அதைக்கூட சில நேரத்தில நா மீறியிருப்பே. ஆனா அவுக மீறினதில்ல. எத்தனை ராத்திரி தனியா வீட்டுல தங்கியிருக்கோம். எம்பக்கத்தில இரண்டடி தள்ளி, இல்ல இல்ல அவரோட சேர்ந்து ஒட்டிப்படுத்துத்

தூங்கியிருக்கேன். அவுக வெறும் ஜடமில்லே. ஒரு ஆணுக்கிருக்கிற எல்லாத் தகுதியும் இருக்கு. புத்திய சபலப் படவுடாம கட்டுப்பாட் டோட புலனை அடக்கி ஒரு குழந்தை மாதிரி எம்பக்கத்தில படுத்துத் தூங்கி எழுந்திரிக்கிறது சாதாரண விஷயமில்லை. ஆம்பிள்ளை எல் லாரும் ஆம்பிள்ளயில்ல. இந்த பலம் யாருக்கு இருக்கோஅவந்தான் முழு ஆம்பிள்ளை. ஆண்மைங்கிறதுக்கு அர்த்தமே இதாண்டி. வெக் கத்தைவிட்டுச் சொல்லுறே, சில நேரம் எங்க வேர்வை கலந்திருக்கும். உடம்பாலச் சேர்ந்து நாங்க வாழலயே தவிர உள்ளத்தால சேர்ந்து ரொம்ப நாளாச்சி."

முகம் சிவந்து லேசாக அவள் உதடுகள் துடித்தன. உணர்ச்சிப்பிழம் பாய் தேகம் மெல்ல ஆடியது. முத்துக்களாய் முகத்தில் அரும்பியிருந்த வியர்வையை அருணா துடைத்தாள்.

"நம்ப முடியலக்கா. இப்பிடி ரெண்டுபேரு நெருக்கமா இம்புட்டு நாளா இருக்க முடியுமான்னு தெரியல. ஆனா சத்தியமா உங்க பரி சுத்தமான உறவை நம்புறேங்கா."

"இதுல மன வைராக்யம் மட்டும்போதாது. மனுஷனுக்கு கொள்கை வேணும், அதுல பிடிப்பாயிருக்கணும். எதச் செய்யுனும் எதச் செய்யக் கூடாதுங்கிற தெளிவு இருக்கணும். அப்பேர்பட்ட மனுஷரே ஒரு நா தடம்புரளப் பாத்தாக. அதுக்காக அவரு பட்ட வேதனை யிருக்கே ஆத்தி..! சராசரி ஆம்பிள்ளைக்கு இருக்கிற எல்லா நிறையுங் குறை யுமிருந்து இப்ப புடம்போட்டத் தங்கமாயிட்டாக..."

"நீங்க இம்புட்டு விவரமா இருக்கிறதாலத்தே உங்க மனசு போல தங்கமானவரா கிடைச்சிருக்காக. எல்லாருக்கும் இந்தப் பிராப்தம் கிடைக்காதுக்கா..." சொல்லிவிட்டு ஒரு வினாடி அருணாவின் முகத் தைப் பார்த்தவளின் விழியிலிருந்து நீர்த் திவலைகள் உருண்டன. பிறகு தரையை உற்றுப் பார்த்தபடி நகத்தால் குறுக்கும் நெடுக்கும் கீறினாள். எழுந்து அவளருகில் வந்து முதுகில் தட்டிய அருணா...

"ஏ மக்கு! ஏ கலங்குரே. நீ இம்புட்டுப்பேசனது ரொம்ப சந்தோ ஷமா யிருக்கு. கண்ணைத் துடை, பைய எழுந்துப்போயி முகத்தக் கழுவிட்டு வா போ போ..."

அமுதா ஆரம்பத்தில் இரண்டு வாரமாக வீட்டிலேதான் இருந் தாள். லீவு எடுத்தது போதுமென்று வேலைக்குச் செல்ல ஆரம்பித்து விட்டாள். அருணாவின் அரவணைப்பில்தான் அமுதா இருக்கிறாள் என்ற செய்தி ஆபீஸில் பலருக்கும் தெரியவே கிசுகிசுப்பு ஜாடைப் பேச்சு எதுவுமில்லை. கொஞ்சம் முகத்தெளிவோடு அமுதா வேலை யைப் பார்த்தாலும் உள்ளுக்குள் வேதனையும் வலியும் இல்லாம

லில்லை. ஏழாவது மாதம் ஆரம்பிக்கும்போது டாக்டரிடம் கூட்டிச் சென்று செக்கப்பிற்குத் தேவையான எல்லா டெஸ்ட்டுகளை எடுத்துப் பார்த்துவிட்டு வந்தாள் அருணா.

தாயிக்கு உடல் நலமில்லை என்று கேள்விப்பட்டு அமுதா தன்வீட்டிற்கு ஓடினாள். ஆனால் மகள் முகத்தைக்கூடப் பார்க்காமல் தாய் சொர்ணம் திட்டி அனுப்பிவிட்டாள். வருத்தம் மேலிட அவமானத்தோடு திரும்பினாள். இதை அறிந்து அமுதாவின் வீட்டைத் தேடிக் கண்டுபிடித்து ஒரு சிறு குடிசையின் முன்பு கனகராஜும் அருணாவும் போய் நின்றனர். எல்லோரிடமும் குனிந்து குனிந்தே பழக்கப்பட்ட ஏழைகளின் முதுகு, தம்வீட்டு வாசலில் மட்டும் ஏன் நிமிர வேண்டும் என்றோ என்னவோ தங்கள் குடிசைகளின் வாசலைக்கூட தாழ்வாகவே கட்டியிருக்கிறார்கள். இவர்கள் வாழ்விலும் என்றாவது ஒரு நாள் நிமிர்ந்து நிற்கக்கூடிய தருணம் வருமா என்ற கேள்வியை தனக்குள் கேட்டபடி கனகராஜ் உள்ளே குனிந்து குரல் கொடுத்தான்.

தட்டுத் தடுமாறி எழுந்த அமுதாவின் தாய் சொர்ணம் தோளில் சரிந்த புடவையைச் சரி செய்தபடி தலையை வெளியே நீட்டினாள். அதிகாரிகள் போல மிடுக்காக நின்றவர்களைப் பார்த்துத் தயங்கி பயத்தோடு அவள் விசாரித்துக் கொண்டிருக்கும் போதே குனிந்து சரசரவென்று உள்ளே நுழைந்து விட்டனர். கனகராஜ் தங்களை அறிமுகப்படுத்திக் கொள்ளும்போதே அருணா சுவரோரம் சுருட்டியிருந்த ஓலைப்பாயை விரித்துப்போட்டுத் தானும் உட்கார்ந்து அவனையும் உட்காரச் சொன்னாள். சல்லடைக் கண்கள் போலக் கூரையிலிருந்த ஓட்டைகள் வழியே வெளிச்சம் புள்ளிப் புள்ளியாய்த் தரையில் படிந்திருந்தன. ஒரு முறை அறையைச் சுற்றிக் கண்களைச் சுழல விட்டாள் அருணா.

குடிசையின் நடுவில் நின்று இரண்டு மரத்தூண்கள் தாங்க, சற்றுப் பெரிய கூடம். தனி அறை என்று எதுவுமில்லை. பெண்கள் துணி மாற்றிக்கொள்ள ஒரு மூலையில் சாக்குப் படுதா. கிழிந்த படுதாவைத் தொட்டபடி துருபிடித்து நசுங்கிய ட்ரங்குப் பெட்டி. இன்னொரு மூலையில் கரி படிந்த இடுப்பளவு தடுப்புச் சுவர். சுவரிலிருக்கும் ஆணியில் சீமெண்ணை சீசா தொங்கியது. அதுதான் அடுப்படி. அதை யொட்டி அடுக்குப் பானைகள். இன்னொரு மூலையில் பெரிய தண்ணிர் பானை. பக்கத்தில் நீண்ட பலகைமேல் கழுவிக் கவிழ்த்திருக்கும் அலுமினியப் பாத்திரம் சட்டிப் பானைகள். இரண்டு தூணுக்கும் இடையிலுள்ள கயிற்றில் சில அழுக்கேறிய கிழிந்தபுடவைகள், அமுதாவின் நைலக்ஸ் புடவையும் தொங்கின. தூணிலிருக்கும் ஆணியில் ஒரு லுங்கி, சாயம்வெளுத்த இரு சட்டைகள் தொங்கின.

தூணின் மத்தியில் ஜான் அளவு முகம் பார்க்கும் கண்ணாடி. தூணுக்கடியில் முழுக்கக் கரிபடிந்த சிமினி விளக்கு, ஒரு ஹரிகேன் லாந்தர். அருணா உட்கார்ந்திருக்கும் இடத்திற்குப் பின்னால் இரண்டு மூன்று மரப்பெட்டி நீளவாக்கில் போடப்பட்டு, படுக்க வசதியாய் அதன் மேலே கோணிச்சாக்கு, அதற்கும் மேலே கிழிந்து ஒட்டை விழுந்த பழைய ஜமக்காளம்.

எல்லாவற்றையும் ஒரு முறை பார்த்தவளின் நினைவு குடிசையில் தான் வளர்ந்த நாட்களைத் தேடி ஓடிற்று. நெஞ்சை அடைப்பது போலிருக்க, எழுந்து போய்த் தண்ணீர் வாங்கிக் குடித்தாள்.

"ஆத்தா...உடம்பு சுகமில்லயாமே எப்படி இருக்கீக?" கனகராஜ் விசாரித்தான்.

"உடம்புக்கு என்னய்யா, போய்ச் சேர நாளு வர்லயேன்னு கிடக்கறே"

"அப்படிச் சொல்லாதீக, எங்க அமுதா அப்பாரக் காணல...?"

"அங்கன வழியில லொக்கு லொக்குன்னு இருமிட்டுயிருக்கிற மனு ஷரப் பாக்கலையா. அந்த ஆம்பிள்ளயால என்ன சுகத்தக் கண்டே. உடம்புல நீரோட்டம் இருந்த வரையில கொஞ்ச ஆட்டமா பாட்டமா! பிள்ளயிகளுக்கு நல்ல புத்தி சொல்லி வளத்திருந்தா இந்த நெலைமை வந்திருக்குமா? நா வாயத் தொறந்து ஏதுஞ் சொன்னாப் போச்சு. ஏய் ஆம்பிள்ளயிக்கு புத்தி சொல்ல வந்திட்டீயோ, பொம்பளயா லட்சணமா மூடிகிட்டுப் போவேம்பாக. இப்ப எட்டு அணா சம்பாதிக்க துப்பில்ல. ஆனா நிதம் இரண்டு கட்டு பீடி வந்துடணும். நா எதச்சொல்ல..."

"அமுதாவுக்கு மூத்த பையன் ஒருத்த இருக்கானாமே எங்க...?" அருணா கேட்டாள்.

"அவே ஓடிப்போயிட்டா தாயி. எங்கன இருக்கா, எப்படி இருக்கா உசுரோட இருக்கானான்னுகூடத் தெரியல தாயி. மூனுவயசுலயிருந்தே சொல் பேச்சுக் கேக்காது. பள்ளிக்கூடம் போறேன்னு எங்கனயாவது திரிஞ்சிட்டு வருவே. சின்ன வயசில சேரக்கூடாத சகவாசம். கெட்டு குட்டிச் சுவரா போச்சி. எங்கன சுத்துறா என்ன ஜோலி ஏதுன்னு தெரியாது. பத்து பதினைஞ்சு நாளுக்கு ஒருதபா தலையக் காட்டுவா. இங்கனதா இந்தத் தரையில அப்படியே படுத்துப் பொளுது முழுக்க தூங்குவான். பெத்த மனசு கேக்காம கறியோ மீனோ செஞ்சி வைப்பே. அவனே போட்டு சாப்பிடுவான். கையிலயிருக்கிற பணத்த அரிசிப் பானையில போட்டுப் போயிருவா. பெத்தவளாச்சே ஒரு வாத்த போறேன்னுகூட சொல்லமாட்டா தாயி. பாவி மகே! போயி அஞ் சாறு வருஷமாச்சி. இருக்கானோ போயிட்டானோ அந்தக் கருப்ப சாமிக்குதே வெளிச்சம்."

புடவை மாராப்பால் கண்களைத் துடைத்தவள் வெளியே எட்டி மூக்குச் சளியைச் சிந்திவிட்டு வந்து உட்கார்ந்தாள்.

"அழாதீக ஆத்தா...ஒங்கப் பிள்ள ஒரு நா வந்திருவா அழாதீக..."

"பெத்த பிள்ளதா போயிட்டா. பொண்ணாவது எங்கள காபந்து பண்ணுமுன்னு இருந்தே. பாவி மக அவளக் காபந்து பண்ணிக்க முடியாதவளா எங்களப் பாக்கப் போறா."

"சின்ன வயசு. அறியாப் பொண்ணு. பாதிப்பு என்னேன்னு தெரியாம தப்புப் பண்ணிட்டா. எந்நேரமும் அத நெனைச்சி சஞ்சலப் படாதீக. உங்கள நீங்க தண்டிக்கிறதால உடம்புக்குத்தான் வரும். அமுதா எங்ககூடத்தே இருக்கா. நாங்க நல்லாப் பாத்துகிறோ. பணம் கொடுத்தாளாம் வேணாமுன்னு சொன்னீகளாம், ஏன் ஆத்தா?"

"என்னய்யா சாதாரணமா சொல்லிட்டீக. இந்த மனசு படுறபாடு தெரியுமா? அக்கம் பக்கம் ஊர்சனம், மக்க மனுஷா அம்புட்டுப் பேரும் காரித் துப்பிட்டாக. கம்பேனியில வேலைக்குப் போயி சம்பாதிக்கிற வேன்னு எங்கன போறே, என்ன ஏதுன்னு கேக்காமா வுட்டுட்டே. அவேந்தா படிக்கல, இரண்டு எழுத்து படிச்ச இந்தக் களுதைக்கு அறிவு வாணாமா? பசின்னு சோத்ததானே திங்குறா, பாதை ஓரமா கிடக்கறதயா திங்குறா? இப்படிப் பேரு கெட்டு சீரழியவாய்யா படிக்க வெச்சே. பெத்த பிள்ளைக உருப்படாம போகவுட்டு பூமியில நா பாரமா இருக்கணுமா தாயி? இந்த உசிர மடிச்சிட்டு அப்பமே போயி சேந்திருப்பே. அங்கன வீட்டுக்கு முன்னால புருஷன்னு ஒரு ஜீவன் குந்தியிருக்கு. அந்த மனுஷ அனாதையா ஆயிடுமேன்னுதா கிடக்கறே.."

"நீங்க சொல்லுறது சரித்தே. அமுதா செஞ்சது சரின்னு சொல்லுல. நீங்க பெத்து கஷ்டப்பட்டு வளத்த பெண்ணு. முதல்ல நீங்கத்தே அவள மன்னிச்சி ஏத்துகணும் ஆத்தா."

"தோ பாரு தாயி நா கோடீஸ்வரே வூட்டுல பொறக்கல. இந்தக் குடிசையிருக்கிற மண்ணு ரெண்டு சென்டு இடம் எங்கப்பாரு எனக்கு சீதனமாக் கொடுத்தாக. எங் காலத்த கௌரவமா இந்தக் குடிசையில கழிச்சிட்டு போயிடமுன்னு இருந்தே. ஆனா நா பெத்ததுக ஆளுக்கு ஒன்னா இந்தக் குடிசைத் தூணை ஆட்டி சாச்சிடுச்சிக."

சொல்லிவிட்டு அருணாவை உற்றுப் பார்த்தாள். ஒட்டிய கன்னங்கள் வழியே தாரையாய் வழிவதைச் சட்டை செய்யவில்லை. கனகராஜ் பையிலிருந்து ரூபாய் நோட்டுகளை எடுத்து அவளிடம் நீட்டினான்

"பணமா எனக்கு வேணாம்யா எங் கைகாலுல தெம்பிருக்கு எங் கிட்டோ வேலைபாத்து ஒன்னோ ரண்டோ சம்பாதிப்பே. ஒரு ஜான் வவுத்துக்கு யாருகிட்டும் கை ஏந்தக் கூடாது. அவ காசு எனக்கு

வாணாம். அவளப் பெத்த வயிறு இன்னும் கொதிக்குதுய்யா. இந்தக் கொதிப்பு எப்ப அடங்குமோ தெரியல. நீங்க கிளம்புங்க...”

சொர்ணத்தின் குமறலும் கோபமும் சில வினாடிகள் இருவரையும் எழவிடவில்லை. எழுந்து ஒருமுறை குடிசையினுள்ளே பார்த்துவிட்டு வெளியே வந்தனர்.

“ஏழ்மையில எம்புட்டு வைராக்யம் அந்த அம்மாவுக்குப் பாத்தியா அருணா?”

“வைராக்யம் ஏழைக்கு ஒரு மாரி பணக்காரனுக்கு ஒரு மாதிரியா? நீங்க சொல்வீகளே இதெல்லாம் மனசப் பொருத்த விஷயமுன்னு, அதுதான். அந்த அம்மாவுக்கு பிள்ளைய்க கொடுத்த தண்டனை அதிகங்க. எனக்கு அவுகள பாத்தா கஷ்டமாத்தே இருக்கு.”

12

அமுதா தொடர்ந்து வேலைக்குப் போய்க் கொண்டுதான் இருந்தாள். ஆபீஸில் தன்னை யாரோ பார்க்க வந்திருப்பதாக அழைப்பு வரவே, வரவேற்பு அறைக்கு வந்தாள். அங்கே அவளுடைய சினேகிதி கனகாவைப் பார்த்ததும் முகத்தில் ஒரே சந்தோஷம்.

"ஏய் கனகாவா, எப்புடியடி இருக்கே? உன்னிய பார்த்து எம்புட்டு நாளாச்சி. ஒங் கல்யாணத்துக்குக்கூட வரமுடியாம போயிடுச்சிடி."

"அமுதா, அத வுடு பரவாயில்ல, என் வாழ்க்கையே இப்பப் பிரச் சினையா போயிடுச்சிடி..."

"என்னப்பா, என்னப் பிரச்சனை சொல்லுடி, இப் படி உக்கார்."

கனகா சொல்ல ஆரம்பித்தாள்...

கனகாவும் காசியும் மதுரா மில்லில் வேலை பார்த் தனர். கனகாவின் அழகைக் கண்டு ஆசைப்பட்ட காசி அவளைக் கல்யாணம் செய்துகொள்ள நினைத் தான். இருவரும் ஒரே ஜாதி. அவன் ஆசை எளிதாய் நிறைவேறியது. ஏழு மாதம் முன்பு, நாள் நட்சத்திரம் பார்த்து ஒரு சுபயோகச் சுபதினத்தில் உற்றார் உறவி னர் புடை சூழ ஆசிகூறி கனகா என்கிற கனகவல்லி யின் கழுத்தில் மாலைச் சூட்டி தாலிகட்டி மனைவி யாக்கிக்கொண்டான். காசிக்கு ஒரு தமக்கை மட்டுந் தான். தாங்களிருவரும் வேலைக்குப் போய்வர வசதி யாகயிருக்குமென்று அப்போதே பெற்றவர்களை புதூ ரில் விட்டுவிட்டு வடக்கு வெளி வீதியில் தனிக்குடித் தனம் வந்துவிட்டான். இரண்டு மாதம் எந்தப் பிரச் சனையுமின்றி மகிழ்ச்சியாகத்தான் இருந்தார்கள்.

அப்போதுகூட கம்பெனியில் எல்லோரிடமும் சிரித்துப் பேசாதே என்பான். ஒருவனுக்கு மனைவியானபின் பிற ஆண்களிடம் சிரித்துப் பேசுவது தவறு என்று கண்டிப்பான். கம்பெனியில் வேலை புரியும் பெண்கள் ஆண்களிடம் பேசாமலிருக்க முடியுமா? இந்த யதார்த்தை அவன் ஏற்றுக்கொள்வதில்லை. நாளாக நாளாக அவனுடைய கெடுபிடியும் அதிகாரமும் அதிகமாகியது. கம்பெனியில் அவன் வயதையொத்த ஆண்கள் சிலரை அவள் நிமிர்ந்துக்கூடப் பார்க்கக் கூடாது என்று கட்டளையிட்டான். வேலைபொருட்டு இவள் வேறு செக்ஷனுக்குப் போக வேண்டியிருக்கும். அது போல் மற்றவர்களும் இவள் செக்ஷனுக்கு வந்தாக வேண்டும். அவர்கள் வேலை அப்படி. இது காசிக்கும் தெரியும்.

யாரோ இரண்டு பேர் வராந்தாவில் பேசிக் கொண்டிருக்க, அவ் வழியே கனகா கடந்து போக, பேசிக் கொண்டிருந்தவன் அவளைப் பார்க்கத்தான் அந்நேரம் வரை நின்றிருந்தான் என்று சொல்லுவான். அவனோடு சினேகிதம் இருப்பதாக பழிபோடுவான். தினம் ஒருவனை அவளோடு சம்பந்தப்படுத்தி சண்டை போடுவான். வாயில் வந்தபடி தகாத வார்த்தையால் இவளை மட்டுமின்றி பிறந்த வீட்டையும் சேர்த்துத் திட்டுவான். கண்ணில்படும் பொருளைத் தூக்கி எறிவான். ஆனால் இதுவரை கனகாவை கைநீட்டி அடித்ததில்லை. இது விஷயத்தில் உத்த மன். காசியின் புத்தி தெரிந்து கனகா தன் திருமணத்திற்கு முன்பு சகஜமாகப் பேசிக்கொண்டிருந்த பலரிடம் பேசுவதை மட்டுமல்ல, மரியாதை நிமித்தம் புன்னகை செய்வதைக்கூட நிறுத்தி விட்டாள்.

முடிந்தவரை அவன் சந்தேகத்தைப் போக்க எவ்வளவோ விளக்கம், ஏன்? சத்தியப் பிரமாணம் செய்தும்கூட அவனை நம்பவைக்க முடிய வில்லை. சொல்லும் போது புரிந்தவன் போலத் தலையாட்டுவான். மறுநாள் கம்பெனியிலிருந்து வீட்டுக்குள் நுழையும் போதே கச்சேரியை ஆரம்பித்துவிடுவான். சில நாள் கம்பெனி வராந்தாவில் வைத்தே அவளைத் திட்டுவான். அவளுடன் வேலை பார்க்கும் சக பெண்கள் வேடிக்கை பார்க்கும் போது கனகாவிற்கு அவமானம் பிடிங்கித் தின்னும். தன் குமுறல் கோபத்தை எங்கே காட்டுவதென்று புரியாமல் உள்ளுக்குள் புழுங்குவாள்.

சண்டை நடக்கும் பல இரவு சமையலுமில்லை சாப்பாடுமில்லை. ஆனால், அவன் வெளியே சென்று சாப்பிட்டுவிட்டு அவளுக்கும் வாங்கி வருவான். கனகா அதைத் தொடுவதில்லை. எத்தனையோ நாள் இப்படிப் பட்டினி. சண்டை போட்டால் அதற்காக அவளிடம் பேசாமலிருக்கமாட்டான். அதற்கும் காரணமிருக்கிறது. வீராப்போடு இவனிருக்க அவள் கதவைத் தாழ் போட்டுப் படுத்துவிட்டால் ராப்

பசிக்கு எங்கே போவான். மனைவியை மாற்றானோடு சம்பந்தப் படுத்திப் பார்த்தவனால் எப்படி அவளோடு படுக்க முடிகிறதோ? அவன் கணக்குப்படி இவள் எச்சில் பண்டமில்லையா? அதனால் என்ன? அந்நேரத்தில் அவன் பசி அடங்க வேண்டும். தாலிக் கட்டிய பெண்டாட்டி இதற்கு இல்லையென்றால் அப்புறம் எதற்கு? அவள் இதயத்தை ஆயுதமின்றி குத்திக்கிழித்துக் குருதி கொட்ட வைத்த மிருகத்தின் வேட்கை அடங்க, பெண்டாட்டி என்கிற பாதுகாப்பான பெண் தேவை. அதுவும் குடும்ப நாகரீகப், பண்பாட்டுச் சட்டதிட்டங்கள் எனும் கூட்டுக்குள் அடங்கிக் கிடக்கும் பெண் தேவை.

மாதம் ஒருமுறை கனகாவின் மாமனார் மாமியார் வந்து போவார்கள். மகன் தனியாக மனைவியோடு சந்தோஷமாயிருக்க வேண்டும். அதனால் ஒரு நாள் மட்டும் இருந்துவிட்டு போய் விடுவார்கள். கனகா மாமியாரிடம் பிள்ளையைப் பற்றிச் சொல்லிப் பார்த்தாள். “ஆம்பிள்ளயினா அப்படித்தே இருப்பாங்கே. உலகந் தெரியாதப் பொண்ணாயிருக்கியே. உம்மேல யிருக்கிற ஆசையிலத்தே அப்படிச் சந்தேகப்படுறா. சந்தேகந்தானே படுறா. உன்னிய அடிச்சு உதைக்கிறேனா? இல்லே இன்னொரு பொண்டாட்டியத் தேடிட்டுப் போயிட்டானா? எல்லாம் போவப் போவ சரியாயிடும்...” மகனை விட்டுக்கொடுக்காமல் பேசின மாமியாரை விட்டுவிட்டு மாமனார் இன்னொரு பெண்டாட்டியத் தேடிப் போயிருந்தால் அப்போது தெரியும் என்று கனகா மனசுக்குள் கேட்டுக்கொண்டாள்.

மனம் பொறுக்காமல் புருஷன் கொடுமையைத் தன் பிறந்த வீட்டிலும் சொல்லிப் பார்த்தாள். “குடும்பமின்னா அப்படித்தே இருக்கும். கொஞ்ச நாளு பல்லக் கடிச்சிட்டு காலத்த ஓட்டுற வழியப் பாரு. பிள்ளை குட்டின்னு ஆனா தன்னப்போல எல்லாம் அடங்கிடும். பொண்டாட்டிய மனுஷின்னு பாக்காம காலுலப் போட்டு மிதிக்கிறாங்கே உதக்கிறாங்கே. ஒரு நாக்கூட உன்னிய கை நீட்டி அடிச்சதில்லேன்னு நீயே சொல்லுறே. பொட்டச்சியின்னா பொறுமையாத்தே இருக்கணும். பூமாதேவி மாதிரி கஷ்டத்தைச் சகிச்சுட்டுப் போனாத்தே குடும்பம்...” என்று சொல்லி அவள் பிரச்சனைக்கு முற்றுப்புள்ளி வைக்கப்பட்டது.

இரண்டுபேரும் ஒன்றாகச் சேர்ந்தே வேலைக்குப்போய், சேர்ந்தே வீட்டுக்கு வருவார்கள். இரவு முழுக்க இரண்டு பேரும் ஒரே வீட்டில் தான் தூங்கி எழுகிறார்கள். இதில் கனகா யாரைத் திருட்டுத் தனமாகச் சந்திக்க முடியுமுங்கிற மர்ம ரகசியம் அவனுக்குதான் தெரியும். இரவில் கிடைக்கிற ஓவர் டைம் வேலையைக்கூட மறுத்துவிட்டான். கனகா வேலையை விட்டுவிட்டு வீட்டில் இருக்கிறேனென்றால் முடி

யாதாம். அவளை வீட்டில் தனியே விட்டுவிட்டு கம்பெனியில் எப்படி நிம்மதியாக இருப்பான். தலை வெடித்தே போய்விடுமே. வேலை பார்த்துக் கொண்டிருக்கும் போதே அடிக்கடி அவள் செக்ஷனுக்குப் போய் எட்டிப் பார்ப்பான். அதோடு காசிக்கு அவளுடைய சம்பள மும் வேண்டும். அப்போதுதான் வாரந் தவறாமல் சினிமா, ஓட்டல் சாப்பாடு என்று ஜாலியாகச் சுற்றலாம். நினைத்த உடன் காஸ்ட்லி பேன்ட் சட்டை வாங்க முடியும்.

கம்பெனியில் சிலரைக் கனகாவோடு தொடர்புப்படுத்தி அவர் களிடம் விரோதிக்கத் தொடங்கிவிட்டான். ஒரு நாள் கனகா உறவி னரின் சீமந்த விழா மேலமாசி வீதி மண்டபத்தில் நடக்க, முன் கூட்டியே போய்விட்டாள். காசி பிறகு கிளம்பிப்போனான். மண்டபத்தை நெருங்கும் போது கனகா பாண்டியுடன் பேசிக் கொண்டிருந்ததைப் பார்த்துவிட்டான். அவன் கம்பெனியில்தான் பாண்டியும் வேலை பார்க்கிறான். விஸ்வாமித்திரர் போல அங்கேயே கோபம் அனல் பறந்தது. திட்டம் போட்டு அவனை அங்கே வரவழைத்திருக்கிறாள். தனக்குத் தெரியாமல் இன்னும் என்னென்ன நடக்கிறதோ என்று வானத்திற்கும் பூமிக்குமாய்க் குதித்தான்.

பாண்டியனுக்கு மண்டப உரிமையாளர் உறவினர் என்பதால் அவரைப் பார்க்க வந்திருந்தான். அங்கே கனகாவைப் பார்க்கவே பேசினான். இதை அவள் எவ்வளவு சொல்லியும் ஏற்கவில்லை. பாண்டிக்கும் அவளுக்கும் தொடர்பு இருப்பதாகவே உறுதி செய்து விட்டான். இதைக் கம்பெனியில் அவனே சிலரிடம் சொல்ல இந்த வதந்தி பாண்டிக்கும் எட்டிவிட்டது. ஒரு நாள் வராந்தாவில் காசி யைப் பார்த்தவன் அவன் சட்டையைப் பிடித்து “சும்மா இருக்கிற என்னிய உம் பொண்டாட்டிக்கு புருஷனாக்கி எங் குடும்பத்தில ஏன் டா பிரச்சனைய உண்டாக்கறே...” என்று கன்னத்தில் அறைந்தான். அருகிலிருந்தவர்கள் ஓடிவந்து சமாதானப் படுத்தினார்கள். அவனே பரப்பிய வதந்தியால் அவனுக்குள்ளிருந்த சந்தேகப் பூதம் வெளி வந்து பலரும் கைக்கொட்டி சிரிக்கிற அளவுக்கு ஆகிவிட்டது.

பகல் உணவுவேளை மணியடித்துச் சில நிமிடங்களில் அருணா வந்தாள். அமுதா தன் தோழியைப் பற்றிச் சுருக்கமாகச் சொல்லக் கேட்டபடி மூவரும் சாப்பாட்டுக் கூடத்தில் வந்தமர்ந்தனர். வெகு நாள் நோய்வாய்பட்டவள் போல ஊண் உறக்கமின்றி, குழி விழுந்த கண்களைச் சுற்றி கருவளையங்களோடு, கன் னங்கள் ஒட்டி, உடல் மெலிந்து வாடிய முகத்தோடு காணப்பட்டவளைப் பார்த்து அருணா கேட்டாள்....

“அவனோட தொடர்ந்து வாழணுமுன்னு நினைக்கிறியா?”

“கட்டினவ கடைசிவரை கண்ணுங்கருத்துமா வைச்சுக் காப்பாத் துவான்னு பிறந்த மேனியா என்னிய நா ஒப்படைச்சு என்னா புண்ணியம். எனக்கு அவனோட வாழவே பிடிக்கலக்கா...இந்த வாழ்க்கையே வாணாம்”

“இது நீ சம்பந்தப்பட்டது. உன் வாழ்க்கை சம்பந்தப் பட்டது. நிதானமா யோசிச்சு ஒரு முடிவுக்கு வா.”

“எம்புட்டு நாளைக்கி இந்த நரகத்த அனுவிக்கிறது. எட்டு மாசம் வாழ்க்கையில எல்லாமே அஸ்தமிச்சிப் போயிடுச்சு. கை கால் விளங்காதவனா இருந்தாக்கூட அவனோட நிம்மதியா வாழ்ந்திருப்பே. இந்த வாழ்க் கையே கசந்து போச்சிக்கா.”

“ஏய்...கனகா உம் புருஷ செய்யிறது சரியில்லத்தே. கொஞ்சம் பொறுத்துப் பாக்கலாமே. என் நிலமைய நெனைச்சுப் பாரு..” அமு தா சொன்னாள்.

அமுதா உன்னோடைய நிலைமை இல்லை எனக்கு. ஒவ்வொரு நாளும் நான் செத்துசெத்துப் பிழைக்கிறேன். சிலநேரம் குழவிக் கல்லை அவன் மண்டையில்போட்டுக் கொன்றுவிடலாமா என்று ஆத்திரம் பொங்கும். வீட்டுக்குப் பக்கத்திலிருக்கின்ற ரயில் தண்டவாளத்தில் ஓடி தலையைக் கொடுக்கலாமான்னு தோன்றும். என்ன செய்வேன் என்று எனக்கே தெரியாது. மூளை கலங்கின மாதிரி இருக்கும். ஆனால் அவன் பேசுவதெல்லாம் பேசிவிட்டு, கேட்பதெல்லாம் கேட்டுவிட்டு நடுநிசியில் இந்த உடம்பு வேண்டுமென்று வருவான் பாரே. அப்போது இந்த உடம்பெல்லாம் திராவகம் கொட்டின மாதிரி எரியும். ஆத்திரம் பத்திகிட்டு வரும். ச்சே... மானத்தை விட்டுச் சொல்றேன்டி, அந்தக் கருமத்தை எல்லாம் என் கையால் தொடணுமா? அப்படியே கூசிப் போகும். உடம்பே எனக்கு நாறிப் போனது மாதிரியிருக்கும். வேண்டவே வேண்டாம். பொட்டச்சியா பிறக்கவே கூடாதுடி. பிறக்கவே கூடாது... என்றாள் கனகா.

வெறி பிடித்தவள் மாதிரி குமுறினாள். பல நாள் பட்டினியால் வாயிலிருந்து துர்நாற்றம் வீசியது. புடவை முந்தியால் கண்ணீரைத் துடைத்துக் கொண்டாள். அமுதா எழுந்து வந்து அவளை மெல்லத் தழுவி சாந்தப்படுத்தினாள். அதுவரையிலும் கனகாவின் முகத்தையேப் பார்த்துக்கொண்டிருந்த அருணாவின் பார்வை தரையில் குத்தி நின் றது. இதைத்தான் ஒரு நாள்ஆபீஸில் சரோஜா சொல்லிக் கொண்டி ருந்தாள். எவ்வளவு உண்மையாகிவிட்டது. இன்னும் சரோஜா சாப் பிட வரவில்லையே என்று வாசல் பக்கம் பார்த்தாள். சரோஜா நுழைந்துகொண்டிருந்தாள்.

"எந்த திசை எந்தத் திக்குப்போறதுன்னு தெரியாமத் தவிச்சு நிக்க றேன்டி அமுதா..."

"சரிடி...அழாதே, கண்ணைத் துடை..."

"அமுதா யாருடி இது...உன் பிரண்டா?"

"ஆமாக்கா..."

சரோஜாவிடம் விவரத்தைச் சொன்னார்கள். இழுத்துப் பெருமூச்சு விட்ட சரோஜா...

"ஒனக்கு மட்டுந்தே இப்படியின்னு நெனைக்காதே! புருஷங்கிற பேருல பொண்ணுக வாழ்க்கைய நாசம் பண்ணுற களவாணிக நிறையப் பேரு இருகாங்கே. அதனாலத்தே புதுசா கல்யாணமான பொண்ணுககிட்ட இவிங்கே புத்திய புரிஞ்சி நடக்கச் சொல்றே. சரி அருணா... இவளுக்கு என்னம்மா வழி?"

"என்னக்கா அப்படிக் கேக்கிறே. அமுதாகூட இவுளும் இருந்துட்டுப் போவட்டுமே."

"உம் பெரிய மனசு எனக்குத் தெரியாதா. அமுதா மாதிரியில்ல இவ பிரச்சனை. இந்நேரம் இவ புருஷன் வலைபோட்டுத் தேடுவான். பொண்டாட்டியைக் காணுமுன்னு போலீஸ் ஸ்டேஷனுக்கு அவே போறதுக்கு முன்னே நீங்க போவனும். கனகராஜியைக் கூட்டிட்டுப் போங்க. நீ உள்ளது உள்ளபடி நடந்த எல்லாத்தியும் சொல்லும்மா"

"போலீஸ்கிட்ட நீதான் விவரமாச் சொல்லணும். நாங்க ஒனக்கு சம்பந்தப்படாதவிங்கே. உம் பிரச்சனைய நாங்கச் சொல்லக்கூடாது. உனக்கு புருஷ வேணுமா வேணாமான்னு நீதான் சொல்லணும்."

"எனக்குப் பயமில்லேக்கா. அவேங்கூட இனிமே வாழ்க்கை இல் லேன்னு ஆயிடுச்சி. போலீஸ்க்கு முன்னால அவே கட்டுன தாலிய கழட்டிக் குடுத்திடுறே. இப்ப எனக்குத் தைரியம் வந்திடுச்சிக்கா."

"ம்...அடிப்பாவி பொண்ணுகளே. ஒருத்திக்குத் தாலி யில்லேன்னு பிரச்சனை, இன்னொருத்திக்குத் தாலியேப் பிரச்சனை. நல்ல வேடிக் கையாத்தே இருக்குடியம்மா."

மாலை 5 மணிக்குக் கனகராஜை அழைத்துக்கொண்டு மூவரும் போலீஸ் ஸ்டேஷனுக்குச் சென்றனர். கனகா எல்லாப் பிரச்சனை களையும் புகாராகச் சொன்னாள். காசியையும் கூப்பிட்டுப் பேசியபின் உங்களைக் கூப்பிடுகிறேன் என்று S.I சொல்லி மூவரையும் அனுப்பி வைத்தார். கனகாவிற்கு உதவிக்கரம் நீட்டுவதைத் தவிர அவள் எடுக் கும் எந்த முடிவிலும் தங்களுக்குப் பங்கில்லை என்று S.I. யிடம்

கனகராஜ் தெரிவித்துவிட்டு வந்தான். 7 மணிக்கு அழைப்பு வரவே மூவரும் கிளம்பினர். கனகாவைக் கண்டதும் காசி அவளிடம் ஓடி வந்தான். அவனிடம் பேசவிரும்பவில்லை என்று உறுதிப்படச் சொல்லிவிட்டாள்.

மற்ற புருஷங்க மாதிரி நான் கனகாவை அடித்துத் துன்புறுத்திய தில்லை. அனாவசியமாக யாரையும் பார்த்துச் சிரிக்கக்கூடாது பேசக்கூடாது என்று கண்டித்தது தவறா என்று காசி கேட்டான். நீ செய்தது சரியோ தப்போ உன் மனைவிக்கு உன்னோடு இனி வாழ விருப்பமில்லையாம். கட்டாயப்படுத்தி வற்புறுத்தி உங்களோடு வாழவைக்க முடியாது. அதற்கான சட்டமுமில்லை. நீங்கள் கட்டின தாலி, தங்க நகைகள் எல்லாவற்றையும் கழற்றி இதோ என்னிடம் கொடுத்திருக்கிறார்கள். வாங்கிக்கொண்டு இந்தப் பேப்பரில் கையெழுத்து போட்டுவிட்டு நீங்கள் போகலாம்.

உங்களிடமிருந்து கனகா விலகி விட்டதால் அவர்கள் மீது விரோ தமோ பயமுறுத்தலோ இருக்கக் கூடாது. அவர்கள் உயிருக்கு எந்த ஆபத்து ஏற்பட்டாலும் அதற்கு நீங்கள்தான் பொறுப்பு. உங்களு டையக் குறுக்கீடு பின் தொடர்ச்சி எதுவும் இருக்கக் கூடாது.

உங்களின் மண வாழ்க்கை முறிந்ததால் மறுமணம் செய்ய ஏதுவாக நீதி மன்றத்தில் சட்டப்படி விவாகரத்து பெற்றுக் கொள்ளலாம். அதற்குக் குறைந்தது திருமணமாகி மூன்று வருடங்களாக வேண்டும். அது வரையும் சேர்ந்து ஒரே வீட்டிலிருக்க வேண்டிய அவசியமில்லை. சப்–இன்ஸ்பெக்டர் சொல்லிக் கொண்டிருக்கும்போது காசியின் பெற்றோர், உறவினர்கள் வந்துவிட்டனர். பிரச்சனையை விளக்கிச் சொல்லிப் புரிய வைத்தார்.

“பெண்களை பெண்களா மதிக்கணும். அவுகளும் மனுஷ ஜென்மந் தானே. தாலிகட்டின பொண்டாட்டின்னு எப்படி வேணா நடத் தினா இதா முடிவு. இந்நேரம் கொலைகாரியா ஆயிருக்கும், இல்லே தற்கொலை செஞ்சிட்டுயிருப்பாக. புத்திசாலிப் பொண்ணுதே. உங்க பையனால ஒரு நல்ல பொண்ணோட வாழ்க்கை என்னாச்சிப் பாருங்க. மனைவிய அடிச்சிச் சித்திரவதை செஞ்சாத்தான் குற்றங்கிறதில்ல. தகாத வார்த்தையால மனசு காயப்படுற அளவுக்கு அவமானப் படுத்தினாலும் குற்றந்தா. தற்கொலை செய்யத் தூண்டறதும் குற்றந் தான். அந்தப் பொண்ணு கொடுத்த புகாருபடி ஒங்க பையன்மேல எந்தக் குற்றமும் பதிவு செய்யில. ஒரு நல்ல மனைவியால புருஷன் நிராகரிக்கப்படரதைவிட பெரியதண்டனை, அவமானம் வேற எதுவு மில்ல. இதுல கையெழுத்து போட்டுட்டு தாலி நகைய வாங்கிட்டு நீங்க கிளம்பளாம்.”

"நா வைக்கீல கூப்பிட்டு வந்து பேசனும் சார்" காசி சொன்னான்.

"வைக்கீல கூட்டிவா, ஜட்ஜை வேணாலும் கூட்டிவா. விருப்பப் படாத மனைவிய கணவனோட சேத்துவைக்க ஜட்ஜியாலக்கூட முடி யாது அப்பு. சட்டம் அதுயிதுன்னு பேசனா சட்டபடி உன்னிய லாக் கப்லதே தள்ளணும். கான்ஸ்டபுள்...பையனை உள்ளே உக்கார வை."

பெற்றோர்கள் கையெடுத்துக் கும்பிட்டு வேண்டினார்கள். வேறு வழியின்றி சமாதானமாகி தாலி, நகைகளைப் பெற்றுக்கொண்டு காசி கிளம்பினான். அவன் பெற்றோர்கள் கனகாவைத் தூற்றினர். நாள், நட்சத்திரம், லக்னம், யோகம், ஓரை, வேளை பார்த்து, புரோகிதர் வேதமந்திரம் சொல்ல, அக்னி சாட்சியாய், அம்மி மிதித்து, அருந்ததி பார்த்து, உற்றாரும் உறவினரும் பல்லாண்டு வாழ்கவென வாழ்த்துக் கூறி கட்டப்பட்ட தாலியைச் சில நிமிடங்களுக்கு முன் எந்தச் சம்பிர தாயச் சடங்கின்றி தன் கழுத்திலிருந்து அவளே கழற்றிவிட்டாள்.

"சார், கணவன் மனைவியப் பிரிக்கிறது எங்க நோக்கமில்ல. கண வனால அசிங்கப்பட்டு, அவமானப்பட்டு தற்கொலை வரை போகிறப் பெண்ணுக்கு கைக்கொடுத்து மீட்கிறது மனித நேயமில்லையா..."

"சார் உங்க நல்லெண்ணம் எனக்குப் புரியுது. ஆல் தி பெஸ்ட்.

"தேங் யூ சார்..."

சப்–இன்ஸ்பெக்டரிடம் கைகுலுக்கிக் கனகராஜ் விடை பெற்றான். கனகராஜ் அருணாவுடன் வீட்டிற்கு வந்த கனகா யாரிடமும் எதைப் பற்றியும் பேசவில்லை. பத்து நிமிடம் சித்தம் கலங்கியவளாய் உட் கார்ந்திருந்தாள். பக்கத்திலிருந்த அருணா, அமுதாகூட பேச்சு கொடுக் கத் தயங்கினர். மணவாழ்க்கையைத் தூக்கி எறிந்துவிட்டு வந்திருப் பவளிடம் தொடர்ந்து அதையே பேசத் தயங்கினர். ஆனால் கன காவே பேசினாள்...

"அக்கா! என் வாழ்க்கையில இன்னைக்கி முக்கியமான திருப்பு முனை. இந்த நாளை மூச்சு இருக்கிறவரை மறக்க மாட்டே. இனிமே எதிர்காலத்தை பத்திய கற்பனையுமில்ல கவலையுமில்ல. திக்கு திசை தெரியாம நின்னவளுக்கு துருவநட்சத்திரம் மாதிரி ஆதரவுக் கரம் நீட்டி அடைக்கலம் தந்திருக்கீக. நீங்க இல்லேன்னா அந்த நரகத்தி லிருந்து வெளிய வந்திருக்க முடியாது. வெறும் நன்றிங்கிற ஒத்த வார்த்தையால உங்க பரோபக்கார குணத்தை சுருக்க விருப்பமில்ல. பெத்தவுக, கூடப் பிறந்தவகன்னு எல்லாரும் இருந்தும் அவுகளுக்கு என் பிரச்சனை பெரிசாப் படல. ஆனா ஒரு மணி நேரத்தில என் நிலைமைய முழுசாப் புரிஞ்சிக்கிட்ட நீங்க என்னிய பெத்தவுகளவிட பல மடங்கு உசந்து நிக்கிறீக..."

மிகத் தெளிவாகப் பேசிக் கலங்கி நின்றவளைக் கட்டிப்பிடித்து நெற்றியில் முத்தமிட்டாள் அருணா. ஒற்றையாய்ப் பிறந்த எனக்கு இனி ஒரு தங்கை மட்டுமில்லை இரண்டு தங்கைகள் என்று சொல்லி சந்தோஷப்பட்டாள்.

"ஏய்...அமுதா எம்புட்டு அழகா பேசுறா பாரு இவ."

"அக்கா...ஸ்கூல்ல கனகா நல்லாப் பேசுவா..."

"அக்கா...எம்மனசு இப்போ நிர்மலமாயிருக்கு. எனக்குப் பசிகூட சுத்தமாயில்ல. சாப்பாடு வேணாம். நா இன்னிக்குப் படுத்து நிம்மதி யாத் தூங்கணும்." கனகா சொன்னாள்.

எத்தனை நாளாக நிம்மதியாய்த் தூங்க வேண்டுமென்ற ஏக்கமோ. அவளை அழுத்திய மிகப் பெரிய பாரத்தை இறக்கிவிட்ட களைப்பு. திருமண வாழ்வில் ஏற்பட்ட முறிவு அதன் பேரில் அவள் அருணா வீட்டில் அடைக்கலமாவாள் என்று கற்பனைகூடச் செய்ததில்லை.

அருணா வீட்டிற்குக் கனகராஜ் வந்துபோவதை ஒருமாதிரி பார்த்த வர்களுக்கு, வெறும் வாய்க்கு அவல் கிடைத்த மாதிரி, ஒருத்திக்கு இரண்டு பெண்கள் வந்து சேரவே கேட்க வேண்டுமா. கனகா அங்கே வந்து பத்து நாளாகியிருக்கும். அவளுக்கு வீட்டில் சும்மாயிருக்கப் பிடிக்கவில்லை. இருந்தாலும் அமுதாவுக்குத் துணையாக இருக்கச் சொல்லியிருந்தாள் அருணா.

அன்று வேலைக்குப் போய் திரும்பும்போது கண்ணன் ஒரு வய தான பாட்டியைக் கூட்டிவந்தான். பிள்ளையார் கோவிலுக்கு முன்பு பாட்டி கண்ணீரும் கம்பலையுமாய் உட்கார்ந்திருந்தாளாம். அவன் வேலையை விட்டுத் திரும்பி வரும்போதும் அங்கேயே உட்கார்ந்து அழுதுகொண்டிருக்கவே விசாரித்திருக்கிறான். ஒரே மகன்தானாம். மனைவி பேச்சைக்கேட்டு பெற்ற தாயை அடித்து வீட்டைவிட்டுத் துரத்தியிருக்கிறான். கண்ணன் அந்தப் பாட்டியை அழைத்து வந்ததில் அருணாவுக்கு ரொம்பவே மகிழ்ச்சி. அடிப்படை மனிதாபிமானப் பண்பும் இரக்கமும் இருப்பது குறித்துப் பெருமிதம்கொண்டாள்.

"ஆத்தா என்ன ஆச்சு ஏ வீட்டவுட்டு வந்தீக.." அருணா விசாரித்தாள்.

"எம் புருஷ போயி சேந்து ரொம்ப வருஷமாச்சி. நான் பெத்தது ஒன்னுதே. அதுவும் சரியில்லை தாயி. பொண்டாட்டி சொல்லு அவ னுக்கு மந்திரம். அப்புடி மயக்கி வைச்சிருக்கா அந்தச் சிறுக்கி. அவ களவாணித் தனத்தை சொன்னா என்னிய வெய்யிறா, பேசுறா. பேரப் பிள்ளயிக ரண்டு இருந்தும் என்ன சாரம். எங்கிட்டப் பாசமா இருக் காதுக. ஆத்தா சொல் படித்தான் கேக்கும். பெத்தவளாச்சேன்னுகூட

பாக்காம கைநீட்டி என்னிய அடிப்பான். வயித்துச் சோத்துக்கும் முழத் துணிக்கும் பெத்த பிள்ளய்கிட்ட மானங்கெட்டு நிக்கணுமா தாயி? எங்கிட்டாவது கண்காணாத் தூரத்துல போயி இந்த உசிரை மாச்சிக்கணுமுன்னு வந்திட்டே.”

“அதெல்லாம் வேணாம் ஆத்தா. நாங்க இருக்கோம் கவலப்படா தீக. நாங்களும் ஒங்க பிள்ளய்க தா. போயி முகத்த கழுவிட்டு வந்து சாப்பிடுங்க ஆத்தா.”

அருணா ஆதரவாகச் சொல்லி அன்னபூரணி பாட்டியைக் கூப் பிட்டுப் போனாள்.

அவளும் கண்ணனும் மட்டுமிருந்த சிறிய கூட்டில் இப்போது மூன்று பேர் வந்து சேர்ந்துவிட்டனர். ஐந்து பேரும் ஒரு குடும்பமாக சேர்ந்து வாழ்வதில் அருணாவுக்கு அளவுகடந்த மகிழ்ச்சி. தன் வரு மானத்தில் நான்கு பேராவது சாப்பிட வேண்டுமென்ற அவளின் எண்ணம் இப்போது ஈடேறியது. ஆனால் முன்பு கனகராஜ் வரும் போது அவனோடு தனிமையிலிருந்த சுகம் இப்போதில்லை. அதை ஈடுகட்ட அவளைச் சுற்றி இந்த உறவுவலை மெலிதாய்ப் பின்னியிருக் கிறது. ஒன்றை இழந்து இன்னொன்றைப் பெறமுடியும் என்பது தத்து வமாய் இல்லாமல் யதார்த்தமாகிவிட்டது.

13

அமுதாவுக்கு ஒன்பதாவது மாதம். நிறைமாதக் கர்ப்பிணி என்றாலே முகம் கொஞ்சம் மினுமினுப்பும் பளபளப்பாகிவிடும் போலிருக்கிறது. சாதாரணமாக வீட்டில் வளையல் காப்பு, சீமந்தம் என்றால் கோலா கலந்தான். வாயெல்லாம் சிரிப்பும், முகத்தில் சந்தோ ஷமும் பொங்கி வழியும். உள்ளுக்குள் பிரசவம் எப்படி ஆகுமோ என்கிற லேசான பயமிருந்தாலும் பெண் களுக்கு அந்த முகக்களை எப்படித்தான் வந்துசேரு மோ தெரியவில்லை. அமுதா கொஞ்சம் தசை பிடித்து பார்க்க அழகாவே இருந்தாள்.

ஆபீஸில் சரோஜா, அருணாவிடம் கேட்டாள்....

“அருணா, அமுதாவுக்கு இப்ப ஒம்பதாம் மாச மில்லே எப்படியிருக்கா? எல்லா சரியாயிருந்தா அவ வீட்டுல வளையல் காப்பு பண்ணியிருப்பாக.”

“அதுல என்னக்கா இருக்கு. அவ சந்தோஷமாத்தே இருக்கா. பொண்ணுங்க புடவை நகை, பூவுன்னு அது லியே வாழ்க்கைய முடக்கிடாங்கே. அதுக்கும் மேல இன்னும் நிறைய இருக்குன்னு தெரியல.”

“கல்யாணம், சீமந்தம், பண்டிகைன்னு எல்லாத்தையும் கொண்டாடணும். அதுலத்தே எல்லாருக்கும் சந்தோ ஷம். இனிப்ப நினைச்சாலே நாக்குல எச்சி ஊறும். ஆனா அத வாயிலப் போட்டாத்தே இனிப்பு தெரியும். மனுஷனுக்கு சந்தோஷங்கிறதும் இப்படித்தே. சிலதை நினைச்சாலே மகிழ்ச்சி வரும். சிலதை அனுபவிச்சாத்தே சந்தோஷம் கிடைக்கும். நான் சொல்லறது புரியுதா.”

“அடேங்கப்பா! சூப்பருக்கா எப்பேலயிருந்து இப் படிப்பேச ஆரம் பிச்சீக?”

எழுந்து தான் உட்கார்ந்திருந்த சேரை நகர்த்திவிட்டு சரோஜா மேஜை பக்கம் வந்து அருணா கேட்டாள்.

“எல்லா உங்கூட சேர்ந்தப் பிறவுதான். அதை விடு. நான் ஒண்ணு சொன்னா கேட்பியா...?

“சொல்லுக்கா என்ன செய்யணும்...”

“தோ பாரு அருணா நானும் இரண்டு பிள்ளைகள பெத்தவத்தே. தலைப் பிரசவங்கிறது மறு பிறப்பும்பாங்கே. ஏளெட்டு பிள்ளைகள சர்வசாதாரணமா பெத்தவளுமிருக்கா, தலைப் பிரசவத்தில போயி சேர்ந்தவளுமிருக்கா. அமுதா நல்லபடியா பிரசவிக்கணும். நாளைக்கு அவளுக்கு ஒண்ணு ஆயிபோச்சுன்னா..! கொஞ்சம் நினைச்சுப்பாரு...”

“ஆமாக்கா. பயமாத்தே இருக்கு...”

“உன் நல்ல மனசுக்கு எல்லா நல்லபடியா நடக்கும். எந்தக் குறையு மில்லாம நல்லாவே அவள பார்த்துக்கிறே. இந்தச் சமயத்தில ஊரு உலகத்தில செய்யிற மாரி, தாய் ஸ்தானத்திலிருந்து அவ சந்தோஷப் படறாப்பில வளையல் காப்பு பண்ணினா என்ன...?”

“இதில அர்த்தமிருக்கா அவசியமிருக்கான்னு நான் பார்க்கல. நீ சொன்னா சரித்தே. அவளுக்கு இதில சந்தோஷமுன்னா நிச்சயமா செய்யிலாம்...”

“நாளைக்கு ஞாயித்துக் கிழமை. நல்லதாப் போச்சி. இன்னிக்கே ஒரு நல்ல பட்டுப்புடவை வாங்கிக்கோ. அமுதா ஜடைக்கு பூ தைக்கச் சொல்லிடு. கழுத்துக்கு நல்ல மாலை ஒண்ணு வாங்கிக்கோ. அன்ண பூரணி பாட்டிக்குத் தெரியும். கொஞ்சமா நாலு அஞ்சி வகை சாப் பாடு செஞ்சி வையிங்க, அது போதும். பழம் பலகாரம், இனிப்பு எல் லாத்தியும் நா கொண்டுட்டு வாறே. ஆங்...ஒன்னு மறந்துட்டேனே, மூனு நாலு டஸன் கண்ணாடி வளையல் வாங்கிக்க. இதயெல்லாம் ரெடி பண்ணி வை. நா பத்து மணிக்கு வந்துடுறே. எம் புருஷங்கிட்ட சொல்லிச் சமாளிச்சுட்டு வரணும். தலைக்கு உசந்தபிள்ளைக்கு தகப் பனாயுங்கூட அந்த மனுஷர் மாற மாட்டேங்கிறாக. ஆம்பிள்ளயிக எல்லாம் ஒரே மாதிரித்தான்டி இருக்காங்கே.”

“அக்கா உன் வீட்டுக்காரக எம்புட்டோ பரவாயில்ல...”

“போடி இவளே! எல்லாத்தியும் பாத்த மாதிரி சொல்றா. இருபது வருஷமா கொஞ்சகொஞ்சமா அந்த மனுஷருக்குப் புரிய வைச்சு, என் வழிக்குக் கொண்டுவர நா பட்டப் பாடு எனக்குத்தான்டி தெரியும்.”

“சந்தேகமேயில்ல நீ கிரேட்க்கா.”

சொன்னது போல பத்து மணிக்கு சரோஜா தன் பெண்ணையும் அழைத்துக் கொண்டு வந்துவிட்டாள். ஆபீஸ் தோழிகள் சிலர் வந்திருந்தனர். அமுதா புதுப் பட்டுப்புடவையுடன் கூடத்தில் வந்து உட்கார்ந்தாள். அருணாவின் நகைகள் சிலவற்றை அணிந்திருந்தாள் சரோஜா தன் கழுத்திலிருந்த கல் நெக்லஸை கழற்றி அமுதாவுக்குப் போட்டாள். கனகராஜை மாலையை எடுத்து அமுதாவின் கழுத்தில் போடச் சொன்னார்கள். அவளுடைய கணவன் இருந்து மாலையிட வேண்டியது. தயங்கியபடி அவளுக்கு மாலையை அணிவித்தான். முதலில் சரோஜாதான் முறைப்படி ஒவ்வொன்றாகச் செய்தாள். அமுதா கைகளுக்கு வளையலும் போட்டாள். பின்பு அருணா உட்பட வந்திருந்த பெண்களும் அதுபோல் செய்தார்கள். அமுதாவைக் குனிந்து கும்பிடச் சொன்னார்கள். அருணா வேண்டாமென்று தடுத்தாள். நின்றபடி எல்லோரையும் பார்த்துக் கைகூப்பிக் கும்பிட வாழ்த்து கூறி அட்சதை போட்டார்கள்.

அதுவரை செவ்வரியோடிக் காத்து கரைத் தட்டி நின்ற முத்துக்கள் கண்களிலிருந்து பொலபொலவென உதிர்ந்தன. அருணா எட்டிச் சென்று அவளைத் தழுவிக்கொண்டாள். அவள் நெற்றியில் முத்தமிட்டவளின் கண்களும் கலங்கிவிட்டன.

வந்திருந்தவர்கள் சாப்பிட்டபின் சென்று விட்டனர். கனகாவும் மற்றவரும் கூடத்தைச் சுத்தம் செய்துகொண்டிருந்தனர். கனகராஜ் தனக்கு வேலையிருப்பதாகச் சொல்லிக் கிளம்பிப் போய்விட்டான். உடுத்தியிருக்கும் பட்டுப் புடவையை மாற்றிக்கொள்கிறேன் என்று கிளம்பியவளைத் தடுத்து, தனக்கு எதிரே நாற்காலியில் உட்காரச் சொன்னாள் அருணா. கலகலவென ஓசையிடும் கண்ணாடி வளையல்கள், கன்னத்தில் சந்தனம், கனகாம்பரம், மல்லிகைப் பூவும் கலந்து தலையில் சூடியிருக்கும் அழகு, நிறத்திற்கேற்ற வண்ணத்தில் பட்டுப் புடவை, அதில் கொஞ்சம் அகல ஜரிகை பாடர். பாடரை ஒட்டி வரிசையாக அன்னபட்ஷி டிசைன், நெத்தியில் நெற்றிச்சுட்டி, காதில் ஜிமிக்கி கழுத்தில் நெக்லஸ் என்று ஒட்டுமொத்தமாக அழகாகவே இருந்தாள். சரோஜா சொன்னது உண்மைதான். முகத்தில் எவ்வளவு களை. மகிழ்ச்சிப் பூரிப்பில் வெகு அழகாகக் காணப்பட்டாள். சரோஜாவுக்கு நன்றி சொல்லிக்கொண்டாள். ஒரு குழந்தையைப் பார்த்து சந்தோஷிப்பது போல அமுதாவையே பார்த்துக் கொண்டிருந்தாள்.

"இதெல்லா நீங்க செய்வீகன்னு நா கனவுகூட காணல. எனக்கு இந்தத் தகுதி எல்லா இருக்காக்கா..?"

"ஏய்...பைத்தியம் மாதிரி பேசாதே..."

எல்லாத் தகுதியும் உனக்கிருக்கிறது. இருக்கின்ற மாதிரி உன்னை நீ உருவாக்கிக் கொள்ள வேண்டும். எந்தத் தகுதி, திறமையும் தானே வராது. ஒன்று சொல்கிறேன் அமுதா! நீ தவறு செய்ததால் ஆயுள் தண்டனைக் கைதி மாதிரி எல்லாம் முடிந்து போய்விட்டது என்று நினைக்க வேண்டாம். உனக்கு சமமாகத் தப்பு செய்தவன் எந்த பாதிப்பு மில்லாமல் சமுதாயத்தில் சுற்றி வருகிறான். அவனைக் காட்டிக் கொடுக்க, தண்டிக்க இயற்கைக்கே மனமில்லை. அனைத்துச் சொந்த பந்தங்களும் அவன் செய்த தவறைப் பெரிதாக எடுத்துக் கொள்வ தில்லை. ஏன்? அவனைத் திருமணம் செய்துகொள்பவள்கூட இதைச் சகித்துக் கொள்வாள். சகித்துக்கொள்ள வைத்து விடுவார்கள். வயது முறுக்கில் ஆண் பிள்ளைகள் அப்படி யிப்படிதான் இருப்பார்கள். அதை எல்லாம் பெரிது படுத்தலாமா என்று வாழ்ந்த வயதான கட்டைகள் சொல்கிறார்களே, அதே பெருந்தன்மையோடு ஒரு பெண் தவறு செய்தால் ஏற்றுக் கொள்வார்களா?"

இப்படிக் கேட்டு நிறுத்தினாள் அருணா.

"அது எப்படிக்கா. அவதா கெட்டுப் போனவளாச்சே..."

"அப்போ...ஒழுக்கம் ஆணுக்கு ஒரு மாதிரியும் பெண்ணுக்கு ஒரு மாதிரியுமா? சமுதாயத்தில ஒழுக்கத்தோட அளவு கோல் வித்தியாச மாத்தானே இருக்கு. தங்களுக்கு சாதகமாவே ஆம்பிள்ளைக ஏற்படுத் திக்கிட்டாகன்னு புரியுதா. இதுதான் ஆணாதிக்கம்."

"புரியுதுக்கா, உங்ககிட்ட வந்த பிறவு எல்லா நல்லாவே புரிஞ்சிகிட்டே."

"சரி போ கொஞ்ச நேரம் படுத்து ரெஸ்ட் எடுத்துக்கோ போ.."

அவள் போவதை பார்த்துக்கொண்டிருந்தவளுக்கு ஆபீஸ் தோழி தேவியின் நினைவு வந்தது. திருமணமாகி ஐந்து வருடமாகக் குழந்தை யில்லை என்பதால் வீட்டிலும் வெளியிலும் அவள் அனுபவிக்கும் தொல்லைகள் கொஞ்சமில்லை. திருமணமான பெண் குறிப்பிட்ட காலத்திற்குள் தாயாகிவிட வேண்டும். அவளுக்கு விருப்பமிருக்கோ இல்லையோ கணவன் உட்பட அவன் சார்ந்தவர்களின் இந்த எதிர் பார்ப்பைப் பூர்த்தி செய்தாக வேண்டும்.

கோயில்குளமென்று சுத்தி எல்லா விரத நியமங்கள் இருந்து வம்ச விருத்திக்குச் சந்ததியை ஈன்றுதராமல் போகும் பட்சத்தில் அவள் சமுதாயத்தில் அனைவரின் ஏளனப் பேச்சுக்கும் அவமானத்திற்கும் ஆளாகிறாள். தாயாகத் தகுதியற்றவள் எனும் முத்திரை குத்தப்பட்டு அவளிருந்த இடத்திற்கு இரண்டாவது மனைவி வருவாள். அவளுக்கும் குழந்தை பேரில்லை எனில், அத்தனை உறவு பந்துக்களின் ஆதரவோடு மூன்றாவது மனைவியைக்கூட அவள் புருஷன் தேடிக்கொள்வான்.

இப்படி ஆணின் மேலுள்ள குறை மறைக்கப்பட்டு பெண்ணையே முழுக் காரணமாக்கி அவளைத் தங்கள் காலடியில் வைத்திருக்க தாய்மையும் ஒரு காரணியாக இருக்கிறது என்பதை எண்ணி வருத்தப்பட்டாள்.

ஒவ்வொரு பெண்ணும் தாய்மையில்தான் பூரணத்துவம் பெறுகிறாளாம். ஔவையாரிலிருந்து எத்தனையோ பெண் திலகங்கள் பூரணத்துவம் பெறாதவர்களா என்ன? தாய்மை பற்றிய முழுப்புரிதல் இல்லாமலே அமுதா குழந்தை பெறப்போகிறாள் என அருணா தனக்குள் சிரித்துக்கொண்டாள்.

வழக்கமாய் நேரத்திலே வரும் கனகராஜ் அன்று இரவு எட்டு மணிக்கு வந்தான். எல்லோரிடமும் அன்பாக ஆதரவாகப் பேசிக் கொண்டிருந்தான். அன்னபூரணி பாட்டியை அக்கறையோடு விசாரித்தான்.

"ஐயா..இங்கன நா பாரமா இருக்கணுமா, எங்கிட்டோ போயி வயித்தக் கழுவிக்கிறே. இந்தப் பொண்களுக்குத்தே பாதுகாப்பு வேணும். இப்புடி உதவறதுக்கு இந்தக் காலத்தில ஆருக்கு மனசுயிருக்கு. எல்லாரும் ஆசயாப் பாசமாத்தே இருக்கீக. கடவுள் புண்ணியத்தில ஒரு குறையுமில்லாம நீங்கெல்லா நல்லா இருக்கணும்யா..." அன்ன பூரணி பாட்டி சொல்ல...

"ஆத்தா... நீங்க எங்கக்கூட இங்கனயே இருக்கணும். உங்க பிள்ளகிட்ட வேணா போங்க. வேற எங்கிட்டும் போவக் கூடாது." கனகராஜ் சொன்னான்.

எல்லோரும் சேர்ந்து கலகலப்பாகச் சாப்பிட்டு முடித்தார்கள். அமுதாவுக்குப் பிரசவம் இன்றோ நாளையோ என்றிருந்தது. கனகா, அன்னபூரணி ஆத்தா இரண்டு பேர் உடனிருந்தும் அருணாவுக்கு இரண்டு நாளாக உள்ளுக்குள் படபடப்புதான். பிரசவத்தைப் பற்றி எந்த அனுபவமில்லாதவள். அமுதா நல்லபடியாகப் பிரசவிக்க வேண்டுமென்கிற கவலை அவளை அழுத்தியது.

கண்ணன் வழக்கம்போல வெளி வராந்தாவில் படுத்துக்கொண்டான். அமுதா, கனகா இருவரும் உள்ளறையிலும் அன்னபூரணி பாட்டி கூடத்திலும் படுத்துக்கொள்ள, கனகராஜைத் தன் அறையில் அருணா படுக்க வைத்துக்கொண்டாள். படுத்த கொஞ்ச நேரத்தில் இருவருமே தூங்கி விட்டனர். இடையில் தூக்கம் கலைந்து விழித்துப் பார்த்தாள். படுக்கையில் கனகராஜைக் காணவில்லை. எழுந்து வெளியே வந்தாள். வெளிக்கதவு திறந்திருக்கக் கனகராஜ் முற்றத்துப் படியில் உட்கார்ந்திருந்தான். மெல்ல அவன் தோளைக் கையால் வளைத்தபடி அருகில் உட்கார்ந்தாள்...

இந்துசெல்லா ❖ 149

“என்னங்க...என்னாச்சு தூக்கம் வரலயா..”

“தூக்கம் வந்து போயிடுச்சி...”

“என்னமோ யோசனையில இருக்காப்பில தெரியுதே...”

“இவிகளப் பத்தி யோசனைத்தே. எம்புட்டு நாளு இங்கன வைச் சிருக்க முடியுமுன்னு யோசிச்சே.”

“ஏங்க..அவிங்க என்னோட யிருக்கிறது ஒங்களுக்கு இடஞ்சலா இருக்கா...”

“அடப் பைத்தியமே என்னிய எம்புட்டு சீப்பா நினைச்சுட்டே...”

“ஐயோ சாரிங்க சாரிங்க...நா அந்த அர்த்தத்தில சொல்லுல.”

அவனை வளைத்துத் தன் கன்னத்தை இழையவிட்டாள்.

“அருணா... இங்கன பக்கத்தில வீடு வாடகைக்குக் கிடைக்குமா? இவிங்கள அதுல தங்க வைச்சா நல்லதுன்னு நினைக்கிறே. கொஞ்ச நாளு கழிச்சி அந்த வீட்டை மகளிர் காப்பகமாக மாத்திடணும். நீ என்ன நினைக்கிறே?”

“நல்ல அருமையான திட்டங்க. இந்த மண்டைக்கு தோனுச்சா. இதுக்கு...இதுக்குதே நீங்க வேணும்.”

“அனாதரவான பெண்கள இன்னும் சேத்து அவிங்கள சொந்தக் காலுல நிக்க வைக்கணும். வேலைக்காக ஆரும் வெளியகூடப் போக வேணாம். அவிங்களுக்குத் தெரிஞ்சவேலைய செஞ்சி வருமானத்தைத் தேடிக்கலாம்.”

“வீட்டுல இருந்தாப்பில என்னென்ன வேலை செய்ய முடியுங்க?”

“தையல் வேலை, பிளாஸ்டிக் ஒயர் பை பின்னுறது, கோரைப்பாய் முடையறது, பனை ஓலைக் கூடை பின்னுறது, சோப்பு, பினாயில் தயாரிக்கிறது, கேன்வாஷ் துணியில பெயின்ட் ஓவியம் வரையறது, பொம்மைக்கு வண்ணம் தீட்டுறதுன்னு கொள்ள வேலை செஞ்சிப் பொளைக்கலாம்.”

மெல்லிய கிரீச் சத்தம் கேட்கவே அருணா திரும்பிப் பார்த்தாள். கதவை ஒட்டியபடி அமுதாவும் கனகாவும் நின்றிருந்தனர்.

“எங்கள இங்கனயிருந்து கிளப்ப அர்த்த ராத்திரியில ரெண்டுபேரும் திட்டம் போடுறீகளா அக்கா?” அமுதா கேட்டவிதத்தில் ஹாஸ்யம் தெரிந்தாலும், அவள் மனதில் எழுந்த வலி இருவருக்கும் புரியாமலில்லை.

“ஒங்கள கிளப்புறதா? அருணாகூட ஒட்டிப் பொறக்காத பொறப் பாயிட்டீக. நீங்க வந்தப்பிறவு அருணாவுக்கு எம்புட்டு சந்தோஷம் தெரியுமா. ஒங்க எதிர்காலத்தைப் பத்திதே பேசிட்டிருந்தோ...”

"அக்காகிட்ட யிருந்து எங்களப் பிரிக்கிற எதிர் காலம் எங்களுக்கு வேணாங்க."

"ஒங்களுக்கு வயசு யிருக்கு வாழ்க்கை யிருக்கு. அருணா காட்டுற அன்பு ஆதரவை நாளைக்கு நீங்க நாலுபேருக்குக் காட்டுணும். வழி தெரியாம தவிச்சு நிக்கிறவகளுக்கு ஒங்க மூலம் வாழ்க்கைக் கிடைக்கணும். அதுக்கு நீங்கெல்லாம் ஒண்ணு சேர்ந்து ஒரு அமைப்பாயிருக்கணும். மகளிர் காப்பகமுன்னு துவங்குனா நிச்சயம் பலபேரு இந்த நிழலத்தேடி வருவாங்கே. அவிங்க கண்ணீரை, கவலைய உங்களால துடைக்கமுடியும். மனுஷனா பொறந்த நாம சகமனுஷங்கிட்ட மனிதாபிமானத்தோட காட்டுற அன்புதான் ரொம்ப உசந்தது."

"அப்போ நாளைக்கே எங்களை அனுப்பிடுவீகளா?"

"அடியே, நாளக்கே உன்னிய அனுப்புவாகளா. வீடு பாத்து ஏற்பாடெல்லாம் பண்ண வேணாம். நாளாவும். நீங்க நல்லாயிருக்கணும். யாரு தயவுமில்லாம உங்க சொந்தக் காலுல சுயமா நிக்கணும். இந்த ஏற்பாடு அதுக்குதே. இதோ பாரும்மா, அந்தக் கடன் காரங்கே உங்கள ஏமாத்திட்டானேன்னு மனசு ஒடியவேணாம். ஒங்க வாழ்க்கை ஒங்களுக்கு முன்னால நீளமா கிடக்குது. அது உன்னோட வாழ்க்கை. நீ வாழ வேண்டிய வாழ்க்கை. எவனோ ஒருத்தனால உன் வாழ்க்கைய முடமாக்கிக்காதே. நீ விரும்பி உன் மனசு சொன்னா ஒரு துணையத் தேடிக்கோ. கை கால் விளங்காதவனா இருந்தாலும் சரி, கண் காது இல்லாதவனா இருந்தாலும் சரி, ஒரு நல்ல மனுஷனா இருந்தா போதும்."

உணர்ச்சிவசப்பட்டு அருணா பேசினாள். அருகில் நின்ற அமுதா மெல்லகுனிந்து, "இன்னைக்கே செத்தாலும் உங்க காலடியில நா சாகணுங்கா அதுபோதும்..."

"அடியே மூளைக்கெட்டவளே! நிறைமாசக் கர்ப்பினி எங்காலுல விழலாமாடி... என்ன செய்யிறேன்னு உனக்குத் தெரியல. சரி போ போயி..தூங்கு போ.."

"இங்கன பாரு அருணா...இம்புட்டு நடக்குது. கும்பகர்ண மாதிரி தூங்குறா பாரு உன் தம்பி..."

"அல்லாத்தியும் கேட்டுட்டுத்தே இருக்கே..." சொல்லியபடி கண்ணன் புரண்டு படுத்தான். அதைக்கேட்டு அமுதாவும் கனகாவும் மெலிதாக சிரித்தபடி படுக்கச் சென்றனர்.

அமுதாவிற்கு ஆண் குழந்தை சுகப்பிரசவமாகி நான்கு நாளாயிற்று. அவளை மருத்துவமனையிலிருந்து வீட்டிற்கு அருணா கூட்டி வந்து விட்டாள். அமுதாவின் தாய்க்குத் தகவல் தெரிவிக்க, வந்தவள்

இந்துசெல்லா ❖ 151

பேரக் குழந்தையை எட்டிப் பார்த்துத் தொட்டுப் பார்த்தவளுக்குப் பெற்ற மகளைப் பார்க்க இன்னும் மனம் இறங்கவில்லை. நான்கு நாளாகக் கண்ணன்தான் வீட்டுக்கும் ஆஸ்பத்திரிக்கும் அலைந்தான். வேண்டிய உதவிகளை அவன்தான் பார்த்துக்கொண்டான். அமுதா வைப் பார்க்கத் தயங்குபவன் குழந்தையை மட்டும் எட்டிப் பார்த்துச் சந்தோஷப்படுவான்.

அருணா தங்கியிருக்கும் தெருவிலே வீடு வாடகைக்குக் கிடைத்து விட்டது. பெரிய கூடமும் மூன்று அறைகளுமுள்ள வீடு. எல்லோ ரையும் அந்த வீட்டில் தங்கச் சொல்லிவிட்டாள் அருணா. பிள்ளை பெற்றவளுக்கு வேண்டிய பத்தியப் பக்குவம் அனைத்தையும் அன்ன பூரணி பாட்டி பார்த்துக்கொள்கிறாள். ஓய்வு கிடைக்கும் போதெல் லாம் அருணா அங்கேதான் இருப்பாள். கனகா மீனாட்சி மில்லில் வேலைக்குப் போகிறாள். ஜெய்ஹிந் புரத்திலிருந்து வேலைக்கு வரும் விதைவை ஜானகி கனகாவிற்கு சினேகிதி ஆகிவிட்டாள். இரண்டு வயதுக் குழந்தையுடன் கணவனை இழந்த ஜானகிக்கு அவள் கொழுந் தன் கொடுக்கும் தொல்லை தாளமுடியவில்லை. மானத்தோடு வாழ ஒவ்வொரு நாளையும் பயந்து பயந்து ஓட்டினாள். வீட்டை விட்டு வெளியே வந்துவிடலாமா எனக் கனகாவிடம் யோசனை கேட்டாள். அருணாவின் ஒப்புதலுடன் ஜானகியும் தன் பிள்ளையுடன் வந்து சேர்ந்துவிட்டாள்.

பெண்கள்மட்டுமே தங்கியிருக்கிற அந்த வீட்டைச் சமூக விரோதி கள், காலிகள் வட்டமடிக்காமலில்லை. விபச்சாரம் நடப்பதாகப் போலீஸ்க்கு புகார்கூட போனது. கனகராஜ் போதுமான விளக்கங் களை ஆதாரங்களை போலீஸிடம் சொன்னான். அவசியமற்ற வதந்தி களைத் தவிர்க்க “அன்னை கஸ்தூரிபாய் மகளிர் காப்பகம்” என்று பெயர் சூட்டப்பட்டது.

ஒருநாள் சப்–இன்ஸ்பெக்டரிடமிருந்து அழைப்பு வந்தது. என்ன வோ ஏதோவென்று குழம்பியபடி போனான். S.I. அவனை வரவேற்று பக்கத்தில் நின்ற பெண்களைக் காட்டிச் சொன்னார். பாம்பே, மெட்ரா ஸில் வலுக்கட்டாயமாக விபச்சாரத்தில் தள்ளப்பட்டவர்கள். திருந்தி சொந்த ஊர்களுக்குப் போகிறோம் என்று சொல்ல, மெட்ராஸ் போலீஸ் நடவடிக்கை எடுக்காமல் கருணையின் பேரில் அனுப்பியுள்ளார்கள்.

ஆனால் ஊருக்குப் போகலாமென்று வந்தவர்கள் தயங்குகிறார்கள். தங்களைப் பாவமே என்று ஏற்றுக்கொள்ளும் உறவினரும் மற்ற வரும், விபச்சாரியாக இருந்தவள்தானே என்று தொந்தரவு செய்யமாட் டார்கள் என்பதற்கு என்ன உத்தரவாதமிருக்கிறது என்று தயங்கு கிறார்கள். உங்கள் காப்பகத்தில் சேர்த்துக் கொள்ள முடியுமா என்று

சப்–இன்ஸ்பெக்டர் கேட்க, கனகராஜ் தயங்காமல்...

“இவுகளுக்கு இடமில்லேன்னா வேற யாருக்கு சார். சமுதாயத்தில வழுக்கி விழுந்தவுகள கைகுடுத்து தூக்கிவிடணும். அவுகளும் மத்த வக மாதிரி தலைநிமிர்ந்து நடக்கணும். அதுக்குத்தே எங்க காப்பகம்.”

“மிஸ்டர் கனகராஜ் ரியலி யூ ஆர் கிரேட்! இவுகள சேர்த்துக்குவீக ளோ மாட்டீகளோன்னு நினைச்சே. வெரிகுட். ஒங்க காப்பகத்துக்கு வேண்டிய பாதுகாப்பு விஷயமா என்ன உதவி எப்போ வேணுமோ தயங்காம கேளுங்க. ஒங்களுக்கு உதவ வேண்டியது எங்கக் கடமை. காப்பகம் பக்கம் ரவுன்ட்ஸ் வர்றதுக்கு ஒரு கான்ஸ்டபுளை போடுறே. ஆல் தி பெஸ்ட்.”

S.Iயிடம் கை குலுக்கி விடை பெற்றவன் அந்த நான்கு பெண்களை யும் இன்முகம் காட்டிக் கூட்டிவந்தான். அவர்களுடைய முழு விவ ரங்களையும் பதிவேட்டில் குறித்துக் கொண்டதோடு கையொப்பமும் பெற்றுக்கொண்டான்.

காப்பகத்தின் வரவு செலவுக் கணக்குகளை அருணா பார்த்துக் கொள்கிறாள். சமையலுக்கு வேண்டிய பொருட்களை மொத்தமாகக் கண்ணன் வாங்கி வந்து போடுவான். எண்ணெய், சீயக்காய், பல்பொடி, சோப்பு போன்ற நித்திய தேவைகள் மாதமொரு முறை அனைவருக்கும் வழங்கப்படுகிறது. ஆண்கள் உள்ளே செல்ல அனுமதி கிடையாது. வெளி ஆண்களிடம் யாருக்கும் தொடர்பு இருக்கக்கூடாது. உறவினர் நண்பர்கள் வந்து பார்க்க வேண்டுமென்றால் பொறுப்பாளர் அரு ணாவின் அனுமதி தேவை என்று பல நிபந்தனைகளை அனைவருக் கும் கனகராஜ் வலியுறுத்திச் சொல்லியிருக்கிறான். காப்பகத்தின் மதிப்பு மரியாதை உங்கள் ஒவ்வொருவருடைய கையில்தான் இருக் கிறது என்றும் ஆணித்தரமாகச் சொன்னான்.

மூன்று தையல் மிஷன்கள் வந்து இறங்கிவிட்டன. கூடை பின்ன பிளாஸ்டிக் ஒயர், பாய் நெய்ய கோரைகள், பனை ஓலைகள் மற்றும் சோப்பு, பினாயில் தயாரிக்க மூலப்பொருட்கள் எல்லாவற்றையும் கண்ணன் வாங்கி வந்துவிட்டான். பெண்கள் தங்களுக்குப் பழக்க மான வேலைகளைத் திறம்படச் செய்து வருமானத்திற்குத் துணை செய்யவேண்டும். இதன்மூலம் காப்பகம் நடத்தப்போதுமான வரு மானம் இருந்தாலும், மக்களிடமிருந்து நன்கொடை பெறுவது நல்லது என்று எண்ணினான். மேலும் பொதுமக்களின் கவனத்தைக் காப் பகத்தின் பக்கம் திருப்ப, மதுரை மாநகராட்சி மேயர் முத்து அவர் களை யூனியன்தலைவர் ஒருவர் உதவியுடன் கனகராஜ் சந்தித்தான். அந்த சந்திப்பிற்கான பலன் கிடைத்தது. மேயர் முத்து அவர்கள் ஒரு கணிசமானத் தொகையை நன்கொடையாக கிடைக்க வழிச் செய்தார்.

14

இப்போதெல்லாம் ஆபீஸிலிருந்து வந்தவுடன் அருணா காப்பகத்திற்குப் போய்விடுவாள். அவளின் ஆதரவான அன்பான பேச்சைக் கேட்கக் காத்திருப்பார்கள். கனகராஜும் சிலசமயம் நேரே காப்பகத்திற்குகே வந்துவிடுவான். அதன்பிறகு அங்கேயே சாப்பிட்டு மெல்ல வீட்டிற்குச் செல்வார்கள். பொது மக்களில் பலர் அருணாதான் கஸ்தூரிபாய் என்று நினைத்துக் கொண்டிருக்கிறார்கள். அந்தளவுக்கு அதோடு ஒன்றிவிட்டாள்.

கனகராஜ் உள்ளே நுழைந்தான். வராந்தா முகப்பில் பெரியளவில் தன் போட்டோவுடன் அருணா போட்டோவும் மாட்டியிருப்பதை ஒரு வினாடிப் பார்த்துவிட்டு கூடத்திற்குள் நுழைந்தான். இரண்டு பெண்கள் தையல் மெஷினில் தைத்துக்கொண்டிருந்தார்கள். அவர்களை ஓய்வு எடுக்கச் சொன்னான். வெளியில் தொங்கிய போட்டோவை ஏற்பாடு செய்தவள் அமுதாதான். கனகராஜிடமிருந்து பாராட்டை எதிர்பார்த்தவள் ஏமாந்து போனாள். அவள் தன்னையே பார்பதைக் கவனித்துக்கொண்டுதான் இருந்தான்.

ரிக்ஷாவிலிருந்து கனகா இறங்கி வந்துகொண்டிருந்தாள். கருப்புப் புடைவை, கருப்புச் சட்டை. நெற்றியும் கழுத்தும் பளிச்சென்றிருந்தது. இடது கையில் சிறிய ரிஸ்ட்வாச். தோளில் பகுத்தறிவுப் புத்தகப் பை. அவளது சிவந்த நிறத்திற்கு அந்த கருப்பு உடை எடுப்பாக ஏற்றமுடையதாக இருந்தது. தந்தை ஈ.வே.ரா. பெரியாரின் திராவிடக் கழகத்தில் கனகா சேர்ந்துவிட்டாள். பகுத்தறிவு சுயமரியாதை, கடவுள் மறுப்பு, பெண்ணுரிமை, பாலினச் சமத்துவம், வர்ணாசிரம

ஜாதீயக் கொடுமைகள் என்று பல விஷயங் களைக் கழகத்தில் சேர்ந்த பின்பு தெரிந்துகொண்டாள். ஆணுக்குப் பெண் அடிமையில்லை, அவளும் எல்லாவிதத்திலும் சமமானவள், சமுதாயத்தில் மதிக்கப்பட வேண்டியவள் என்னும் பலகருத்துக்கள் அவளை வெகுவாக ஈர்த்து விட்டன.

“தலைவி அவர்களை மகளிர் காப்பகம் மிகுந்த வணக்கத்துடன் வரவேற்பதில் பெருமை அடைகிறது..” அருணா சொல்ல..,

“அக்கா...ம்ங்...ம்ங் போங்கக்கா, கிண்டல் பண்ணாதீக!’

“என்ன இம்புட்டு நேரங்கழிச்சு வருறவ...”

“சொன்னேனக்கா. தந்தை பெரியார் வந்திருந்தாக. அவரு சொற் பொழிவுக்குப் போயிட்டு வாறே.”

“என்ன கழகத் தொண்டர்கள் கூட்டமெல்லா அதிகமா?”

“கூட்டத்திற்கு ஒன்றும் குறையில்லை. பெரியாரைப் பிடிக்காதவர்கள், எதிர்க் குரல் கொடுப்பவர்கள் கூட்டங்கூட அதிகம்தான். ராமசாமி நாயக்கர் என்னதான் சொல்கிறார் எனத் தெரிந்துக்கொள்ளும் ஆவல், அவர்களை இழுத்து வந்து உட்கார வைக்கிறது. உடல் தளர்ச்சி உபாதை எதையும் சட்டை செய்யாமல் மக்களுக்குப் பகுத்தறிவு, சுயமரி யாதையை வளர்க்க ஊர்ஊராக, தெருத்தெருவாகத் தொன்னூற்று மூன்று வயதிலும் அவர் கஷ்டப்படுவதைப் பார்த்தால் கண்களில் தண்ணீர் வந்துவிடும். சிறுநீரகக் கஷ்டத்துடன் மணிக் கணக்காக அவர் பேசும் போது, நாமெல்லாம் வாழ்ந்து என்ன பயன் என்று தோன்றுகிறது. தமிழனுடைய கண்களைத் திறந்துவிட்ட பகலவன் அவர். தந்தை பெரியார் என்ற அடைமொழி அவரைத்தவிர யாருக்குப் பொருந்தும்?” என்று கனகா சற்று உணர்ச்சி மேலிடச் சொன்னாள்.

கொஞ்ச நாளில் நிறைய விஷயங்கள் தெரிந்து கொண்டிருக்கிறாய் கனகா. உண்மையில் நான் சந்தோஷப்படுகிறேன். பொதுவாகப் புதிய கொள்கை, புதிய கருத்துக்களை, புதிய சித்தாந்தங்களைக் கேட் கும் போது அதில் மிகவும் லயித்து, நம்மை அறியாமலேயே ஈடு பாடு வந்துவிடும். புதியச் சிந்தனை, புரட்சிக்கரமானக் கருத்துக்கள் ஆரம்பத்தில் உற்சாகத்தையும் வேகத்தையும் ஏற்படுத்துவதோடு ஒருவித போதையை உண்டாக்கும். அந்த போதையில் அமிழ்ந்து விடாமல் கருத்துக்களை வாழ்க்கையில் கடைபிடிப்பதைப் பொருத்தே சமுதாயத்திற்கு நீ செய்யும் கடமை அமையும். உன்னுடைய சிந்த னையில் நல்ல மாற்றம் வந்துவிட்டது. ஒரு சராசரிப் பெண்ணாக இல்லாமல் அறிவுத் தெளிவு, துணிச்சல், தைரியமுள்ள பெண்ணாக மாறிவிட்டாய். வெரி குட்! வாழ்த்துக்கள்.” கனகராஜ் அவளைப்

பாராட்டிச் சொல்லிக்கொண்டிருக்கும் போது யாரோ வாசலில் நிற் பதைக் கண்டு எழுந்து போனான். “சார்..காப்பக நிர்வாகிய பாக் கணும்.” அறிமுகமில்லாத ஒரு நபர் கேட்டார்.

“சொல்லுங்க என்ன விஷயம்...?”

“ஒண்ணுமில்ல சார். வீட்டுல அம்மாவுக்கும் சம்சாரத்துக்கும் நிதம் சண்டை. வயசான அம்மாவை வாயை மூடிட்டு இருன்னா கேக்க மாட்டேங்கிறாக. வீட்டுப் பொம்பளைகிட்ட என்னால மல்லுக்கு நிக்க முடியல. அதால அம்மாவ இங்கிட்டு விடலாமான்னு பார்த்தே. மாதாமாதம் பீஸ் என்னவோ அதைக் கட்டிடுறே சார், முடியுமா?”

“சார்... இது முதியோர் காப்பகமில்ல. மகளிர் காப்பகம். இதோட நோக்கமே வேற...”

“இங்கன ஒரு பாட்டியம்மாகூட இருக்காகளே, பாத்தேனே சார்...”

“அவுகள பையனே அடிச்சு துரத்திட்டா. சாகப் போனவுகள கூட்டி வந்து வச்சிருக்கோம். சார் கேக்கறேன்னு தப்பா எடுத்துக் காதீக. பத்து மாசம் ஒங்கள வயித்துல சுமந்தப்போ இடுப்பு வலிக்கு தேன்னு ஒங்க அம்மா எங்கிட்டாவது ஒரு நிமிஷம் இறக்கி வைச்சு யிருப்பாகளா. இல்லேல்ல. அப்போ நீங்க சுமக்க வேண்டிய பாரத்த இன்னொருத்தர் தோளுல இறக்கி வைக்க பாக்குறீகளே, நியாமான்னு யோசிச்சுப் பாருங்க...”

வந்தவரின் முகம் சுருங்கிப்போய் விட்டது.

“போங்க சார்! போயி மனைவிகிட்ட நாளைக்கு நமக்கும் இதே நிலமைதான்னு சொல்லி பொறுமையா புரியவையுங்க போங்க.”

ஓரமாக நின்றிருந்த அன்னபூரணி பாட்டி கண்களைத் துடைத்துக் கொண்டாள். காப்பகத்திலேயே அருணாவும் கனகராஜும் சாப் பிட்டுவிட்டுக் கிளம்பினர். கண்ணன் சாப்பிடுவதற்காக டப்பாவில் நான்கு சப்பாத்தியை வைத்து அமுதா நீட்டினாள். ஆரம்பத்தில் ஒரு நாள் சாப்பிட்டுவிட்டு கண்ணனுக்கும் கேட்டு வாங்கிப் போனாள். அதை நினைவில் வைத்துக்கொண்டு அமுதா தவறாமல் கொடுத்து அனுப்புகிறாள். கனகராஜ் முற்றத்திற்கு வரும்போது அமுதாவிடம்...

“அமுதா முதல்ல இந்த போட்டோவை கழுட்டு. நாளைக்கு இங் கன இது இருக்கக் கூடாது....”

“நாங்க ஆசையா மாட்டி வைச்சிருக்கோம். அக்கா நீங்க சொல் லுங்கக்கா...”

“உள்ளுக்குள்ள எங்கனயாவது வைச்சிக்கோ. இங்கன வேணாம்.

ரோட்டுல போறவிங்கே பாத்துட்டுப் போறமாரி என்ன இதெல்லாம். நாங்க பெரிய சாதனையாளரா என்ன? இந்தக் காப்பகம் உங்களுது. இதுல உங்க எல்லாருக்கும் சம உரிமையிருக்கு. நாங்க இத நெறிபடுத்தி நடத்துறோம். எங்க பங்கு அம்புட்டுதா. நாங்களேகூட இதுல எந்த உரிமை பாத்தியம் கொண்டாடக்கூடாது."

சொல்லிக் கொண்டே வீதியில் இறங்கி நடக்க ஆரம்பித்தான். நான்கைந்தடி நடந்திருப்பார்கள், "ஏங்க கண்ணன்மேல அவள் காட்டுற அக்கறைய பாத்தீகளா?" அருணா கேட்டாள்.

"ம்... ம்... பார்த்துட்டுதே இருக்கே..." உற்சாகமில்லாமல் பேசினான்.

"உங்க பதில் ஒரு மாதிரியிருக்கு. சரியா தப்பா, கரெக்டா சொல்லுங்களேன்..."

"நீ எதுக்காக கேக்கறேன்னு தெரியும். காலம் கனிஞ்சு வருட்டும்."

அருணாவை வீட்டில் விட்டுவிட்ட பின் கனகராஜ் பழங்காநத்தம் சென்றான்.

ஈஸ்வரன் மேஸ்திரியை அன்று மருத்துவமனையில் சந்தித்த பிறகு அவ்வப்போது அருணாவுக்கு அவரின் நினைவு வந்துபோகும். அம்மாவுக்கு வேண்டப்பட்டவராக அத்தனை பரிவோடு பேசி கலங்கிய மனிதரை எளிதில் மறக்க முடியவில்லை. அம்மாவின் மறைவைக் கேட்டு அவர் திரேகமே ஆடி அதிர்ந்துவிட்டதே. நான் புறப்பட்டு வராந்தா கோடியில் திரும்பும் வரை பளபளத்த விழியோடு என்னையே பார்த்துக்கொண்டிருந்தாரே. அம்மாவிற்கு நெருக்கமானவராகயிருந்தால் ஏதோவொரு சந்தர்ப்பத்தில் நிச்சயம் சொல்லியிருப்பாள். ச்சே என்ன முட்டாள் தனம். அவர் பெயர் ஈஸ்வரன் மேஸ்திரி என்பதுதான் தெரியும். விலாசத்தைக் கேட்காமல் வந்துவிட்டேன்.

தன் தாயையும் அவரையும் தொடர்புபடுத்திப் பார்க்கும்போது அருணாவுக்கு ஏதோ நெஞ்சில் பந்து அடைப்பது போலிருக்கும். இந்த அவஸ்தை கொஞ்ச நாளாக இருந்தாலும் அதிலிருந்து வெளியே வரும் மார்க்கம் தெரியாமல் தவித்தாள். கனகராஜியிடம் சொல்லி தெளிவு பெறலாம் என்று நினைத்தவள் ஏனோ சொல்லவில்லை.

அருணாவின் ஆபீஸ் கிளை அலுவலகம் ஒன்று தள்ளாக்குளம் பகுதியிலிருக்கிறது. அன்று அங்கே போக வேண்டிய இருக்கவே கிளம்பினாள்.கொஞ்சம் தாமதமாகவே கிளம்பினாள். கனகராஜிக்குத் தெரிந்தால் இந்நேரம் அவள் பக்கத்திலிருப்பான். வீனே அவனும் ஆபீஸ்க்கு லீவு போடவேண்டும். அதனால் அவனிடம் தெரிவிக்கவில்லை. பஸ்ஸிலிருந்து இறங்கி நடந்தாள். தள்ளாக்குளம் வரும் சந்தர்ப்பம்

நேரும் போதெல்லாம் அவளின் நினைவு பின்நோக்கிச் செல்லும். அவளுடைய வாழ்க்கையைப் புரட்டிப்போட்ட வைகை வெள்ளம், அதன் பாதிப்பை நினைவு கூர்ந்தபடியே தகதகவென்று தகிக்கும் வெய்யிலில் கையிலிருந்த குடையைக்கூட விரித்துப் பிடிக்காமல் சென்றுக் கொண்டிருந்தாள். வெளிர் நீல நிறத்தில் ஆங்காங்கே வெள்ளையில் வளைவு வளைவாக டிசைன் கோடிட்ட நைலக்ஸ் புடவை, அதற்குப் பொருத்தமான நிறத்தில் பிளவுசும் அணிந்திருந்தாள். புடவை பாதத்தில் மிதி படாமலிருக்க ஸ்பிளிட்டை இடது கையால் பிடித்த படி சற்று வேகமாய் நடந்தாள்.

"ஆத்தா...கொஞ்சம் நில்லு தாயி..."

யாரோ வயதான பெண்மணி கூப்பிட, திரும்பிப் பார்த்தாள்.

"ஏந்தாயி...தனபாக்யம் பொண்ணாம்மா நீ...?"

"ஆமா...நீங்க யாருன்னு தெரியலியே ஆத்தா...!"

"ஆத்தி அப்புடியே தனபாக்யத்த பாத்தாப்லயிருக்கு. என்னிய அடையாளந் தெரியல தாயி. நாந்தே வைரம். ஆத்தாவோட சினேகிதி. எம்பூட்டு நாளாச்சி உங்களப் பாத்து, பாக்யம் சுகமாயிருக்காளா தாயி...?"

"அம்மா இறந்துட்டாக ஆத்தா..."

"என்ன தாயி சொல்லுற இறந்துட்டாளா...!"

லேசாக நடுங்கும் தன் இரண்டு கையைகளை நீட்டியபடி கேட்டவள், நிற்கத் தடுமாறினாள். அருகிலிருந்த வீட்டு மேடையில் கைத் தாங்கலாக இட்டுப்போய் உட்கார வைத்தாள். கண்களை சேலைமுந்தியால் துடைத்தபடி வைரம்....,

"பாவி மகே, எதுக்கு இம்பூட்டு சுருக்கப்போயி சேந்தா? நாங்கெல்லா நாளு வராம இன்னும் கிடக்க, என்னா அவுசரம் அவுளுக்கு. கடவுள கல்லு கல்லும்பாங்கே அது நிசமாத்தே போச்சி. சாவுற வயசா. என்னிய காட்டியும் வயசுல சின்னவ. எம்பூட்டு அழகு அறிவு! எங்களுக்கெல்லாம் புத்திக் கோளாறு சொல்லுவா, போயி சேந்திட்டாளா..."

பொறுமையாக எல்லா விவரத்தையும் அருணா சொல்லி சாமாதானப் படுத்தினாள். வைரத்தை நினைவுப் படுத்தி பார்த்தாள். ஆறு வயதிருக்கும் போது அம்மாவுடன் எப்போதும் பேசிக்கொண்டிருந்த அந்த முகம் லேசாகப் பஞ்சுபடர்ந்த மாதிரி அருணாவுக்கு ஞாபகம் வந்தது.

கருப்பாக இருந்தாலும் வைரத்தில் கடைந்தெடுத்த மாதிரி உடம்பு. ஆணுக்குச் சமமாக இருவர் வேலையை ஒருத்தி செய்வாள். இரண்டு பிள்ளைகளையும் விட்டுவிட்டு அவள் கணவன் இளமையிலே இறந்து

விட்டதால், தனபாக்யத்துக்கு இவள்தான் துணை. சின்ன யானை மாதிரி நடந்தால் அதிரும். வைரம் பாய்ந்த உடம்பு பாதியாக மெலிந்து விட்டது. கன்னம் வற்றித் தோல் சுருங்கி கண்கள் குழிவிழுந்து தலை பஞ்சாய் நரைத்து சுமார் முப்பது வருடத்திய அவள் உழைப்பு, அதன் சாரத்தின் எச்சமாக அவள் மட்டுமே காணப்படுகிறாள். அவள் உழைப்பு தன் ஜீவனையும் பிள்ளைகளையும் வளர்த்து ஆளாக்கவே தீர்ந்து போய் விட்டது. வாழ்க்கையில் பசுமை வராதா பஞ்சு மெத்தை யில் தூங்க மாட்டோமா என்கிற கனவுகளின்றி தேய்ந்து சோர்ந்து போன உருவம். உருக்குலைந்த வைரத்தைப் பார்த்து அருணா மறுகி நின்றாள். இதயத்தை நகத்தால் புரண்டுவது போலிருந்தது. சட்டென்று ஈஸ்வரன் மேஸ்திரி ஞாபகம் வர...,

“ஆத்தா உனக்கு ஈஸ்வரன் மேஸ்திரிய தெரியுமா...”

“ஆரு அந்த மேஸ்திரியையா சொல்லுற. ஒனக்குத்தெரியுமா தாயி?”

“ஒரு நா அவுகள பாத்தே. அம்மாவ விசாரிச்சாக. அதே கேட்டே.”

“அந்த மனுஷர பத்தி எம்பூட்டோ சொல்லணும் தாயி...”

அந்த சிறு வயதில் கணவனை இழந்தாலும் இளமையை இழந்து விடாத நாட்கள் அவை. பணப் பசி, குடல் பசி, உடல் பசிக்கும் இடையே நடந்த போராட்டத்தில் தனபாக்கியம் போல வைரமும் தன்னைத் தொலைத்துவிடாமல் வாழ்ந்து சாதித்த நாட்கள் அவைகள். அந்த நாட்களை நினைவுபடுத்திப் பார்க்கிறாள். இழந்த இளமை மீண்டுவிட்டது போன்ற உணர்வு வைரத்திற்கு. பழைய நினைவுகள் முகத்தில் பொங்க, தனபாக்யத்தோடு பேசியவை கண்களுக்கு முன் வந்து நிற்கின்றன.

“ஏன்டி பாக்யம். அந்த மேஸ்திரி உன்னிய அழைச்சிட்டுப் போயி கௌரவமா குடும்பம் பண்ணுறேன்னு ஒத்தக் காலுல நிக்குறாக. நீ ஏன் மாட்டேங்கறவ...”

“அடியே கூறு கெட்டவளே, அந்த ஆளு கூப்புட்டா பின்னால ஓடணுமா? ஏன் உன்னிய, இன்னும் வேற எவளையாவது கூப்புடுறது தானே. என்னிய மட்டும் ஏன் கூப்புடுறாக? தோலு வெள்ளையா இருக்குன்னா. அது என்னாடி, இவிங்க ஆசை காட்டி வான்னா பொட்டச்சிக நாயி மாதிரி ஓடி வருவாளுகன்னு நெனப்பா? இவிக வூட்டுக்குப் போயி பொண்ணாட்டிக் கவுரவத்துல, அவே கைக்கால பிடிச்சுவுடுணும் பல்ல யிளிச்சிட்டு படுக்க வாம்பா, பஞ்சு மெத்தையில இவிகளுக்கு சுகம் கேக்கும், அதுக்கு நா வேணுமா...?”

“பாக்யம், உன்னிய தாலி கட்டி வாழ்க்க குடுக்றேங்கிறாக. பொட் டச்சியா பொறந்தாச்சி, கட்டுனவனும் போயிட்டா. ஒருத்தங்கூட போயி நல்லபடியா வாழாம என்னடி சாதிக்கப் போறவ...?”

“ஏ கேடுகெட்டவளே! இவிங்க என்னா எனக்கு வாழ்க்கை குடுக் கறது. தாலி அறுத்தவள இன்னொருக்க கட்டிக்கணும்பா. பூ வாங்கி வந்து கொடுப்பா, பொட்டு வச்சிக்கச் சொல்லுவா. மானங்கெட்ட பொழப்புடி. எம் புருஷனை மறந்துட்டு அவுசாரி மாதிரி அவிங்கிட்ட படுக்கச் சொல்லுரியா? அப்படி என்னாடி செருப்பு சுகம் கேக்குது? எம் புருஷனோட வாழ்ந்தது கொஞ்ச வருஷந்தே. எம் புருஷ ஹரிசந் திரன்டி. அந்த மனுஷன் ஞாபகமாத்தே எம் பொண்ணு இருக்கா. அவள நல்லபடியா வாழவைச்சா போதுன்டி எனக்கு.

“என்னிய நீ கோவிச்சி வெஞ்சாலும் பரவாயில்லடி. நீயாவது வெயில்ல கடந்து சீரழியாம கார வூட்டுல, கால நீட்டி ராசாத்திமாரி வாழப்படாதாங்கிற ஆசைதான்டி எனக்கு. தோபாரு பாக்யம் உனக்கு நா புத்திக்கோளாறு சொல்லணுமா. வெள்ளையும் சொள்ளையுமா கையில நாலு காசு பணத்தோட பசையான ஆளு எவே கிடைப் பான்னு வலைபோடற பொட்ட சிறுக்கிக நடுவுல அந்த மேஸ்திரி உன்னிய மட்டுந்தே ஆசைப்பட்டு கூப்புட்டாக. நான் அறிஞ்சி அந்த மனுஷ கண்ணியமான ஆளு. அம்புட்டுத்தே சொல்லுவே. பொறவு உன் இஷ்டம்.”

“வைரம்! அந்த மேஸ்திரிய நான் பாத்த முத நாளே யோக்கியமான ஆளுன்னு தெரிஞ்சிக்கிட்டே. கேடுகெட்ட இந்தக் கூவைங்கோட அவுக சேத்தில்லே. என்னமோ ஆசப்படுறாக. எவனுக்குதே ஆசை யில்லே. அந்த மனுஷ மேல கோவமில்லே. கோவமாயிருக்கிற மாதிரி காட்டிக்கிறே. எல்லாத்துக்கும் கொடுப்பன வேணும். எம் பொளப்பு இதான்னு ஆயிடுச்சி. விட்டுத் தள்ளு...”

இருபது வருஷத்திற்கு முன்பு நடந்ததை வைரம் சொல்லி முடித்தாள். தன் தாயை எண்ணிப் பெருமிதம் கொண்டாள். மகள் வாழ்க்கையே தன் வாழ்க்கையாக வாழ்ந்து மறைந்த தாயை நினைத்தபோது துக்கம் தொண்டையை அடைத்தது. நெஞ்சில் ஒருவலி மின்னல் வேகத்தில் வந்து போனது. பெற்ற தாயென்றால் இப்படித்தான் இருப்பார்களோ? உமிழ் நீரை கூட்டித் தொண்டைக்குள் விழுங்கினாள்.

“ஆத்தா...எங்கன தங்கியிருக்கீக...?

“தோ அங்கனத்தா குடக்கூலில இருக்கே. அங்கிட்டு வைரம் வீடு எதுன்னா சொல்லுவாக தாயி...”

“பிள்ளைக கூடத்தே இருக்கீகளா...?”

“ஆமா, பெரியவ தன் இஷ்டத்துக்கு கல்யாணங்கட்டிட்டு கோரிப் பாளையத்தில இருக்கா. சின்னவே மெக்கானிக் வேல செய்யிறான். அவேந்தா பாத்துக்கிறா. அவுனையும் எவளையாவுது பாத்து கல்யா

ணம் பண்ணிட்டு உம் சோலியப் பாருன்னுட்டே. எனக்கு என்ன தாயி...மக்களா மனுஷாளா...”

வாழ்க்கையில் பெரிதாக எந்தச் சுகத்தையும் காணாதவள். காலம் முழுக்கக் கல்லையும் மண்ணையும் சுமந்து கரைந்து போன வைரத்தின் குழிவிழுந்த விழிகளிலாடும் பாவையைச் சில வினாடிகள் பார்த்த வளுக்கு நெஞ்சைப் பிசைவது போலிருந்தது. கைப்பையைத் திறந்து கையில் வந்த ரூபாய் நோட்டுகளை அப்படியே எடுத்து நீட்டினாள்.

“பணத்தை என்ன தாயி பண்ணப்போறே. உன்னிய பார்த்ததே தனபாக்யம் நேருல நிக்கிறாப்பில யிருக்கு. மகராசியா நல்லாயிரு தாயி அது போதும்...”

அருணாவின் கைகளைப் பிடித்துக் கண்களில் ஒற்றிக்கொண்டாள். அவளை சமாதானப்படுத்தி கையில் ரூபாய் நோட்டுக்களை வைத்து மூடி “எனக்கு நீயும் அம்மா மாதிரித்தே ஆத்தா வைச்சுகோ...”

அருணாவின் கண்களிலிருந்து பொல பொலவென்று கொட்டிற்று.

“பாக்யம் இல்லேன்னு நினைக்காத தாயி நா இருக்கே...”

அருணாவைக் கட்டிக்கொண்டு அழுதாள். வீட்டினுள் இருந்தவர் கள் எட்டிப் பார்க்கவே இருவரும் முகத்தைத் துடைத்துக் கொண்டனர்.

“ஏந் தாயி...ஒத்தையிலயா இருக்க இப்போ...?”

“இல்ல ஆத்தா, எனக்குக் கூடப்பிறக்காத தம்பி ஒருத்த இருக்கா.”

“அப்படியா சந்தோஷம். ஏந் தாயி...கல்யாணம்...”

“கல்யாணமா...” சிரித்தபடி கனகராஜைப் பற்றிச் சுருக்கமாகக் கூறினாள்.

“தாயி நீ படிச்ச பொண்ணு. பொண்ணுன்னா ஒரு ஆண் துணை வேணும். நீயும் உன் ஆத்தா மாதிரி இருந்துடாத. பூமியில பொண்ணாப் பொறந்தா பூக்கணும், காய்க்கணும். சென்ம எடுத்ததுக்கு அதா சாரம்.

வைரம் சொல்லியதை அவளால் ஏற்கவும் மறுக்கவும் முடியவில்லை.

“ஒங் கல்யாணத்துக்கு அவசியமா சொல்லுத் தாயி...”

“சொல்றே. சரி நா கிளம்புகிறே ஆத்தா...”

“போயி வா தாயி...சந்தோஷமா இரு...”

முன்பு ஈஸ்வரன் மேஸ்திரி நினைவு வரும்போதெல்லாம் அவளுள் எழுந்த நெருடல் இப்போது முற்றிலும் பறந்துவிட்டது. மனசும் லேசான மாதிரியிருந்தது. கையிலிருந்த குடையை விரித்துப் பிடித்த படி வேகமாக நடந்தாள்.

15

கனகராஜிக்கு அரசுத் தேர்வு மூலம் வருவாய்த் துறையில் வேலை கிடைத்துள்ளது. அவனைவிட அருணாவுக்கு ரொம்பவே மகிழ்ச்சி. நாற்பது ரூபாயில் அவளுக்குப் பட்டுப்புடவை எடுத்துக்கொடுத்தான். அவன் தாய்க்கும் எடுத்துக் கொடுக்கச் சொன்னாள் அருணா.

இரவு சாப்பாட்டுக்குப் பிறகு ஈசி சேரில் உட்கார்ந்து படித்துக் கொண்டிருந்தவன் வாசலில் சந்தடிகேட்டுத் திரும்பினான். மீனாட்சிமில்லிலிருந்து கண்ணன் நேரே வந்தான். கை காதுகளில் பஞ்சு முழுதாகப் போக வில்லை. முகம் கழுவச் சொல்லிவிட்டுப் பழம் பிஸ் கட்டுகளைக் கொடுத்து சாப்பிடச் சொன்னான்.

அவசியமில்லாமல் கண்ணன் வரமாட்டானே. எதுவானாலும் அவனே சொல்லட்டுமெனப் பேசாமல் இருந்தான். இரவு சாப்பாடு முடிந்ததா என்று மரி யாதை நிமித்தம் கனகராஜியை விசாரித்துவிட்டு, தான் வந்த விஷயத்தை எப்படித் துவங்குவது என்று சற்று நேரம் யோசித்தபடி அமர்ந்திருந்தான். பின்பு நேரடியாக விஷயத்திற்கு வந்தவன்...,

"ஏதோ சிறுவயசில கொலைக் குற்றவாளியா ஜெயி லுக்குப்போயி வந்துட்டே. அதுக்காக நா பெரிய தியா கம் செஞ்சிட்டேன்னு அக்கா தன்னோட வாழ்க்கை யை வீணடிக்கப் பாக்குறாக சார்..!"

"அக்காவ என்னச் செய்யணுங்கிறே..."

"அக்காவும் நீங்களும் கல்யாணம் செய்யணுமின்னு சொன்னா, எனக்குக் கல்யாணம் செஞ்சி மாலையும் கழுத்துமா பார்த்த பொறவுதே, தான் செஞ்சிக்கு வேங்கிறாக."

“நீ கல்யாணம் செஞ்சிக்கிறதில என்னப்பா கஷ்டம்...” சிரித்தபடி கேட்டான்.

“ஒங்களுக்குத் தெரியாததில்ல, அக்கா இருக்கிறப்ப நா செய்யிறது சரியாங்க?”

“சரிப்பா...அருணா பிடிவாதமா இருக்கிறாகளே”

“அது ஒங்கக் கையிலத்தே இருக்கு...”

“தோ பாரு கண்ணா, அக்கா நியாயமுன்னு நினைக்கிற விஷயத்தில நான் தலையிடறதில்ல. ஒனக்கு எந்த விதத்திலாவது நன்றிக்கடன் செய்யணுமுன்னு துடிக்கிறா. நான் என்ன செய்ய இருக்கு”

“எனக்கு ஒண்ணுமே புரியில சார். நான் ஏன் அக்காவ சந்திச்சேன். சந்திக்காம இருந்திருக்கக் கூடாதா...”

புலம்பியவன் முதுகில் தட்டிக்கொடுத்தான்.

“ஏதேதோ நடக்கணுமுன்னு நாம திட்டம் போடறோம். திட்டம் மட்டுந்தே நாம போடமுடியும். அத நிறைவேத்த நம்ம முயற்சி மட்டும் போதாது. புரியுதா..போ மனசப்போட்டுக் குழப்பிக்காத!”

அவனை சமாதானப்படுத்தியவன் காப்பகம் பற்றி விசாரித்தபின் அனுப்பி வைத்தான்.

ராமநாதபுரம் ரோட்டிலிருக்கும் பேங்கில் ஈஸ்வரன் மேஸ்திரியை அருணா ஒரு நாள் பார்த்தாள். அவரைப் பார்த்து புன்னகை செய்து விட்டு நலம் விசாரித்தாள்.

“பரவாயில்லியே தாயி என்னிய ஞாபகம் இருக்கா...”

“நல்லா ஞாபகமிருக்கு ஐயா...”

“உங்க அம்மா ஆம்பிள்ளைகள நிமிந்து பாக்கமாட்டாக, பாத்தாலும் ஒரு வார்த்த பேசமாட்டாக. நீங்க இம்பூட்டு அழகா பேசறது சந்தோஷமாயிருக்கு தாயி. காலம் மாறிப்போச்சி.”

கடைவாய்வரை உதடு நீள, கன்னங்கள் சுருங்க புன்னகை செய்து அவர் சொன்னதை ஆமோதித்தவள்...

“கான்ராக்ட் கட்டிட வேலையெல்லாம் எப்படிப் போகுதுய்யா?”

“என்னிய நம்பி இன்னமும் நாலு குடும்பம் இருக்கு. அவிகளுக்காக சின்னச்சின்ன வேலைய எடுத்துச்செய்யறே. முன்னமாதிரி ஓடியாடி வேலை பார்க்க முடியல தாயி. வயசு ஆயிடுச்சு.”

“பிள்ளையிக யாரும் துணையாப் பாக்கமாட்டாகளா?”

“எதுக்கும் உதவாத களுதைக. அந்தக் கதைய சொல்லப்போனா

வயித்தெரிச்சல் தாயி! எனக்குப் பிள்ளையிக இரண்டு, பொண்ணுக இரண்டும்மா. எல்லாருக்கும் காலா காலத்தில கல்யாணம் பண்ணி வைச்சுட்டே. சும்மா காமாசோமான்னு பண்ணுல. ஜாதிக்காரே, ஊர்காரே அம்பூட்டு பேரும் மூக்குல விரல வைக்கிறாப்பல பணத்த செலவு செஞ்சுத்தே பண்ணே. அப்பமே சொத்தை எல்லாருக்கும் பிரிச்சுக் கொடுத்து அவிங்கவிங்க பொளப்ப பார்க்கச் சொல்லிபுட்டே. பெரியவே ஏதோ இம்போர்ட் எக்ஸ்போர்ட் பண்ணுறேன்னு இருந்த சொத்த அழிச்சிப்புட்டா. சின்னவ ஹோல்சேல் வியாபாரம் செய்றா. அவே கெட்டிக்காரே. நட்டம் வந்தாலும் வுட்டதப் புடிச்சிடுவா. ரெண்டு பேருக்கும் பேச்சு வார்த்த நின்னுபோயி ரொம்ப வருஷமாச்சு. அண்ணனுக்கு மேலமேல நாங்க பணம் குடுத்து ஒதவுறமுன்னு சின்னவனுக்கு எம் மேலக் கோவம். வூட்டுக்கு எப்பமாது வருவா. வந்தாலும் அவேந்தே வருவே.”

“பொண்ணுக எல்லாம் கல்யாணமாகி சுகமா இருக்காகளா?”

“பெரிய மகள கொஞ்சம் சொத்து பத்துள்ள எடமாப் பாத்துதே கொடுத்தே. மருமகே போக்கடாத்தனமான ஆளு. ரொம்பக் கோவக் காரே. ஜாதி முறுக்குல ஆரா யிருந்தாலும் பேசிக்கிட்டு யிருப்பவே சட்டுன்னு கைய நீட்டிப்புடுவான். புறவு போலீசு, கோர்ட்டுன்னு அலைவான். அந்த தெண்டச் செலவுக்கு நாந்தே அழுதாவனும். என்ன செய்யிறது தாயி. பொண்ணக் கட்டின மருமகேனாச்சே. புத்தி திருந்தி பொறுப்பா, பெண்டு பிள்ளையிகள இனிமேவாவது பார்க்க மாட்டானாங்கிற ஏக்கந்தே.

ரெண்டாவது மருமகே தங்கமானபிள்ளை தாயி. படிச்ச பட்ட தாரி. அடக்கம், மதிப்பு மரியாதன்னு நல்ல விதரணையான பிள்ளை. பேசுனா நாளு முளுக்கக் கேட்டுட்டு யிருக்கலாம். அம்பூட்டு அருமை. எம் மருமகே மாதிரி இந்த மதுரை ஜில்லாவில வலைபோட்டுத் தேடு னாலும் கிடைக்கமாட்டாகன்னு பெருமையா மாரு தட்டிக்குவே. சொல்லிச் சொல்லி சந்தோஷப்படுவே. அது கடவுளுக்குப் பொறுக்கல போல. கல்யாணமாயி அஞ்சாவது வருசம் ரோடு ஆக்ஸிடன்டில போயி சேந்துட்டான். இடிஞ்சுப் போயிட்டே ஆத்தா. புறவு என்னா? சின்னப் பொண்ணு மூளியாப் பிள்ளைய்களக் கூட்டிட்டு வூட்டுக்கு வந்து சேந்தா. ஆரம்பத்தில அவே சுமையாயிருந்தா. இப்போ அவதே துணையா இருக்கா. ஒரு வருசமா கைக் காலு விளங்காம படுத்த படுக்கையா கிடக்கிற ஆத்தாளுக்கு இப்ப எல்லா இவத்தே. ஆத்தாள கிட்டேயிருந்து பாக்கனுமுன்னுதான் அவ புருஷ சீக்கிரமா போயி சேந்துட்டான் போலிருக்கு. பேரப் பிள்ளய்களை வளர்த்து ஆளாக்கணும். எல்லா என் தலையில வந்து விடிஞ்சுடுச்சு தாயி.” சொல்லி முடித்தவர் ஒரு நிமிடம் மூச்சு வாங்கியபின் தொடர்ந்தார்...

“எனக்கு கண்ணுக்குக் கண்ணா பிள்ளைய்க இருக்காங்கே, ஒரு குறையும் இல்லேன்னு ரொம்ப தெம்பாயிருந்தே. ஆனா நா ஒருத்தே எல்லா நல்லது கெட்டதையும் பாத்தாச்சி, பட்டாச்சி தாயி.”

“ஓங்க குடும்பத்தில இம்புட்டு இருக்குமுன்னு நம்ப முடியல ஐயா...”

“பாத்தா வெள்ளையும் சொள்ளையுமா இருக்காப்பில தெரியும். இதுகூட ஒரு வேஷந்தே. வூட்டுக்குள்ள நொளைஞ்சி பார்த்தாதே புரியும் எம்புட்டு பிக்கல் பிடுங்கன்னு. குடும்பத்தில என்னா வந்தாலும் போனாலும் ஒருத்தே வூட்டவிட்டு வேணா ஓடுலாம். வாழ்க்கைய வுட்டுட்டு ஓடமுடியுமா? காசு பணம், காரு, பங்களா இருந்தா போதாது, நிம்மதி வேணும் தாயி! நாலு தலைமுறைக்கு சாவாமயிருந்த பீஷ்மர்கூட நிம்மதியா வாழ முடியல. பூமியில ஆருக்கும் கிடைக்காத நீண்ட ஆயுள், ஆரும் வெல்ல முடியாத வீர பராக்கிரம், நல்ல அறிவு ஞானம் எல்லாம் கிடைச்சும் என்னாப் பிரயோசனம். மன அமைதி, சாந்தியோட அவரால வாழ முடியலயே...நாம எல்லா எங்கிட்டு ஆத்தா...”

“எங்க அம்மாவ அளச்சிட்டுப் போயிருந்தா எப்படி இருந்திருக்கும்.”

இந்தக் கேள்வியை சற்றும் எதிர் பார்க்கவில்ல. திடீர் தாக்குதலுக்கு ஆளானது போல சில வினாடிகள் குனிந்து தரையைப் பார்த்திருந்து விட்டு,

“இது தெரியுமா தாயி ஒனக்கு. தயவுபண்ணி என்னிய தப்பா நினைச்சுறாதீக. உங்க அம்மாவ பாத்துக் கூலி வேல செய்றவகன்னு சொன்னா நம்ப முடியாது. அம்பூட்டு அந்தஸ்தா நாகரீகமா இருப்பாக. கூலி ஆளுகளோட அவுகள சேத்துப்பாக்க முடியல என்னால. எம்புத்தி.. அப்போ அப்படி நினச்சே. தப்புதே, பெரிய தப்புதே தாயி. அவுக மகாஉத்தமி. இப்ப இருந்தாங்கன்னா மன்னிப்பு கேட்டுருப்பே.”

இரண்டு கரங்களையும் கூப்பியபடி சொல்ல அவர் கையைப்பிடித்து “ஐயோ நீங்க வயசில பெரியவுக, வேணாம்யா விடுங்க பரவாயில்ல.” சமாதானம் செய்தாள்.

“எம் பொண்ணுக போலத்தே நீயும். நல்ல புத்திசாலியின்னு பாத்தாவே தெரியுது தாயி. எனக்கு வயசு ஆயிடுச்சுன்னு பாக்காதீக. K.K நகருலத்தே வீடு. என்ன உதவின்னாலும் வாங்க தாயி நான் இருக்கே.”

“நாங்கதே ஒங்களுக்கு உதவியா யிருக்கணும். சரிங்க ஐய்யா, நா புறப்படுறே.”

“ஆகட்டுந் தாயி சந்தோஷம். இந்தக் கிழவனை மறந்திடாதீக...”

அலுவலகத்தில் சொல்லிவிட்டு, அன்றுமாலை ஒரு மணி நேரதிற்கு முன்னதாகவே அருணா வீட்டிற்கு வந்தாள். குளித்து முடித்து உடுத்திக்கொள்ள நல்ல புடவை ஒன்றைத் தேர்வு செய்தாள். கண்ணாடி முன் நின்று மார்பின் குறுக்கே அதை வைத்துப் பார்த்துத் திருப்திகொண்டாள். பட்டும்படாமல் கேசத்திற்கு எண்ணெயிட்டு லேசாக மிதப்பு போல் வாரியவள் காதோரங்களில் கொஞ்சம் முடிக் கற்றையை எடுத்துப் பின்பக்கம் முடிந்து சிறிய ஜடையாகப் பின்னினாள். மையிடாமலே அவளின் கருவிழிகள் காண்போரைக் கட்டியிழுக்கும். ஆனாலும், ரொம்பவே மெனக்கெட்டு விழிகளுக்கு அழகு செய்தாள். சரியாக வரவில்லையென்று அழுத்தித் துடைத்து விட்டு மீண்டும் கவனமாகத் தீட்டினாள். தினமும் வட்டமாக இடும் சாந்துப் பொட்டிற்கு இன்று வேறு வடிவம் தந்தாள். முகத்தில் சிலயிடங்களில் மிகுதியாய்த் தென்பட்ட குட்டிக்குரா பவுடரை மெல்லத் துடைத்துக் கன்னங்களுக்குப் பளபளப்பைக் கூட்டினாள்.

இரும்பு பீரோவைத் திறந்து நகைப்பெட்டியிலுள்ள நான்கு ஜோடி தங்க வளையல்களை எடுத்து இரு கைகளிலும் பூட்டியவள் என்ன நினைத்தாளோ தெரியவில்லை, வரிவரியாகத் தங்க நிறத்தில் மின்னும் சிகப்பு வண்ண பிளாஸ்டிக் வளையல்களை அதன் முன்னும் பின்னும் அணிந்தாள். வளையல்கள் பூட்டிய கையிரண்டையும் ஒன்று சேர்த்து முகத்திற்கு நேரே உயர்த்திப் பார்த்து ரசித்தாள். வெகுநாட்களாகப் பயன்படுத்தப்படாமலிருந்த டாலர் செயினை எடுத்து அணிந்து கொண்டாள். தன் சம்பாத்தியத்தின் மூலம் தாய் தனபாக்கியத்திற்கு வாங்கித் தந்த செயின் அது. தாயின் மறைவிற்குப் பின் தாமரை வடிவில் சிகப்பு, வெள்ளைக் கற்கள் பதிக்கப்பட்ட டாலர் ஒன்றை வாங்கிச் செயினில் இணைத்திருந்தாள். அனேகமாக இந்த செயினை அணிவது இது மூன்றாவது முறையாக இருக்கும். காதணியைக் கழட்டிவிட்டு வளையத்தை அணிந்தாள். அவள் நளினமாகப் பேசும்போது லேசாக அசைந்து அழகு காட்டும் வளையத்திற்கு முன் வயிரத்தோடு எம்மாத்திரம்.

தயாராகி நிலைக் கண்ணாடி முன் நின்று தன் அலங்காரத்தைப் பார்த்து உறுதி செய்துகொண்டாள். அலங்காரத்தைவிட அவள் முகத்தில் மிளிரும் மகிழ்ச்சி உண்மையில் அவளை ஒரு தேவதையாகச் சாட்சி சொல்லிற்று. சுவர்க் கடிகாரத்தைப் பார்த்தாள், கனகராஜ் இன்னும் வரவில்லையே என வாசலில் அவளின் கவனம் சென்றது. சற்று நேரத்தில் வாசலில் சைக்கிள் வந்து நிற்கும் சத்தம் கேட்டு வெளியே வந்தாள். உள்ளே நுழைய எத்தனித்தவனின் பார்வை ஸ்தம்பித்துவிட்டது. மலைத்து நின்றவனின் கையைப் பிடித்து 'உள்ள வாங்க...' என்று அழைத்த அவளின் குரல் அவன் செவியில் விழுந்ததா

எனத் தெரியவில்லை. சகஜ நிலைக்கு மீளச் சற்று நேரம் பிடித்தது. அவனை அழைத்துச் சென்று தோளைப் பிடித்து இருக்கையில் உட்கார்த்திவிட்டு காப்பி கொண்டு வர உள்ளே சென்றாள்.

மாலையில் இருவரும் திருப்பரங்குன்றம் கோயிலுக்குப் போவோம், வெள்ளெனக் கிளம்பி வீட்டிற்கு வாங்க என ஃபோன் செய்திருந்தாள். இத்தனை அலங்காரத்துடன் அவளை ஒரு நாளும் பார்த்ததில்லை. நண்பர்கள் திருமண நிகழ்ச்சிக்குக் கூட அருணா இந்தளவு அலங்காரம் செய்ததில்லை. என்ன காரணமாக இருக்கும், அவளே சொல்லட்டுமென அமைதியானான்.

அகல ஜரிகை பார்டருடைய மயில் வண்ணப் பட்டுப் புடவையின் ஸ்பிலிட்டை இடது கையால் பிடித்தபடி காப்பி கொண்டு வந்தவளை இமைக்காமல் பார்த்தான். ஹோட்டல் முகப்பில் காப்பி விளம்பர போர்டில் வரையப்பட்ட நடிகையின் உருவத்தை அருணாவுடன் பொறுத்திப் பார்த்தான். என் அருணாவின் அழகிற்கு முன் சினிமா நடிகை எம்மாத்திரம் எனக் கர்வப்பட்டான். வியப்பிலிருந்து வெளி வந்து அவளை மகிழ்ச்சியோடு நோக்கினான்.

“என்ன அப்படி பாக்குறீக, இந்தாங்க காப்பிய குடியிங்க..” அவன் அருகில் நெருங்கி உட்கார்ந்தாள். வழவழப்பான பட்டுப் புடவையின் மென்மை உரசல் அவனை லேசாகக் கிறங்க வைத்தது. டம்ளரை உதட்டருகே கொண்டுபோனவன் கீழே வைத்துவிட,

“சூடா இருக்கோ...குடுங்க ஆத்தித் தாறே....”

டம்ளருக்கும் டபராவுக்குமாக இரண்டு மூன்று முறை காப்பியை மாற்றிச் சூடாற்றி அவள் கொடுக்க மெல்ல சுவைத்துப் பருகினான். காப்பி டம்ளர் காலியாகும் வரை காத்திருந்தவள் போல அவனை எழுப்பி அறைக்குக் கூட்டிச்சென்றாள். நிலைக் கண்ணாடி முன் அவனுடன் இணைந்து நின்று பார்த்து சந்தோஷப்பட்டாள். ஒரு கையால் அவனை வளைத்துத் தழுவியபடி நின்றுபார்த்தாள். அவன் கன்னத்தோடு தன் கன்னத்தை இழைத்து மகிழ்ந்தாள். சட்டென்று அவனைத் தன் பக்கம் திருப்பி அணைத்தபடி கண்ணாடியில் தெரிந்த தம் பிம்பத்தைப் பார்த்து ஆனந்தப்பட்டாள். அவளின் வித்தியாசமான செயலைக்கண்டு காரணமறியாமல் குழம்பித்தான் போனான். ஆனாலும் அவளின் ஒவ்வொரு சிறு சந்தோஷத்தையும் அங்கீகரித்தவனாய் ஒரு மழலையைப்போல் அவளுடன் ஈடு கொடுத்தான்.

“சரி, நீங்க போயி கைகால் முகம் கழுவிட்டு வாங்க, நேரமாச்சி கிளம்புவோம்” எனத் திருப்பரங்குன்றம் செல்லத் துரிதப்படுத்தினாள்.

இருவரும் கோயிலை நெறுங்கும்போது மேற்கு வானம் கருஞ் சிவப்பாகி இருளத் தொடங்கிற்று. மல்லிகையின் மனம் வீதியைக் கமழவைத்தது. ஒரு பந்து பூவை வாங்கி அவளிடம் நீட்டினான். அடர்த்தியான நீண்ட ஜடையில் மல்லிகைச் சரமும் சேர்ந்து அவள் பின் அழகைக் கூட்டியது. சரவணப் பொய்கைக்குச் சென்றனர். இந்தக் குளத்தின் படியில்தான் வழுக்கி அவன் மேல் அன்று சாய்ந்தாள். ஏக காலத்தில் இருவர் மேலும் ஆயிரம் வாட் மின்சாரம் பாய்ந்தது இந்தப் படியில்தான். பாதங்களை நனைத்துவிட்டுச் சன்னதியில் நுழைந்தனர். அதுவரை அருணாவின் முகத்தில் குதியாட்டம் புரிந்த மகிழ்ச்சி சற்று மட்டுப்பட்டு பக்தியில் அமைதியாகத் தென்பட்டது. முருகக் கடவுள் சன்னதியில் கண்கள் பணியக் கைகூப்பி வெகுநேரம் நின்று வணங்கினாள். வெளி மண்டபத்தில் வந்து அமர்ந்தனர். கிழக்கே முழுநிலவு தன் தங்க மேனியைக் காட்ட முயன்றுகொண்டிருந்தது. பத்தடி தள்ளி அமர்ந்திருந்த தம்பதியர் இருவரும் அழுது ஆர்பாட்டம் செய்யும் சிறுவனைச் சமாதானம் செய்ய முயன்றனர். கோயிலில் நுழைய முயன்ற அரைப் பயித்தியத்தை அருவருப்போடு இரண்டு பேர் சேர்ந்து விரட்டினர். தேங்காய், பழக்கடை ஒன்றில் தடித்த பருமனான பெண்மணி ஒருத்தி கடைக்காரனுடன் உரத்த குரலில் விவாதித்துக்கொண்டிருந்தாள்.

அதுவரை மௌனத்துடன் அவள் பேச்சை ஆமோதித்தும் தலை யாட்டியும் வந்தவனுக்கு இப்போது கேட்கவேண்டுமெனத் தோன் றியது.

“அருணா..என்ன விஷேசம் இன்னைக்கி? ரொம்பச் சந்தோஷமா இருக்கே..”

“இன்னைக்கி முக்கியமான நாளு... அதுவும் நம்ம ரெண்டுபேருக்கும் முக்கியமான நாளு...”

“அப்பபடியா.. எனக்கு ஒன்னும் நினைவில்லியே”

“நாம ரெண்டு பேரும் முதமுதலா இங்கன எப்ப வந்தோம்?”

“ச்சே...இந்த மண்டையிக்கு நினைவுயில்லே பாத்தியா. அந்த நாளை மறக்க முடியுமா..”

“என் வாழ்க்கையில முக்கியமான நாளு. இந்தக் கைய நீங்க புடிச்சு மூனு வருஷமாச்சிங்க...”

சொல்லிவிட்டு அவனைப் பார்த்த பார்வையில் ஆயிரம் கனவுகளும் நம்பிக்கையும் பொதிந்து கிடந்தன.

“ஒனக்கு மட்டுமில்லே எனக்கும் முக்கியமான நாளுதான். நம்மை இணைச்சு வைச்ச நாளாச்சே”

“வாழ்நாள் முழுக்க நினைவுல நிக்க வேண்டிய நாளு”

“சரி வா அருணா அன்னைக்கு மாதிரியே ஏரிக் கரையே கொஞ்ச தூரம் நடந்து போவோம் வா...”

கோயில் மண்டபத்திலிருந்து புறப்பட்டு நெடுஞ்சாலையைக் கடந்து எதிர்ப்பக்கமுள்ள ஏரிக் கரை வழியே நடக்கலாயினர். பனைமர உயரத்தில் நிலவு உயர்ந்து கொண்டிருந்தது. குளுமையான காற்று மிகவும் இதமாகயிருந்தது. ஏரியில் மீன்பிடித்த மீனவர்கள் இருவர் வலையை உதறித் தோளில் போட்டவாறு கடந்து சென்றனர். சற்றுத் தொலைவில் கரையின் சரிவில் மாலைக்கடனைக் கழித்துக்கொண்டிருந்த சிலரின் பேச்சுக் குரல்கள் லேசாகக் கேட்டன. அருணாவுடன் இணைந்து நடந்தவன் எட்டி நான்கைந்தடி முன்னேறிச்சென்று நிலவொளியில் அவளின் அழகைப் பார்த்துப் பருகினான்.

“நா என்னா அம்பூட்டு அழகாவாங்க இருக்கே?” சிறு வெட்கம் மேலிடக் கேட்டாள்.

“அழகா! எனது பேரழகியில்லியா நீ..”

சொன்னவாறு சட்டென்று இழுத்துத் தழுவிக்கொண்டான். நெற்றியிலும் கன்னத்திலும் முத்தமாரியைப் பொழிந்தான். அந்தி இருட்டு அவர்களுக்குப் போர்வையாயிற்று. கொஞ்ச தூரத்தில் யாரோ ஒருவர் வரும் அதிர்வைக் கேட்டு அவன் பிடியிலிருந்து விலகினாள். கரையில் இருவரும் அமர்ந்தனர். கிழக்கே அடர்ந்த மரக்கிளைகளுக்கிடையே நிலவு தன் மேனியைச் சிறிது மறைத்துக் கொண்டிருந்தது. சில நொடிகளில் வெளிக்காட்டிய நிலவைப் பார்த்து,

“அருணா... அன்னைக்கி நம்ம அன்பிற்கு சாட்சியாயிருந்த அதே நிலவும் வானமும் இன்னைக்கும் சாட்சி சொல்லிட்டுயிருக்கு பாத்தியா”

“ஆமா, நமக்கு இயற்கைதான் சாட்சி”

சில வினாடிகளுக்குப் பிறகு,

“ஏங்க ஒரு கேள்வி, ஆணையும் பெண்ணையும் படைச்ச இயற்கையோட நோக்கம் என்னங்க?”

“என்னா திடீருன்னு ஆராச்சிக்குப் போயிட்டே”

“சொல்லுங்களே... என்ன நோக்கம்”

சற்று நேரம் முகத்தைப் பக்கவாட்டில் திருப்பிப் பார்த்தபடி யோசித்தவன்,

“சுறுக்கமா சொன்னா, மனித வர்க்கம் தேஞ்சி மறைஞ்சிடாம மேலே மேலே வளரத்தான் படைச்சிருக்கு. உயிருள்ள அத்தனை ஜீவராசிக்கும் இதான் நோக்கமா இருக்கனும்” தொடர்ந்தான்,

“ஆணோ பெண்ணோ ஒவ்வொருவருக்கும் தனித்த வாழ்க்கை என்று ஒன்றில்லை. தனித்த வாழ்க்கையை முழுமையான வாழ்வாகக் கருதவும் முடியாது. ஆண் பெண் ஒருவரையொருவர் சார்ந்தே வாழ்க்கை அமைகிறது. அமைக்கவும் படுகிறது. பாலுணர்வு, இனப்பெருக்கம் இவைகளுக்கு அப்பற்பட்டு உளவியல் ரீதியாக ஒரு பெண்ணின் வாழ்வில் ஆண் இடம் பெறுவதென்பது அவளை அனைத்துச் சூழலிலும் காத்து நிற்பதேயாகும். பெண்களைவிட ஆண்கள் உடல் உறுதிமிக்கவர்களாதலால் பெண்கள் ஆண்களால் பராமரிக்கப் படுபவர்களாயினர். அனேகமாக ஆணாதிக்கம் இந்தப் புள்ளியிலிருந்தே தொடங்கப்பட்டிருக்க வேண்டும். ஆனாலும் உடல் இச்சையில் ஓர் ஆணுக்குப் பெண் எப்படித் தேவையோ அப்படியே பெண்ணுக்கும் ஓர் ஆண் தேவைப்படுகிறான். இந்த இச்சைதான் மனிதவர்கத்தின் தொடர்ச்சியை அறுபடாமல் ஆயிரமாயிரம் ஆண்டுகளாய்க் காத்து நிற்கிறது. இந்தப் பரஸ்பர அடிப்படைத் தேவையை அன்றாடம் பூர்த்தி செய்யவே ஆணும் பெண்ணும் சேர்ந்து வாழ்வது கட்டாயமாகிறது. அவர்களைத் திருமணம், கணவன், மனைவி, குடும்பம் என்னும் கூட்டுக்குள் பயணிக்க வைக்கிறது. இதைத்தான் வாழ்க்கை, மணவாழ்க்கை என்று மனிதச் சமுதாயம் கட்டமைத்துள்ளது” என்று அவன் முடிக்கும் வரை பொறுமையாகக் கேட்டுக்கொண்டிருந்தவள்,

“நீங்க சொல்லுறது புரியுதுங்க, திருமண பந்தம் மூலமா இணையிற வாழ்க்கை எனக்குப் புரியுது. ஆனா, திடீர்னு ஒரே நாளுள கண வன்னு ஒருத்தங்கூட எப்புடிக் கூடமுடியுது. தன்னைக் கௌரவமா வெச்சிக் காப்பாத்துறவாங்கிறதுக்கு எந்த உத்தரவாதமுமில்லாம, அன்னிக்கு வரைக்கும் பொத்திக் காத்துவந்த அந்தரங்கத்தை அவகிட்ட ஒப்படைக்கிறாளே எப்புடிங்க..”

“அதுக்குத்தான் முதலிரவுன்னு ஒரு சடங்கு வெச்சிருக்காக. அந்த இராத்திரியில மனசப் புரிஞ்சிக்க முடியிதோ இல்லியோ, ரெண்டு உடலும் சேர முடியுது. ரெண்டு பேரும் கணவன் மனைவி ஆகுறாக. அதுக்குப் பிறவு எத்தனைக் கருத்து பேதம், கோபதாபம், பிணக்கு இருந்தாலும் உடல் சுகங்கிற ஒன்னு அவுகளை நிதமும் சங்கமிக்கச் செய்யுது.”

“அப்பே உடல் பசியத் தீர்க்கத்தான் திருமண வாழ்க்கையின்னு முடிவுக்கு வரலாமா?”

“அருணா... இதை நீ சரியாப் புரிஞ்சிக்கனும். உடல் பசியிங்கறது இயற்கையா, இயல்பா ஏற்படுறது. அதுக்குள்ளே குழந்தைப் பேறு, சந்ததிப் பெருக்கம்னு எல்லாம் அடங்கியிருக்கு. இதுல எது முதன்மை

யின்னு ஆராட்சி தேவையில்லே. வாழ்க்கையை வாழ்ந்துப் பாத்தா தான் தெரியும்”

சொல்லிவிட்டு உரையாடலை வேறு விஷயத்திற்குத் திருப்ப அவன் முயலும் போது,

“என் வாழ்க்கையில நீங்க வந்தமாதிரி உங்க வாழ்க்கையில நான் வந்திட்டே. வாழ்க்கை நம்ம வாழ்க்கையா ஆயிடுச்சி. இது நம்ம நல்ல மனசால ஏற்பட்டுதா, இல்லே கவர்ச்சியால ஏற்பட்டுதா சொல்லுங்களே”

நல்ல இதயங்கள் இணைவது நல்லெண்ணத்தாலும் நற்செயலா லும்தான். இதில் கவர்ச்சி அவர்களை இன்னும் நெருங்க வைக்கிறது. அக அழகு சில நேரம் புற அழகை வெல்லும். கவர்ச்சியால் இணையும் பலபேரின் வாழ்க்கை இன்னலுக்கு ஆளாவது இதனால்தான். உண்மையான அன்பும் பாசமும் இருந்தால்போதும், சுமாரான தோற்றமுடைய மனைவிகூட அவனுக்குப் பேரழகிதான். கை கால் விளங்காதவனும், கண் காது கேட்காதவனும்கூட ஒரு மனைவிக்கு நல்ல கணவனாக வாழமுடியும். இங்கே அன்பு புற அழகை வென்று விடுகிறது. இவ்வாறு சொல்லி வந்தவன் சற்று உணர்ச்சிவசப்பட்ட வனாய்த் தொடர்ந்தான்,

“இந்த க்ஷணத்திலே உன்னோட வாழ்ந்திடனுமுன்னு பல நேரம் தோனும். ஆனா உன் உடலை ஆளுவதைவிட உன் மனதை ஆளு வதுதான் உத்தமனுக்கு அழகுன்னு எனக்குள்ள எறியிற தீயை நானே அணைச்சிடுவே. இயற்கை அரக்கனின் உத்வேகத்திலிருந்து தப்பிக் கிறது உண்மையில் சவால்தான்.”

“எனக்குங்கூடச் சில நேரத்தில இப்படித் தோனுங்க”

“அருணா, நாம வாழ்க்கைய எப்ப வேணுமின்னாலும் தொடங்க லாம். நம்ம மனசு சம்மதிக்கிற அந்த வேளையை நாம நிச்சயிக்கக் கூடாது. தானா கூடிவருமுன்னு நம்பிக்கை இருக்கு.”

கூறியபடி அவன் எழ அவளும் எழுந்துகொண்டாள். இருவரும் ஏரிக்கரையிலே சற்றுதூரம் நடந்தபின் இறங்கி தார்ச் சாலையில் நடக்கலாயினர். அவளின் இடையை ஒரு கையால் வளைத்து அணைத்தபடி நடந்தான். அவளுக்கு மிதப்பது போலிருந்தது. பசுமலை பஸ் நிறுத்தம் ஆள் அரவமற்றுக் கிடந்தது. இந்த பஸ் நிறுத்தம் கனகராஜிக்கு ஒரு காலத்தில் பரிச்சயமானது. மீனாட்சி மில் குடியிருப்பில் தங்கியிருந்தபோது பசுமலையிலிருந்துதான் பஸ் ஏறி அலுவலகத்திற்குச் செல்வான். இங்கே தங்கியிருந்தபோது எதிர் வீட்டிலிருந்த பெண் கோகிலா காதல் மயக்கத்தில் கனகராஜியை அன்றாடம் கண்டுகளித்ததை அவன் கண்டும் காணாமல் சென்ற

நாட்கள் மின்னல் போல் தோன்றி மறைந்தது. காதல் என்பது குற்ற மான செயலென்று அவன் நினைத்த காலம் அது. சாலையில் செல்லும் வாகனங்களின் ஒளி இருவரின் மேலும் பட்டு மறைந்தது. சாலை யொட்டிய தெரு வழியே ஒரு நாய் வேகமாக மூச்சிறைக்க ஓடி வர, பின்னால் இரண்டு நாய்கள் துரத்தி வந்தன. சிறிது நேரத்தில் பஸ் வரவே இருவரும் ஏறினர். போகும் வழியில் பழங்காநத்தத்தில் இறங்கிக்கொள்ளலாமா என்று எண்ணியவனிடம் நேரே வீட்டிற்குப் போகலாங்க என அன்புக்கட்டளையிட்டாள். சில நேரங்களில் அகங் காரமில்லாத அவளின் அந்த ஆளுமை அவனுக்குப் பிடிக்கும்.

இருவரும் வீட்டை அடைந்தபோது கண்ணன் இன்னும் மில்லி லிருந்து வர வில்லை. சில சமயம் ஓவர் டைம் வேலை பார்த்துவிட்டு வீடுதிரும்ப அவனுக்கு 9 மணிக்கும் மேலாகும். கோயிலுக்குச் சென்று வந்த களைப்பு தீருமுன்பே உடனடியாக உடைமாற்றிக்கொண்டு கனகராஜிக்குப் பிடித்த மாதிரி சமையல் செய்யத் தொடங்கினாள். அவன் உதவி செய்வதாகக் கூறியும் மறுத்துவிட்டாள். கூடத்தில் வந்து அமர்ந்தவனின் பார்வையில் ஜெயகாந்தன் நாவல் தென்படவே எடுத்து வாசிக்கத் தொடங்கினான். ஒரு மணி நேரத்தில் சமையலை முடித்துவிட்டு அருணா கூடத்தில் வந்து உட்கார்ந்தபோது கண்ணன் களைப்போடு நுழைந்தான். கனகராஜியைப் பார்த்து வழக்கமான புன்னகையை உதிர்த்துவிட்டுக் குளிக்கச் சென்றான்.

அருணா மிகவும் மகிழ்ச்சியாகக் கொண்டாடும் இந்த ஏப்ரல் 15 ஆம் தேதி சென்ற வருடங்களில் வந்தபோது கனகராஜ் ஊரில் இல்லை. அதை ஈடு செய்ய இன்று சற்று அதிகமாக மெனக்கிட்டாள். உணவுக்குப் பிறகு திரைப்படத்திற்குப் போகலாம் என்று அழைத்தாள். சென்ட்ரல் தியேட்டரில் படம் பார்த்துவிட்டுத் திரும்பினர். தனி அறையில் இருவரும் படுத்தனர். அவனை இறுக்க அணைத்தபடி படுத்தவள் சற்று நேரத்தில் தூங்கிவிட்டாள். அவள் பிடி தளரும் வரை அசையாமல் படுத்திருந்தவனுக்குத் தூக்கம் வரவில்லை. தான் விழித்திருப்தை அவள் உணரா வண்ணம் அவளின் அசைவுக்கு ஈடு கொடுத்தபடி படுத்திருந்தான்.

ஒரு நாளை இத்தனை மகிழ்ச்சியோடு அவள் கழித்ததைக் கண்டதில்லை. பகட்டுக்கும் படோபடாபத்திற்கும் அப்பாற்பட்டவள் அருணா. எப்போதும் தன்னை எளிமையாகக் காட்டிக்கொள்பவளின் இதயத்தில் எப்படி இந்த மாற்றம் ஏற்பட்டது. அவளுள் ஏற்பட்ட இந்த மகிழ்ச்சி தன்னோடு என்னைப் பிணைத்துக்கொள்ளும் வாழ்க் கையின் மேல் ஏற்பட்ட நம்பிக்கைதான் என்று உணர்ந்தவன் சிறிது நேரத்தில் உறங்கிவிட்டான்.

16

ஆபீஸ் அலுவலாக கனகராஜும் அவன் மேனே ஜரும் திண்டுக்கல் வரை சென்று திரும்பும்போது இரவு 8.30 ஆகிவிட்டது. மேனேஜரின் மனைவி வெளியூர் போயிருந்ததால் ராமநாதபுரம் ரோட்டில் இருக்கும் ஓட்டலில் சாப்பிட்டுவிட்டு வெளியே வந்தனர். வீட்டுக்குப் போவதா இல்லை அருணா வீட்டிற்குப் போவதா எனக் குழம்பிய கனகராஜியின் கால்கள் அவள் வீட்டை நோக்கி நடக்கத் துவங்கின.

இரும்பு கேட் திறக்கப்படும் சத்தம் கேட்டு ஜன்னல் வழியே எட்டிப் பார்த்த அருணா, மகிழ்ச்சியோடு ஓடி வந்து கதவைத் திறந்தாள்.

"என்னங்க...எங்கிட்டுப் போயி வாறீக...?"

"திண்டுக்கல் வரைக்கும் போயி வாறே."

சொல்லிக்கொண்டே உட்கார்ந்தவன் சட்டையைக் கழற்ற, அதை வாங்கி ஸ்டேன்டில் மாட்டிவிட்டுத் திரும்பினாள். வழக்கமாக வந்தவுடன் தினசரி பேப்பரை புரட்டுபவன் அமைதியாகக் காணப்பட்டான்.

"ஏங்க என்னாச்சி சுகமில்லியா. ரொம்ப டல்லா இருக்கீக. உடம்புகூடக் கொஞ்சம் மெலிஞ்சாப்பில இருக்கு..."

அவனருகில் வந்து தோளைப் பற்றியபடி கரிசனத் தோடு கேட்டாள்.

"அதெல்லா ஒண்ணுமில்ல. ரெண்டு நாளா மனசுக்கு ஏதோ கஷ்டமாவே இருக்கு. பிரச்சனை எதுவுமில்ல. ஆனா சங்கடமா இருக்கு."

"நீங்க சொல்றது அதிசயமா இருக்கு. பொதுவா எல்லாரும் பிரச்சனையில முழி பிதுங்கி என்ன செய்

யறதுன்னு தெரியாம தவிப்பாக. பிரச்சனையே இல்லாம நீங்க ஏன் சங்கடப்படணும்."

"அதா எனக்கும் விளங்கல."

"சரிங்க..நா சொல்றாப்பில செஞ்சிப் பாருங்க. நீங்க எதைப் பார்த்தா, கேட்டா சந்தோஷப் படுவீகளோ அதை செய்யிங்க. நல்ல இயற்கைக் காட்சி ஓவியம், இசைன்னு சிந்தனைய திருப்பி அதில லயிக்கப்பாருங்க. ஒரு சோகமான நிகழ்ச்சிய நினைச்சா உடனே கண்ணுல தண்ணி வரு மில்ல, அதுமாதிரி உங்கள ரொம்ப சந்தோஷப் படுத்துன இனிமை யான தருணத்தை நினைக்கிறப்ப மனசுக்கு மகிழ்ச்சியா யிருக்கும்."

"மனோதத்துவ ரீதியில சரியா சிந்திக்கிறே. சரி அருணா, எல்லாம் சொன்ன நீ ஒன்ன வுட்டுடீயே. உங் கைய முதமுதலாப் புடிச்சேனே அந்த நிமிஷந்தா என் லஃபிலே ரொம்ப ரொம்ப சந்தோஷப்பட்ட தருணம். ஆயிரமாயிரம் மகிழ்ச்சி கதிர் இயக்கத்த இந்த இதயத்தில உண்டாக்குன நொடி. மறுபடியும் அதை அனுபவிக்க முடியல. குளத்து தண்ணியில கல்லை எரிஞ்சா உண்டாகி மறையற அலைமாதிரி மறு படியும் அதை நினைச்சுப் பார்க்க முடியுதே ஒழிய அனுபவிக்க முடி யல. ஆனாலும் எம் மனசு இலவம் பஞ்சுமாதிரி சந்தோஷத்தில சஞ்சாரம் செய்ய உன்னியவிட அருமருந்து எனக்கு ஏது."

"போங்க...நீங்க..."

"உன்னிய பாத்துப் பத்து நாளாயிருக்குமா..."

"ஓங்கள பாக்காம ரெண்டு நாளா எனக்கும் ஒருமாரி இருந்துச்சிங்க.."

"சரி காப்பகதுக்குப் போனியா. எங்க கண்ணன் தூங்கிட்டானா?"

"ரிக்ஷாக்காரன் படம் பாக்க போயிருக்கா. இப்பந்த போனா. நான் இல்லாதப்ப காப்பகத்த அமுதா பாத்துகிறா. சரி நீங்க சாப்பிட்டீகளா?"

"ஹோட்டல்ல சாப்பிட்டுட்டே..."

"கொஞ்ச பாலாவது சாப்புடுங்க..."

பாலைக் குடித்தபின் நாற்காலியில் சாய்ந்து உட்கார்ந்தான். உடம் புக்குக் கொஞ்சம் அலுப்பாகயிருந்தது. அவன் தோளில் சாய்ந்தபடி அமர்ந்திருந்தவளின் நினைவில் ஈஸ்வரன் மேஸ்திரி லேசாகத் தலை காட்டினார்.

"ஏங்க, ஒருத்தரைப் பத்தி உங்ககிட்ட சொல்லனுமுன்னு இருந்தே."

"யாரு என்ன விஷயம். நீ தா அப்பவே எதியும் சொல்லமாட்டீயே. சேத்து வைச்சி சினிமாக் கதை மாதிரி சொல்லுவே..."

"போங்க நீங்க கேலி பண்ணுறீக..."

“சரி சரி சொல்லும்மா...”

ஈஸ்வரன் மேஸ்திரியிடம் அம்மா கட்டிடவேலை செய்தது, அம்மாவைப் பற்றி வைரம் சொன்னது, மேஸ்திரியின் குடும்பச் சூழ்நிலை என்று விளக்கமாகச் சொன்னாள்.

“ஒரு வேள அம்மா அவரோட போயி வாழ்ந்திருந்தா உன் நிலம இன்னும் நல்லா இருந்திருக்கலாம். ஒரே பொண்ணாப் பொறந்த ஒனக்கு உறவும் கிடச்சிருக்கும்.”

“அம்மாவைப் பத்தி ஒண்ணும் தோனலையா...?”

“சொல்றே. உன் அப்பா போனதும் அவரோட எல்லா சந்தோஷமும் போயிடுச்சி, இனிமே தனக்குன்னு எந்த சுகமும் இல்லேங்கிற முடிவுக்கு வந்துட்டவக உங்க அம்மா. உன்னிய மனசில வைச்சிட்டு மேஸ்திரியோட போயி வாழ விரும்பல. உனக்காக மட்டுமே வாழ்ந்து மறைஞ்சிட்டாக. தாய்மைக்குப் பல சிறப்பான பொருளுண்டு. அதுல தியாகமும் ஒண்ணு. தன் வாழ்க்கைய உனக்காகத் தியாகம் செஞ்சிருக்காக. ஷீ ஈஸ் ஏ கிரேட் ஸோல்...”

அவள் விழிகளில் கோத்து நின்ற நீர்த்திவலைகள் உருண்டோடின.

“அருணா பிளீஸ் என்ன இது...”

தன்பக்கம் மெல்ல அவளைஇழுத்து அமைதிப்படுத்தினான். சகஜ நிலைக்கு மீண்டு வர சில நிமிடங்கள் பிடித்தன.

“நீ சொன்னாப்பில ஈஸ்வரன் நல்ல மனுஷருதா. அவரோட நீண்ட அனுபவந்தே வாழ்க்கை. இளமையில அவரு கண்ட கனவு எல்லாம் நடக்கணுமின்னு எதிர் பார்க்குறது நியாமின்னாலும், ஏமாற்றத்தையும் ஜீரணிச்சிதே ஆவுணும். பொறுப்பான குடும்பத் தலைவனா தன்னோட கடமைய சரியாச் செஞ்சியிருக்காக.”

“அப்படியீன்னா அவுக வாழ்க்கையில திருப்தி பட்டிருக்கணுமே!”

“திருப்தி என்பதற்கு அளவு கோல் இருக்கிறது. எதிர்பார்ப்புகள் நிறைவேறவில்லை என்னும்போது அங்கே அதிருப்தி தன் இடத்தை ஆக்கிரமித்துக் கொள்ளும். எல்லா மட்டத்தில் வாழும் மக்களின் தலைக்கு மேலே ஒரு கற்பனைக் கோடு இருக்கிறது. அதை எட்டி எப்படியாவது தொடவேண்டும் என்பதுதான் அவர்களின் இலக்கு. கிழ்மட்டத்தில் இருப்பவர்களுக்கு இலக்கோ, எந்தப் பிரக்ஞையோ இருப்பதில்லை, இருந்ததுமில்லை. அவர்களுக்கு மேல்மட்டத்திலிருப்பவர்களில் பலர் தங்கள் வாழ்க்கையில் திறம்பட செயல்பட்டு அந்தக் கோட்டைத் தொட முயற்சிக்கிறார்கள். சாமான்யர்களில் ஆரம்பித்து கோடீஸ்வரர் வரை ஆசைகளும், கற்பனைக் கனவுகளும், எதிர்பார்ப்புகளும் அவரவர் மட்டத்திற்கு, அந்த உயரத்திற்கு ஏற்ப

இருப்பது இயல்பு. கால் நடையாய்ச் செல்பவன் சைகளிலும், சைக் கிளில் செல்பவன் மோட்டார் பைக்கிலும், பைக்கில் சென்றவன் காரிலும் பயணம் செய்யவேண்டுமெனக் கனவு காண்கிறான். அந்தக் கனவுதான் அவனை வாழ்க்கையில் முன்னிருத்தி இட்டுச் செல்கிறது. ஒவ்வொருவரும் அந்த மட்டத்திற்குள்ளே தங்களை மடக்கிச் சுருட்டிக்கொள்ளாமல் அடுத்த உயரத்தை எட்டிப் பிடிக்க உந்து சக்தியாகச் செயல்படுவது இந்த ஆசையும் கனவுகளுந்தான். ஆசைப்படுவது இயற்கை. பேராசை அதற்கு எதிரானது…" என்று கனகராஜ் நீண்ட நெடிய விளக்கம் கொடுத்தான்.

"எனக்குக் குழப்பமா இருக்குங்க. நீங்க சொன்ன மாதிரி ஈஸ்வரன் பொருள் பண வசதியில் திருப்தி பட்டாலும், குடும்ப உறவு ரீதியா பல தோல்வியச் சந்திச்சிருக்காக. இதுக்கு அவரோட முயற்சியோ உழைப்போ காரணமாயிருக்க முடியாது இல்லீங்களா…"

"அருணா! நம் வாழ்க்கை, பொருளாதாரத்தை மட்டும் ஆதாரமாகக் கொண்டதில்லை. அதற்கும் மேலே ஒவ்வொரு மனிதனுடைய ஜீவ னோடும் உறவுகள் சம்மந்தப்பட்டிருக்கின்றன. உறவு பந்துக்களுடைய பலம் மற்றும் பலகீனம் அதனுடன் தொடர்பு உடையவர்களையும் போய்ச் சேரும். மிகப் பெரிய மரங்கூட கடுமையான புயல் தாக்கி தன் னுடைய கிளைகள் சிலதை இழந்து நிற்பது போலத்தான் நம்ம வாழ்வும். மனிதனைத் தோல்வித் துயரத்திலிருந்து பக்குவப்படுத்தி அவனைத் தெளிவாக்குவது அனுபவம்தான்…" எனப் புரியும்படி அவன் கூற…

"ஒத்த மனுஷனா சமுதாயத்தில வாழுறது அர்த்தமற்ற வாழ்க்கை. தனி மனுஷனா வாழ்ந்தாலும் உறவுப் பந்துக்களோட வாழ்ந்தாலும் சுக துக்கம் அதனோட பாதிப்புக்களை அனுபவிச்சி ஆகணுங்கிறீக, அப்ப வாழ்க்கையில முளுசா வெற்றிப் பெற்றவுகன்னு ஒருத்தர எப் படிச் சொல்லுறது?"

"அரசியல், பொருளாதாரம், வியாபாரம், தொழில், பதவி, அந்தஸ்து, கலை, இலக்கியம், விளையாட்டு இந்தத் துறையில ஒருத்தரு எதுல வெற்றி பெற்றாலும் இல்லறத்தில் வெற்றி பெற்றவகதான் முளுசா வெற்றி பெற்றவகன்னு ஆவும்."

"இப்படி முளுசா வெற்றி பெற்றவுக கொஞ்ச பேருதா இருப்பாக…"

"உண்மைதான். ஒண்ணுல வெற்றியும் இன்னொன்னுல தோல்வி யுந்தான் நடைமுறை யதார்த்தம். இந்த ரெண்டும் கலந்ததுதான் வாழ்க்கை. இத வாலிபத்தில ஏத்துக்காத மனசு அந்திமத்தில ஏத்துக் கும். ரெண்டையும் ஒன்னா பார்க்குற பக்குவம் அந்த ஞானம் அந்தி மத்திலதான் வருது. பொன்னைக்கூட மண்ணாக பாவிக்கிற பற்றில் லாத நிலை அது."

“ஏங்க இந்த பக்குவம் வயோதிகத்திலதான் வருமா என்ன? சமமா பாக்குற மனோதிடத்த வளர்த்துக்கிட்டா போதுமே...”

“கரைக்ட்...இந்த மனோ நிலைய நாமும் ஏற்படுத்திக்கலாம்.”

“எனக்கு ஒரு சந்தேகம்...”

“என்ன சந்தேகம்...”

“வாழ்க்கையில பொய் சொல்லாம நேர்மையா வாழ முடியாதா?”

“ஏன் இந்தச் சந்தேகம். அப்படி வாழணுங்கிற உறுதிவேணும். நேர் மையா வாழுறவுகளுக்குச் சோதனை உண்டு. காந்திஜி, தருமன், ஏன் ஹரிசந்திரன் பாக்காத சோதனையா? பொய் புரட்டுமே வாழ்க்கை யாயிடக்கூடாது.

“எல்லா விளக்கும் விளக்கல்ல சான்றோர்க்குப்

பொய்யா விளக்கே விளக்கு.”

என்று வள்ளுவன் பொய்யாமைப் பத்திச் சொல்லியிருக்கான்.

இந்தக் குறள் வழி நடந்தா இன்னல்கூட இனிமைதான். நேர்மையான வாழ்க்கையில வருற நிம்மதிய கோடிகோடியா செல்வத்தக் கொட்டிப் பெற முடியாது. சரி அருணா நா படுக்கட்டுமா, எனக்குக் களைப்பா இருக்கு.”

“சரிங்க... நீங்க வந்து படுங்க...”

தந்தைக்கு உடல்நிலை மிகவும் சீரியஸ்என்று ஊரிலிருந்து செய்தி வரவே கனகராஜ் ஊருக்கு ஓடினான். உடனே வாடகைக் காரில் கூட்டிவந்து அரசு மருத்துவமனையில் சேர்த்தான். ஏதோ விஷக்காய்ச் சலாம், எவ்வளவோ வைத்தியம் செய்தும் ஜன்னியைக் கட்டுப்படுத்த முடியாமல் போகவே இறந்துவிட்டார். அப்பாவைக் காப்பாற்ற முடியவில்லையே என்று கனகராஜ் இடிந்துவிட்டான். அருணா உட்பட ஆபீஸ் நண்பர்கள் சூழ்ந்து ஆறுதல் சொன்னார்கள். புரு ஷன் போய் விட்டாரென்று விழுந்த கனகராஜியின் தாய் ஒரு மூலை யில் நினைவில்லாமல் சுருண்டுகிடந்தாள். கிராமத்தில் அடக்கம் செய்யவேண்டுமாம்.

கிராமத்துக் கழனியில் அவரே தனக்காக வளர்த்த வன்னி மரம் உடனடியாக வெட்டப்பட்டு எரியூட்ட ஏற்பாடாயிற்று. உடல் நிலையை எப்போதும் ஆரோக்கியமாக வைத்திருக்கும் தன் தந்தை இவ்வளவு சீக்கிரம் போய்விடுவாரெனக் கிஞ்சுத்தும் நினைக்க வில்லை. எனக்கு முன்னே என்சாமி போய்விட்டாரே என்ற தாயின் கதறல் கேட்டது. மதுரையிலிருந்து கனகராஜின் நண்பர் கள் குழுமி விட்டனர். பூமாலைகள் குவிந்தன. அறுபது வயதைக் கூட எட்டித் தொடாத அந்தக் கிராமத்து சிறு விவசாயிக்கு மிகச்சிறப்பாக இறுதி

மரியாதை செய்யப்பட்டது. காப்பகம்மூடப்பட்டு அனைவரும் வந்திருந்தனர். ஈமக்கிரியையின் போது ஓரிரு வார்த்தைகள் பேசிய தோடுசரி, அதன்பின் கனகராஜ் வாய் திறக்கவில்லை. அமைதியாக தென்பட்டாலும் அவனுள்ளிருக்கும் அழுத்தத்தை அருணா மட்டுமே அறிவாள். மற்றவர்கள்மத்தியில் அவனுக்கு ஆறுதல் சொல்ல இயல வில்லை.

நண்பர்கள் இரவே மதுரை புறப்பட்டுவிட்டனர். உள் அறையில் இடை வேட்டியோடு வெறுந்தரையில் படுத்திருந்தவனை இரவு பத்து மணிக்குத்தான் அருணாவால் அனுக முடிந்தது. ஒரு துண்டை எடுத்துப் போர்த்திவிட்டு முதுகில் மெல்ல கைவைத்தாள். அசைந்து அவள் பக்கம் திரும்பினான். அவளைப் பார்த்ததும் அதுவரை அடங்கி யிருந்த துயரம் விம்மலாக வெடித்தது. கையைப் பிடித்து சமாதானப் படுத்தினாள். செவி ஓரம் வழிந்தோடும் கண்ணீரைத் துடைத்தாள்.

"எங்களுக்குத் தைரியமே நீங்கதான். நீங்க ஒடிஞ்சிப் போவலாமா? எழுந்திருங்க. அம்மாவப் பாருங்க. அவுகளுக்குத் தைரியம் சொல்லுங்க. எல்லாத்தையும் கடந்து போவணுமுன்னு நீங்க சொல்லுவீகளே. இதையும் கடந்துதானே ஆவணும்."

"அப்பா ரெண்டு வகுப்புதா படிச்சிருப்பாக. ஒருநாளும் எனக்கு புத்திமதி சொன்னதில்லை அருணா. உசிரையும் உருவத்தயும் மட்டும் கொடுத்த சராசரி தகப்பனில்ல அவுக. என்னோட இந்தக் கொஞ்ச அறிவு ஞானமும் அவுகளது. என்னிய நல்ல மனுஷன்னு ஆராவது சொன்னா அந்தப் பெருமை எல்லாம் அப்பாவுக்குதே..."

தேம்பி அழுதவனை மெல்லத் தழுவி ஆறுதல் சொன்னாள்.

கூடத்தில் பெண்களும் குழந்தைகளும் சுருண்டு கிடக்க, வெளித் திண்ணையில் ஆண்களுமாகப் படுத்திருந்தனர். திண்ணையிலிருந்து பேச்சுக்குரல் லேசாகக் கேட்டது. தூங்கிக்கொண்டிருந்த குழந்தை வீலென்று அழவே தாய் சமாதானப்படுத்தினாள். அந்த சத்தத்தில் தூக்கம் கலைந்த முதியவர் முனகியபடி புரண்டு படுத்தார். கூடத்தில் எரிந்துகொண்டிருந்த லாந்தரில் கரிப் புகை கண்ணாடியில் படிந்து லேசாக வெளிச்சத்தை உமிழ்ந்தது. இரவு மணி பதினொன்று ஆகி யிருக்கும். கனகராஜ் எழுந்து பின் வாசலுக்குப் போகவே அருணாவும் தொடர்ந்தாள். பின்கட்டில் சமையல் செய்த பாத்திரங்கள் கரியோடு இருட்டில் இருட்டாகக் கிடந்தன. அடுப்புக் குழியில் கருகிக்கிடந்த விறகு புகைந்துகொண்டிருந்தது.

பின்கட்டை ஒட்டி நீண்டு ஓடுகிற நிலம் அவர்களுடையதுதான். பக்கத்தில் நெடிந்து நிற்கும் தென்னையிலிருந்து கோட்டான் இரைந்

தபடி பறந்தோடியது. அதைத் தொடர்ந்து கள்ளி வேலியில் உட்கார்ந் திருந்த ஆந்தையின் அலறல். வளர்பிறை அரைவட்ட நிலவு வெளிச் சம் விரவிக் கிடந்தது. மாசி மாதம். கோடை ஆரம்பித்துவிட்டதின் அடையாளமாய், கம்பு சோளப் பயிர்களின் அறுவடை முடிந்து காய்ந்த தட்டைகள் முழங்காலளவு வெட்டப்பட்டு நின்றன. வரப்பின் ஓரம் வளர்ந்த காழைப் புற்கள் வெயிலில் காய்ந்து பச்சை நிறத்தை இழந்து மஞ்சள் நிறமாய் காணப்பட்டது. வயலின் நடுவே அங்கங்கே நிற்கும் வன்னி மரங்களில் படர்ந்திருந்த சுரை பீர்க்கை கொடிகள்கூட காய்ந்து சருகோடி காற்றில் ஆடின. காய்ந்த சோளத் தட்டை அதன் சருகுகளின் வாசம், அந்தக்கரிசல் மண்ணின் மனமும் சேர்ந்து மேலை காற்றோடு இதமாக வீசியது. மேற்திசை வானில் எரி நட்சத்திரம் வெளேறென்ற ஒளியுடன் நீண்டு வளைந்து விழுந்து மறைந்தது.

"ராத்திரியில இங்கன வந்தா பயமா இருக்காதா?"

மௌனமாக இருந்தவனைப் பேச வைக்கக் கேட்டாள்.

"என்னா பயம். விளைச்சல் காலத்தில தானியத்தத் திங்க நிறைய எலிகள் வரும். அதைப்பிடிக்க பாம்பு நடமாடும். இருட்டுல போறப்ப காலடிய பாத்து நடக்கணும்பாக அப்பா. கையில கொம்பில்லாம இராத்திரியில வெளியப் போவமாட்டாக. இந்த மண்ணுதா அவுக ளுக்கு உசுரு. அவுக உழைப்பை இந்தமண்ணு சாப்பிட, மண்ணுதான் அவுக சாப்பிட எல்லாந் தந்துது. அவுக விதைச்ச விதை முளைச்சி பயிராகி பலன் கொடுக்குமே ஒழிய ஒரு நாளும் சாவியா போனதில்ல. பயிர் மேல அம்புட்டு பக்தி ஈடுபாடு."

"சாதாரண கிராம விவசாயியா இருந்தாலும் ஒங்களமாதிரி பிள் ளைக்கு தகப்பன்னு நினைக்கிறப்போ பெருமையா இருக்கு."

"ஒரு நாள்கூட என்னிய கைநீட்டி அடிச்சதில்ல அருணா. அவுக தோளுஉசரம் நான் வளர்ந்ததும் என்னியத்தொடத் தயங்குவாக. நான் படிச்சி கௌரவமா நாகரீகமான பிள்ளையா ஆயிட்டேனாம். என் முதுகில எரும்பு ஊருதுன்னு சும்மா சொல்லித் தடவிப் பாத்து சந் தோஷப்பட்டுக்குவாக. நான் பிள்ளையா அவுகளுக்கு எங் கடமைய செஞ்சேனா தெரியல. ஆனா நேத்துவரைக்கும் தன் கடமைய சரியா முடிச்சுட்டுதான் போயிருக்காக..."

சொல்லியபடி குனிந்து மண்ணைத் தொட்டு கும்பிடப் போனவன், நெடுஞ்சானாகப்படுத்து அழுதான். அவன் தோளைப்பிடித்து எழச் சொன்னாள். எழுந்து தரையிலே உட்கார்ந்தான். இரண்டு மூன்று நிமிடம் அமைதியாக இருந்தான்.

"அருணா... அம்மாவைக் கூட்டிட்டுப் போயிடலாமில்லே?"

“கூட்டிட்டுப்போவம். கழனிய ஆராவது பயிர்வைக்கச் சொல்லுங்க”

நான்காம் நாள் அன்னபூரணி பாட்டியையும் ஜானகியையும் தங்க வைத்துவிட்டு எல்லோரும் மதுரை திரும்பி விட்டனர். பதினாறாம் நாள் காரியமாம். கனகராஜிக்கு அதிலெல்லாம் ஈடுபாடில்லை என்றாலும் உறவினர்கள் விருப்பத்திற்கு விட்டுவிட்டான். துக்கக் காரியம் முடிந்த மறுநாள், அம்மாவை மதுரை வரும்படிக் கூப்பிட்டான்.

“நாம வாழ்ந்த வீடுய்யா இது. அந்த மனுஷர் என்னிய விட்டுட்டுப் போனாலும் கழனியில வேலை பாத்திட்டு வருவாகங்கிற நெனப்பில பின்வாசல பாத்திட்டே இருந்திடுவே. அவுக சுத்திச்சுத்தி வந்த காட்டையும் வீட்டையும் வுட்டுட்டு எப்படிய்யா வர்றது. கை காலுல சத்து இருக்கிற வாரைக்கும் இங்கனே சுத்திட்டு, முடியாத காலத்தில உங் காலடியல வந்து கிடக்கிறேம்பா. இப்படி அவுக போக்களம் போவாகன்னு கனவுகூட காணலயே. ஒமக்கு என்னய்யா குறை வைச்சே? ஐயா...என்னக் குறை வைச்சே?”

கூடத்தில் படுத்திருந்தவள் எழுந்துபோய் சுவரிலிருந்த போட்டோவைப் பார்த்து இரண்டு கையையும் நீட்டி அழுதபடி கேட்டாள்.

“என்னிய சீருஞ்சிறப்பா நல்லாத்தே வச்சிருந்தாக. நாலு வயசுக்குப் புறவுதான் எம்மகே அம்மான்னு பேசுனா. நா கும்பிடாத சாமியில்ல அப்போ. இன்னிக்கி என்னென்னவோ பேசுறா. எனக்கு ஒண்ணும் புரியில. உன்னியப்பத்தி எல்லாரும் பெருமையாபேசுறாகாய்யா. எம் பெத்தவயிறு குளிர்ந்து போச்சி. வழிதெரியாம தவிக்கிற பெண்ணுகளுக்குத் தங்கஇடங்குடுத்து நல்லா பாத்துகிறீகளாம். கேக்க சந்தோசமாயிருக்கு. நாலு பேருக்கு நல்லது செய்யிங்கய்யா. பூமியில பொறந்ததுக்கு சாரமா இருக்கட்டும். இங்கிட்டு வா தாயி.., நீங்க ரெண்டு பேரும் சந்தோஷமா நூறு வருஷத்துக்கு இருப்பீக. நான் கும்பிட்ட சாமி உங்களைக் கைவிடாது ஆத்தா...”

அருணாவைக் கட்டிப் பிடித்து ஆரத்தழுவிச் சொன்னாள்.

கிராமத்தில் அம்மாவுக்கு அன்னபூரணி பாட்டி துணையாயிருக்க விரும்பியதால் மற்றவர்கள் மதுரைக்குத் திரும்பினர். இரண்டு மாதங்களுக்கு வீட்டிற்கு வேண்டிய சாமான்களை வாங்கிப் போட்டுவிட்டுத் தான் கனகராஜ் வந்தான்.

மூன்று நான்கு மாதங்கள் சென்றிருக்கும். ஓய்வு கிடைக்கும்போது ஊருக்குப்போய் வந்தான். தந்தையின் மறைவு தாயை முடக்கி விடுமோ என்று ஆரம்பத்தில் மிகவும் பயந்தான். துக்கத்திலிருந்து ஓரளவுக்கு விரைவாகவே அவன் தாய் வெளிவந்தது நிம்மதியைக் கொடுத்தது. கிராமத்துப் பெண்மணி. தன்னைப் போன்றவர்களின் யதார்த்த

நிலையைப் புரிந்துகொண்டாள். பொருளாதார வசதிக் குறைவு ஒன்றுமில்லை. அன்னபூரணி பாட்டி அம்மாவுக்குத் துணையாக இருக்கிறாள். பலமுறை கனகராஜ் அவளை மதுரைக்கு கூப்பிட்டும் நகரத்துப் பாட்டிக்கு ஏனோ கிராமம் பிடித்துப் போய்விட்டது.

கிட்டத்தட்ட கனகராஜ் முன்போலாகி விட்டான். ஆனாலும் கடந்த இரண்டு மாதங்களில் அவனின் நண்பர்கள் குழாமில் எதிர் பாராத என்னென்னவோ நடந்தேறியது. நாகர்கோயிலுக்கு அருகில் உள்ள கிறிஸ்துவ தேவாலயப் பணிக்கும், அதோடு இயங்கும் பள்ளி யில் ஆசிரியர் பணியை மேற்கொள்ளும்படி பாதிரியார் விடுத்த அழைப்பை மறுக்க முடியாமல், நாதனுடைய தந்தை இவ்வளவு ஆண்டுகளாய் வாழ்ந்த மதுரையைவிட்டுக் குடும்பத்தோடு குடி பெயர்ந்தார். நாதனின் பிரிவு உபச்சாரத்தின் போது நண்பர்கள் கண்ணீர் மல்க கை அசைத்து பிரியாவிடை சொன்ன நிகழ்ச்சியின் நிழல் மறைவதற்குள், ஜவகருக்கு திருச்சியில் வேலை கிடைக்க நண் பர்களிடம் கைகுலுக்கி வாழ்த்துக்களுடன் போய்ச் சேர்ந்தான். இருபது நாட்கள் கடந்திருக்கும். முத்துக்காளையின் தாய்மாமன் இறந்துவிடவே அவர்கள் குடும்பத்திற்கு மட்டுமில்லாமல் மாமன் விட்டுச் சென்ற மளிகைக் கடையைத் தன் பொறுப்பில் எடுத்து நடத்த வேண்டிய நிர்பந்தம். அவனும் மானாமதுரை சென்று விட்டான். அப்பாடா! முத்துராமலிங்கமாவது இருக்கிறானே என்று கனகராஜிக்குச் சின்ன ஆறுதல். அதற்கும் வந்தது ஆபத்து.

வத்தலகுண்டிலிருந்து முத்துராமலிங்கத்திற்கு வசதியான குடும்பத்தில் பெண் அமையவே, பெண் வீட்டாரின் விருப்பப்படி சுயமரியாதைத் திருமணமாக நடந்தேறியது. அதுவரை சுயமரியா தைத் திருமணத்தில் கலந்து கொள்ளாத கனகராஜ் மிகுந்த ஆவ லோடு பார்த்தான். தந்தை பெரியாரோடு நெருக்கமாகப் பழகி பல போராட்ட பிரச்சாரங்களில் பெரும் பங்காற்றிய முதியவர் கனகசபை அவர்கள் திருமணத்திற்குத் தலைமை தாங்க மங்கல நாணை மணமகனிடம் அவர் எடுத்துக் கொடுக்க, மணமகள் கழுத் தில் அணிவிக்கும் போது குழுமியிருந்த அனைவரும் மலர் தூவி 'மணமக்கள் வாழ்க!' எனச் சொல்லி வாழ்த்தினர். பின்பு தலைவர் தன் உரையில் சுயமரியாதைத் திருமணத்தின் மாண்பையும், மறைந்த தமிழக முதல்வர் பேரறிஞர் அண்ணா அவர்களால் அது சட்டபூர்வ மாக்கப்பட்ட விவரத்தையும் எடுத்துக்கூறினார். மக்களிடமுள்ள பல மூடப்பழக்க வழக்கங்களையும் கடவுள் நம்பிக்கையையும் சாடி விட்டு பகுத்தறிவு, கல்வியின் மேன்மையைப் பற்றிச் சிறப்பாகப் பேசி அமர, கருஞ்சட்டைக் கழகப் பேச்சாளர்கள் பெரியாரின் சுய மரியாதைக் கொள்கையை விளக்கிச் சொல்லிவிட்டு வள்ளுவம்

மக்களுக்கு எத்தகைய வழிகாட்டியாக உள்ளது என்றும், இல் வாழ்க்கை எப்படிச் சிறப்பாக அமைந்திட வேண்டுமென்பதற்குப் பல குறள்களை மேற்கோள்காட்டி சிறப்பாக பலத்த கரவொலிக் கிடையில் பேசி அமர்ந்தனர். உறவினர்களில் தி.மு.க வைச் சேர்ந்த வர்களும், காங்கிரஸாரும் சொற்பொழிவில் கலந்துகொண்டு திருமணமேடையை அரசியல் மேடையாக்கினர்.

திராவிடக் கழகத் தோழர்களின் சொற்பொழிவைக் கனகராஜ் சில முறை கேட்டிருந்தாலும், அன்றைய உரையில் சொல்லப்பட்ட கருத் துக்கள் ஏற்றுக் கொள்ளபடத் தக்கதாயிருந்தன. இந்தச் சுயமரியாதைத் திருமணம் ஒரு புது அனுபவம். நண்பர்கள் அனைவரும் திசைக்கு ஒருவராகச் சென்றுவிட்ட நிலையில் எஞ்சியிருந்தது முத்துராமலிங் கம் மட்டுந்தான். புதுமாப்பிள்ளையைத் தொந்திரவு செய்யவேண்டாம் என்று கனகராஜ் அவனைச் சந்திக்காமலே இருந்தான்.

மூன்று வாரம் கழிந்திருக்கும், முத்துராமலிங்கம் நண்பனைத்தேடி ஒரு நாள் வந்தான். அவன் சொன்ன சேதி கனகராஜை ஸ்தம்பிக்க வைத்தது. வீட்டோடு மாப்பிள்ளையாக வத்தலகுண்டில் போயிருக்க வேண்டுமாம். வாழ்த்து சொல்லி வழி அனுப்புவதைத் தவிர வேறு வழியில்லை. மூட்டையிலிருந்து சிதறிய நெல்லிக் கனியைப் போல நண்பர்கள் ஆளுக்கொரு திக்காய்ச் சென்றுவிட கனகராஜிக்கு மனசு வெறுமையாகி விட்டது. கொஞ்ச நாட்கள் வெறுமையின் தாக்கமிருந் தாலும் வாழ்க்கையில் எந்தச் சூழல் ஏற்பட்டாலும் அதை வசப்படுத் திக்கொண்டு அடுத்த நிலைக்குத் தன்னை உயர்த்திக்கொண்டான்.

17

கனகராஜிக்கு வருவாய் ஆய்வாளராக திருமங்கலத் திற்கு போஸ்டிங் போட்டாகிவிட்டது. கூடிய சீக்கிரம் வேலையில் சேர்ந்தாக வேண்டும். தினமும் திருமங்கலம் போய் வருவதில் அவனுக்குச் சிரமமில்லை. அன்னை கஸ்தூரிபாய் மகளிர் காப்பகத்திற்குக் குறைந்தது மாதம் ஒரு பெண் வந்து சேருகிறாள். கனகராஜ் அருணா இருவரும் ஆய்வு செய்து நெருக்கடியில், அனாதர வான பெண்ணின் சூழ்நிலையை உறுதி செய்த பின் சேர்த்துக் கொள்ளப்படுகிறார்கள்.

காப்பகப் பெண்கள் தயாரிக்கும் பொருட்களை மார்க் கெட்டில் கொடுத்துவிட்டு மீண்டும் தேவையான மூலப் பொருட்களைக் கண்ணன் வாங்கிவருவான். சிறுவர் குழந்தைகளுக்கான ரெடிமேட் துணிகளைத் தயாரிக்கும் ஆர்டரையும் வாங்கி வருவான்.

அன்றாடக் கணக்குகளை அமுதாவிடமோ அல் லது கனகாவிடமோ கண்ணன் கொடுக்க அவை வாரா வாரம் அருணாவிடம் சென்றுவிடும். ஒட்டுமொத்த மாக கனகராஜ் மாதம் ஒருமுறை சரிபார்ப்பான். சில கம்பெனிகள், பொதுநலச் சங்கங்கள் காப்பகத்துக்கு நன்கொடை தர முன்வந்திருக்கின்றன. நல் உள்ளங் கொண்ட பொதுமக்களிடமிருந்தும் நன்கொடை வர ஆரம்பித்துவிட்டது. ஆதீன மடத்திலிருந்து பெருந் தொகைக்கான காசோலை வந்திருந்தது. மகிழ்ச்சிதான். காப்பக வளர்ச்சிக்கு இது பயன் பெற்றாலும் மிகுதியான பணவரவு தவறான வழிக்கு வழிகோலிவிடுமோ எனும் அச்சம் கனகராஜிக்கு. நன்கொடை தந்தவர்களுக்கு நன்றி தெரிவித்து கடிதம் எழுதச் சொன்னான்.

காப்பகத்தின் எதிர்கால நடைமுறைகளைப் பற்றி இரவு அருணா வோடு வெகுநேரம் பேசிக்கொண்டிருந்தான். குறிப்பு எடுக்கச் சொல்லி பல ஆலோசனைகள் சொன்னான். நான்கைந்து பேரோடு ஆரம்பித்த காப்பகம், இப்போது இருபது பேராகக் கூடிவிட்டது. மகிழக்கூடிய வளர்ச்சியா? இந்தக் குறைந்த கால இடைவெளியில் நிராதரவாக வெளிவந்த பெண்களின் எண்ணிக்கை கூடியிருப்பதைத்தான் காட்டு கிறது. வருத்தப்பட வேண்டிய விஷயமில்லையா இது.

காப்பகத்தில் உற்பத்தியாகும் பொருட்களின் எண்ணிக்கை கூடிக் கொண்டு போகவே கண்ணனுக்கு வேலையும் கூடிவிட்டது. உதவிக்கு இன்னொரு பையனை வைத்துக்கொள்ளும்படி அருணா சொல்லி யிருந்தாள். சில கம்பெனிகள் தங்கள் ஆர்டர் தயாரானவுடன் அவர் களே வந்து எடுத்தும் செல்கின்றனர்.

அமுதாவும் கனகாவும் கைவேலை செய்பவர்களுக்கு வேண்டிய பொருட்களை தினம் கொடுத்து அதன் கணக்குகளைக் கிட்டத்தட்ட மேற்பார்வையாளர் போலப் பராமரிக்கிறார்கள். இந்தப் பொறுப்பை அவர்கள் இருவருக்கும் தொடர்ந்து கொடுப்பதால் அவர்களுக்குள் மேலான்மை தனம் வரக்கூடாது என்பதில் எச்சரிக்கை வேண்டுமென் றான் கனகராஜ். யார் எந்தப் பொறுப்பிலிருந்தாலும் பெண்களுக்குள் இணக்கமான மனப்பான்மை, ஒற்றுமை வேண்டுமெனச் சொன்னான். எல்லோரிடமும் அவசியம் இந்த நேயம் இருக்கிறதாவெனக் கண் காணிக்க வேண்டுமென்றான்.

காப்பகத்திற்கு வேறுஇடம் பார்க்க வேண்டுமென்று எண்ணியிருக் கையில், ஒரு வாரம் முன்பு வந்திருந்த வீட்டு உரிமையாளர் வீட்டை விலைக்கு விற்க ஏற்பாடு செய்தார். பிறகு என்ன நினைத்தாரென்று தெரியவில்லை, வீட்டுவிலையில் பாதி தந்தால் போதும் காப்பகத்திற்கே கொடுத்துவிடுகிறேன் எனச்சொல்லிவிட்டார். தான் டெல்லியில் குடி யேறிவிட்டதால் நல்ல காரியத்திற்கு வீட்டைக் கொடுத்தால் புண் ணியம் கிடைக்குமே என்று சொன்னார் அந்த புண்ணியவான்.

வீட்டு உரிமையாளரிடமிருந்து அருணா காப்பகப் பொறுப்பாளர் என்ற ரீதியில் தன் பெயரில் பத்திரப்பதிவு செய்ய வேண்டும். அதன் பிறகு பணவசதி இடங்கொடுத்தால் காப்பகத்தின் பின்பக்க முள்ள காலி மனையில் கட்டிட விரிவாக்கம் செய்யவேண்டும். அனைவரும் காற்றோட்டமுள்ள ஆரோக்கியமான சூழலில் வேலை செய்ய ஏது வாய் வேண்டிய வசதிகளைச் செய்துத் தரவேண்டும். போதுமான குளியலறை மற்றும் கழிப்பறைகள் கட்டித் தரவேண்டும். சுற்றுப் பாது காப்புச் சுவரை உயர்த்திக் கட்டவேண்டும். இரவில் காவலர் நியமிக்க வேண்டும்.

வெளிர் நீலநிறப் புடவை, கரு நீலநிற சட்டையும் சீருடையாகக் கொடுக்க வேண்டும். அவர்கள் தயார் செய்யும் பொருட்களின் மூலம் கிடைக்கும் லாபத்தைச் சமமாகப் பங்கிட்டு அவரவர் கணக்கில் வைப்பு நிதியாக வைக்க வேண்டும். மாதமொருமுறை முன் அனுமதியோடு இரண்டு மூன்று பேர் சேர்ந்து அரைநாள் வெளியே செல்ல அனுமதிக்கலாம். ஆறு மாதத்திற்கு ஒரு முறை அனைவரையும் அழைத்துக் கொண்டு அருகிலிருக்கும் சுற்றுலா மையத்திற்குப் போய் வரலாம்.

இன்னும் கணிசமான அளவுக்குப் பெண்களின் எண்ணிக்கை கூடும் போது காப்பகத்தை நிர்வகிக்க ஐந்துபேர் கொண்ட ட்ரஸ்ட் ஒன்றைத் துவங்குவது நல்லது. பொதுச் சேவை, சமூக நலங்கருதி நடத்தப்படும் நிர்வாகங்கள் தனிப்பட்டவரின் பொறுப்பில் இருப்பதைவிட ட்ரஸ்ட் போன்ற குழுவின் கட்டுப் பாட்டில் இயங்குவதுதான் நல்லது. நாளடைவில் காப்பகத்தின் நன்கொடைகள், வருமானம், பராமரிப்புச் செலவீனங்கள் அனைத்தும் அரசு தணிக்கையரால் சரிபார்க்க வேண்டியவை. வருமானச்செலவு புள்ளிவிவரங்களில் வெளிப்படை தன்மை வேண்டும். அதாவது எந்தவொரு தனி மனிதனுக்கும் இது போன்ற காப்பகங்கள் சொத்து சேர்பதற்கான காரணியாக அமைந்திடக் கூடாது என்பதில் எச்சரிக்கை வேண்டுமென்றான்.

இப்படி தொலைநோக்குடன் காப்பகம் மிகச்சிறப்புடன் செயல்பட வேண்டி சிந்தித்து சில வழிமுறைகளைச் சொல்லிக்கொண்டிருந்தவன்,

“ஒரு முக்கியமான விஷயத்த மறந்திட்டே அருணா. காப்பகத்தை இந்தப் பெண்கள் சிறைச்சாலையா நினைக்கக்கூடாது”

“அதுக்கு என்னங்க செய்யணும்?”

“முற்போக்குச் சிந்தனையாளர், மனைவியை இழந்த கணவன்மார் என்று யாராவது இந்த பொண்ணுகளை வாழ்க்கைத் துணையாக்கிக்க முன் வந்தா நாம தடையாக இருக்கக் கூடாது...”

“இங்கனயிருந்து கூட்டிட்டுப் போறவே அவளை நல்ல முறையில வச்சி வாழுவான்னு எப்புடி நம்புறது...”

“சரியா கேட்டே. இப்படி விரும்பி இங்கன வர்ற ஆண்களைப் பத்தி நம்பத் தகுந்த வழியில நல்லா விசாரிச்ச பிறவு ,தேவைபட்டா போலீஸ் உதவியோட அவிங்க நடத்தைய முளுசா தெரிஞ்சிக்கிட்டுத்தான் பெண்ணைப் பாக்க அனுமதிக்கணும். இரண்டு பேரும் தனிமையில பேசிப் புரிஞ்சிக்க வாய்ப்பு குடுப்போம்.”

சொல்லிவிட்டுச் சில வினாடிகள் ஜன்னல் வெளியே பார்வையை ஓட்டிவிட்டு நேருக்கு நேர் அருணாவை பார்த்தபடி...

“இந்தப் பொண்ணுக தெரிஞ்சோ தெரியாமாலோ செஞ்ச தப்பால இவிங்க வாழ்க்கை பாலைவனமா ஆயிடக்கூடாது. தாஞ்சோட்டுப் பொண்ணுக எல்லா குடும்பம் குழந்தைகன்னு சந்தோஷமா வாழறத பாத்து, தனக்கு அப்படிப்பட்ட வாழ்க்கை பறிபோயிட்டதேங்கிற ஏக்கம் உள்ளுக்குள்ள இல்லாமலா யிருக்கும். அதனால இஷ்டப்படற பொண்ணு ஒரு புனர்வாழ்வ தேடிக்கிறதில தப்பில்லன்னு நினைக்கிறே. இந்தக்காப்பகம் இவிகளுக்கு நிரந்தரப் புகலிடமா இல்லாம கொஞ்சக் காலம் கவலைய மறந்து இளப்பாருற நிழலா இருக்கிறதுதே நல்லது. நீ என்ன நினைக்கிறே.”

“இந்தப் பெண்ணுக உணர்வை அவிங்க ஸ்தானத்திலிருந்து எம் புட்டுக் கரிசனத்தோட சிந்திச்சியிருக்கீக. நா ஒரு பொண்ணா யிருந் தும் எனக்கு இந்த யோசனை இல்லியே.”

“இருக்காதுதான். நீ சாஞ்சிக்க ஒருதோள் இருக்கு. அவிங்க நிலைமை அப்படியில்ல. கடல் அலை மாதிரி கடந்தகால காயத்தோட வலி அவிக நெஞ்சில தாக்கிக்கிட்டே இருக்கும். கனகா மாதிரி சில பேராலதான் அந்த உளச்சள உதறிட்டு வெளி வரமுடியும். உணர்ச்சிய பொசிக்கிட்டு பட்டமரமா சராசரி பொண்ணுங்க வாழுறது ஒரு தவம் மாதிரி...”

அவன் பேசி முடிப்பதற்குள் சட்டென்று தாவிக் கழுத்தை வளைத்து கன்னத்தில் லேசாகக் கடித்து முத்தமிட்டாள். நிலை குலைந்து போ னான். அவளை இழுத்துத் தழுவிக் கொண்டான். அசைவின்றி தங் களை மறந்த நிலையில் சில வினாடிகள் கழிந்திருக்கும். அவன் பிடி லேசாக தளரத் தன்னை மெல்ல விடுவித்தாள். இருவருக்குமே பேச்சு எழவில்லை. தொண்டையைச் செருமிக்கொண்டு தொடர்ந்தான்.

“அருணா! ஆராம்பத்தில நாலு பேருதானேன்னு விளையாட்டா ஆரம்பிச்சோம். எண்ணிக்கை கூடக்கூட அதுல இருக்கிற பிரச்சனைக கொஞ்சகொஞ்சமாத்தே புரியுது. ரண்டு பேருன்னா வீட்டுல இருக்க சொல்லிடலாம். ஏதோ காப்பகந்தானே சத்திரம் மாதிரி புண்ணியத் துக்கு சோறு போட்டு தூங்க இடங்குடுத்தா போதுமுன்னு இருக்க முடியாதில்லே...”

“வெரிகுட்! எல்லாத்தியும் சரியாத்தே சிந்திக்கறீக, காப்பகத்தைப் பத்தி பேசுனது போதும். இவள பத்தியும் கொஞ்சம் யோசியிங்களேன்...”

“என்ன சொல்லு, எம் தேவிக்கு என்ன குறை...”

“என்னியவிட காப்பகந்தா உங்க மனசுமுழுக்க இடம் பிடிச்சிருக்கு. அதை பத்திய யோசனைதா ஒங்களுக்கு. நா பொறாமை படலேங்க. சந்தோஷமாத்தே யிருக்கு...”

அவள் முகத்தை உற்றுப் பார்த்தான். வியர்வைத் துளிகள் முத்து

முத்தாய் நெற்றி, காதோரம், முக வாயில் துளிர்த்திருந்தது. சட்டென்று எழுந்து கைக்குட்டையால் துடைத்து விட்டான்.

"தோ பாரு அருணா! பெண்களுக்குச் செய்யணுமுன்னு இறங்கிட்டோம். செய்றதைச் சரியா செய்யுமே. நமக்கு பேரு புண்ணியம் ஒன்னும் வேணாம். ஆனா எதிர் காலத்தில எந்தச் சிக்கலும் இல்லாம யாருக்கும் பதில் சொல்லக்கூடிய நிலைமை வரக்கூடாது. முழுக்க முழுக்க வயசுப் பொண்ணுகள பாதுகாத்து நிர்வகிக்கிற பொறுப்பைத் தலையில ஏத்துகிட்டு இருக்கோம். எல்லா நடவடிக்கை செயல்பாடுகளும் அவிங்க ஆரோக்யமான மனநிலை, நிம்மதி, நம்பிக்கைய நோக்கியே நகரணும் புரியுதா?"

"சரிங்க புரியிது, அதிலிருக்குற சீரியஸ்னஸ் தெரியாம போயிடுச்சிங்க எனக்கு."

"எங்க கண்ணனைக் காணோம், மில்லிலயிருந்து இன்னும் வரல."

"அவே மில்லிலிருந்து நேரா காப்பகத்துக்குப் போயிருவான். அங்கனயே காஃபி பலகாரம் கிடைக்கும். வேலையெல்லாம் முடிச்சிட்டு எப்ப வருவான்னு தெரியாது."

"ஓஹோ அப்படியா! கவனிக்க ஆளுயிருக்கு."

"அதாங்க அவள கல்யாணம் பண்ணிக்க சொல்றே, மாட்டேங்கிறா"

"அவன்னா..."

"தெரிஞ்சிக்கிட்டே கேக்காதீக."

"அவன பெத்தவக இருக்கிறாக, நீ எப்படி முடிவு எடுக்க முடியும்."

"அவே எவளையாவது பண்ணிக்கிட்டாக்கூட பரவாயில்ல. ஆனா முடியாதுங்கிறாங்க.."

"ரெண்டுவேரும் சேர்ந்து ஒரு முடிவுக்கு வாங்க. சரி, எனக்குப் பசிக்குது எதாவது கிடைக்குமா"

இரவு ஒன்பதுமணி. கனகராஜ் சாப்பிட்டுவிட்டு வெளியேவரும்போது கண்ணன் நுழைந்தான். அவனிடம் விசாரித்துவிட்டுப் பழங்காநத்தம் புறப்பட்டான்.

காம்பவுண்ட் கதவைத் திறந்து உள்ளே நுழைந்தவனின் பார்வை அனிச்சைசெயலாய் அருணா தங்கியிருந்த வீட்டு வாயிலை நோக்கும். அடுத்தவினாடி எங்கிருந்தோ நெஞ்சில் வலி தோன்றி மறையும். முகத்தை கவிழ்த்தபடி பூட்டைத் திறந்து அறைக்குள் நுழைந்தவன் ஈசி சேரை விரித்துப்போட்டு உட்கார்ந்து விடுவான். வெகு நேரம்

சுவரையும் விட்டத்தையும் மாறி மாறிப் பார்த்தபடி அமர்ந்திருப்பான். சற்று நேரத்திற்கு முன்புவரை அவளோடு பேசிக்கெண்டியிருந்துவிட்டு வந்தவனால் ஏனோ இன்னமும் அவள் அங்கே வாழ்ந்த நாட்களை யும், காம்பவுண்டில் நுழையும் போதெல்லாம் வாயிலில் நின்றபடி தேவதை போல் தன் வசீகரச் சிரிப்பால் தன்னை வாரி அணைத்த அந்த இனிமையான தருணங்களையும் மறக்க முடியவில்லை. பல நேரங்களில் அவள் தன் எதிரில் நிற்பது போலவே தோன்றும். சட் டென்று உள்ளே வந்து தன்னை அவள் ஆசையோடு கட்டிக்கொள்வது போன்ற பிரமையில் சிலிர்த்துப் போவான். அவள் காம்பவுண்டை விட்டுச் சென்ற நாளிலிருந்து இந்த இம்சை அவனைப் படுத்தினாலும் அவளிடம் இது பற்றிச் சொல்ல விழையவில்லை.

அன்று மாலை 4 மணியிருக்கும், சுந்தரேசம்பிள்ளையிடமிருந்து கனகராஜிக்கு ஃபோன். பேக்டரியில் வேலை செய்யும்போது நட ராசனுக்கு விபத்து ஏற்பட்டுவிட்டது என்ற செய்தி வந்தது. மேனே ஜரிடம்கூடச் சொல்லிக்கொண்டு வரத்தோன்றாமல் சென்ட்ரல் ஆஸ் பத்திரிக்கு ஓடினான். வரவேற்பு கூடத்திலிருந்த சேதுபாண்டியன் கனகராஜியை பார்த்ததும் கையை ஆட்டிக் கூப்பிட்டு வார்டுக்கு அழைத்துச் சென்றார். ஒரு மணி நேரத்திற்கு முன்புதான் சிகிச்சை அளித்து சிறப்பு வார்டில் நடராசனை படுக்க வைத்திருந்தார்கள். வலது கைவிரல்கள் எதுவும் தெரியாமல் பெரியகட்டு போடப்பட்டிருந்தது. நடராசன் மனைவியும் பெண்களும் அழுதுகொண்டிருந்தனர்.

கவனக் குறைவால் ரோலர் மெஷினில் கைவிரல்கள் மாட்டிக் கொண்டன. நான்கு விரல் எலும்புகள் நொறுங்கி விட்டன. பழைய நிலைக்குக் கூடிவருவது சாத்தியமில்லை என அறிந்து கலங்கி நின்றனர். ஆறுதல் சொல்ல வார்த்தையின்றி எல்லோருமே துக்கத்தில் துவண்டு போயினர். நடராசன் வேலையில் தொடருவது முடியாத காரியம் என்று சுற்றி நின்றவர்கள் பேசிக்கொண்டனர். கனகராஜியும் சேது பாண்டியனும் இரவு ஆஸ்பத்திரியில் தங்கிவிட்டனர். மறுநாள் காலையில் கனகராஜ் சொல்லித்தான் அருணாவுக்குத் தெரியவந்தது. பழைய மனக்கசப்பின்றி ஆஸ்பத்திரிக்கு ஓடி வந்தாள். நடராசன் மனைவி, பிள்ளைகளைக் கட்டித் தழுவி ஆறுதல் சொன்னாள்.

மெல்ல விழித்து அருணாவைப் பார்த்த நடராசனின் விழிகள் கலங் கின. இடது கையால் நெஞ்சைத் தொட்டு சமிக்கையால் மன்னிப்பு கேட்பதுபோல அருணாவிடம் காட்டினான். சங்கோஜப்படாமல் அவன் கையைப் பிடித்து ஆறுதல் சொன்னாள். 'கை அடிபட்டுச்சேன்னு கலங்காதீக. ஒத்தக் கையால உலகத்தையே மடக்கிடலாம். தைரியமா இருங்க மனசக் களைக்கவுடாதீக.' கனகராஜ் தைரியப்படுத்தினான்.

அன்று இரவு ஆஸ்பத்திரியில் தங்கியிருந்த போதுதான் நடராச னுக்கும் அருணாவுக்கும் நடந்த சண்டை விவரம் தெரிய வந்தது. சேதுபாண்டியன் சொல்லி தெரிந்துகொண்டான். அருணா வீட்டை மாற்றிக்கொண்டு போனது அதனால்தான் என்றதும் திரிபுரத்தை அழிக்க முயன்ற சிவனைப்போல அருணா மேல் அளவுகடந்த கோ பம் வந்தது. சண்டை நடந்த செய்தி தெரிந்திருந்தால் நிச்சயம் கனக ராஜிக்கும் நடராசனுக்கும் சூடான வாய்ச் சண்டையாவது நடந் திருக்கும். அதன் பேரில் ஒரு சிலருக்கே தெரிந்த அபவாதங்கள் பல ருக்கும் தெரியவரும். இப்படி அருணா சொன்ன விளக்கத்தைக் கேட்டபின் அமைதியானான்.

18

காலை நேரம், வழக்கம்போலக் கண்ணன் மில் லுக்குக் கிளம்பிப் போனான். காலை உணவோடு பகல் சாப்பாட்டையும் செய்து முடித்து அருணாவும் புறப்பட்டாள். அடித்துப்பிடித்து நேரத்தில் ஆபீஸ்க்கு போய்ச் சேருவதே பெரும்பாடுதான். மேஜையில் ஃபைல்கள் குவிந்துகிடந்தன. பார்க்கும்போதே எரிச் சல் வந்தது. மூன்று பேர் செய்யும் வேலையை ஒருத்தி யாகப் பார்க்கிறாள். முதலாளிகளுக்கு லாபம் ஒன்று தான் மனதில் ஓடும். உழைப்பவர்களின் கஷ்டத்தை உணருபவர் யார்?

முகம் கழுத்தில் வழிந்த வியர்வையைத் துடைத்தாள். ஆசுவாசப்படுத்திக்கொள்ள கொஞ்சம் தண்ணீர் குடித் தாள். கனகராஜியைப் போல அருணாவும் அரசுப் பணிக் காகத் தேர்வு எழுதியிருக்கிறாள். சில நாட்களில் முடிவு தெரியும். போஸ்டிங் எங்கே வருமோ. அருணாவும் அரசுவேலையில் சேர்ந்துவிட்டால் காப்பகத்தைப் பார் வையிட நேரமிருக்காது. அவள் அரசு வேலையில் சேர் வதில் கனகராஜிக்கு மகிழ்ச்சிதான். பெண்கள் உத்தி யோகம் பார்ப்பது, அதுவும் அரசு வேலையில் அமர் வது பெருமைக்குரிய விஷயம் என்பான்.

நேற்றிரவு திருமண விஷயமாய் அருணா கொஞ்சம் கோபமாகவே கண்ணனிடம் பேசிவிட்டாள். காலையில் அவனிடம் முகங்கொடுத்து ஒரு வார்த்தைகூட பேசாமல் வந்துவிட்டது மனசுக்கு சங்கடமாக இருந்தது. ச்சே... சிறுபிள்ளை மாதிரி நடந்துவிட்டேனே என வருந்தினாள்.

"என்ன அருணா காலையிலிருந்து உன் டைப்ரைட்டர் சத்தம்ஓயல. அவசர வேலயா?" சரோஜா கேட்டாள்.

"ஆமாக்கா. அவசரமோ இல்லியோ எல்லாத்தியும்

முடிச்சுதானே ஆவனும்." சற்று இழுத்தவாறு சிரத்தையில்லாமல் சொன்னாள்.

"முகம் ஒரு மாதிரியிருக்கு. நீ இப்படி யிருக்கமாட்டியே என்ன விஷயம் அருணா?"

"ஒண்ணுமில்லேக்கா! இராத்திரி கண்ணங்கிட்ட கொஞ்சம் கடுமையா பேசிட்டே. பிடிவாதமா சொன்னதயே திரும்பத்திரும்ப சொல்லுறா. புரிஞ்சிக்க மாட்டேங்கிறா..."

"கண்ணன் பரவாயில்ல உன்னிய மதிச்சுநடக்கிறா. ஆம்பிள பசங்க யாரு இப்ப சொல்பேச்சைக் கேக்கிறாங்கே. எம் பையனை வந்து பாரு. பொறவு புரியும். சரி அமுதா, அவபிரண்ட் அதா அந்தக் கனகா எல்லாம் எப்படி யிருக்காளுக?"

"காப்பகத்தில ரெண்டு பேருக்குமே டைட்டான வேலைதா. அவிங்க தான் எல்லாத்தியும் பொறுப்பா பாத்துகிறாங்கே."

"கனகாவோட புருஷ ஏதாவது பிரச்சனை பண்ணுனானா?"

"அவகிட்ட புருஷ என்னா எவனும் நெருங்கக்கூட முடியாது. பெரியார் திராவிடக் கழகத்தில சேர்ந்திட்டா. அடிக்கடி பிரச்சார ஊர்வலம், மறியல் போராட்டம், கண்டனக் கூட்டம், சொற்பொழிவுன்னு கிளம்பிடுவா. அவகிட்ட நீயெல்லா பேசி ஜெயிக்க முடியாது. அம்புட்டு வேகம் விவேகம், தெளிவாயிருக்கா இப்போ."

"அப்படியா! இது தெரியாதே. நல்ல காரியந்தே பண்ணிட்டிருக்கா. ஆமா, ஈ. வே. ரா பெரியார் இறந்துட்டாகன்னு சொன்னாகளே...!

ஆமாங்கா..என ஆமோதித்தவள் விளக்கமாகச் சொன்னாள்.

"அவருக்குப் பிரமாதமான ஊர்வலம் நடத்தி மெட்ராஸில் அடக்கம் செய்தார்கள். பெரிய அரசியல் தலைவர்கள் எல்லாம் வந்து இறுதி மரியாதை செலுத்தினார்கள். அறிஞர் அண்ணாவின் இறுதி ஊர்வலத்திற்கு வந்ததுபோல பெரும் மக்கள் வெள்ளம். தமிழக அரசு அவர் மறைவுக்கு விடுமுறை அறிவித்தது. முக்கிய பெரிய அரசு பதவி வகித்தவர்கள் மறைவுக்குத்தான் விடுமுறை அறிவிக்கப்படும். முதலமைச்சர் கலைஞர் கருணாநிதி அவர்கள் வருவது வரட்டுமென்று விடுமுறை அறிவித்தார். தந்தை பெரியார் பகுத்தறிவுப் பாசறையில் சில காலம் பயின்ற சுயமரியாதைப் பண்பு, தமிழனுக்குரிய அந்தத் துணிவு பதவியைத் துச்சமாக மதித்து முடிவெடுக்க வைத்திருக்கிறது. இந்தியாவிலிருந்த, இருக்கிற சமூக அரசியல் தலைவர்களோடு ஒப்பிட்டுப் பார்க்கும் போது தந்தை பெரியார் எந்த விதத்திலும் குறைந்தவரில்லை. அப்படிப்பட்ட தந்தையின் இறுதிப் பயணத்தில்

மக்கள் கலந்துகொள்ள வேண்டுமென்று விடுமுறை அறிவித்தார் முதலமைச்சர். தமிழர்களின் மூட நம்பிக்கை, தீண்டாமை, ஜாதியக் கொடுமையை ஒழிக்கப் பாடுபட்ட தந்தை பெரியார் ஒட்டு மொத்த தமிழனுக்கும் தந்தைதான். அந்தத் தந்தைக்குத் தனையனாய்த் தன் கடமையை இந்த வகையில் செய்திருக்கிறார் முதலமைச்சர் கலைஞர்.

"உனக்கு நிறைய விஷயம் தெரிஞ்சியிருக்குடி. நீயும் மெட்ராசுக்கு போயி வந்தியா...?"

"நா போவ முடியாம ஆயிடுச்சிக்கா. இரண்டு மூனுமுறை பெரியாரு பேச்ச கேட்டுருக்கே. எதுருல உக்காந்து இருக்கிறவுகள பாத்து காட்டுமிராண்டி, முட்டாளு, சூத்திரன், வைப்பாட்டிக்கு பொறந்தவன்னு தயங்காமத் திட்டிபுட்டு, அதுக்கு என்னா காரணமுன்னு படிக்காத ஏள சனங்க புருஞ்சிக்கிற மாதிரி விவரமா சொல்லுவாக. கடைசியாப் பேசி முடிக்கிறப்போ சொல்லுவாக, ஈரோட்டு ராமசாமி நாயக்கரு வந்து ஏதோ சொன்னேன்னு அப்படியே எடுத்துக்காதீக. வீட்டுக்குப் போயி நிதானமா நான் சொன்னது சரியான்னு சிந்திச்சிப்பாருங்க. உங்ளுக்குச் சரின்னா ஏத்துக்குங்க இல்லேன்னா வுட்டுடுங்கம்பாக. இப்படி தமிழனைச் சிந்திக்கச் சொன்ன ஒரே மாமனிதர் தந்தை பெரியாருதான். தமிழனைத் தமிழனுக்கே அடையாளங் காட்டினவுக.

தந்தை பெரியாரைக் கடைசியாகப் போய் பார்க்க முடியவில்லை என மிகுந்த வருத்தத்தோடு சொன்னாள்.

"கனகா போயிட்டு வந்திருப்பாளே..."

"ம்... அவ போவாமலா. போயி வந்து மூனு நாளு யாருகிட்டவும் பேசலன்னா பாரே. கனகராஜ் போயி வந்தாக."

"சரி..நீ சாப்பிட வரலையா நேரமாச்சி வா..."

மதிய வேளைக்குப் பிறகு குவிந்து கிடந்த வேலைகளில் அவசரமானவைகளை மட்டும் செய்தாள். விரல் கணுக்களில் நல்ல வலி, முதுகும் வலித்தது. மாலை ஐந்தரை மணி. வீட்டிற்குப் புறப்பட்டாள். களைப்பாக இருக்கவே கேன்டினுக்குச் சென்று காஃபி குடித்தாள். சில்லரை கொடுக்க கைப்பையைத் திறந்தபோது ஒரு துண்டு பேப்பர் மடித்திருக்க பிரித்துப் பார்த்தாள்.

அன்புள்ள அக்கா,

'பல வருடங்களுக்குப்பிறகு திரும்பி வந்த என் வரவு உன் ஆனந்தமான வாழ்க்கைக்கு இடையூறாகி விட்டது என்பது என் கருத்து. நான் தொடர்ந்து உன்னுடன் இருந்தால் நீ பூக்காமலும், காய்க்காமலும் கருகிப் போவதைத்தான் காண்பேன். அக்கா ! நான் உன் அளவுக்குப்

படிப்பறிவு இல்லாதவன்தான். என் மனதில் பட்டதை அப்படியே சொல்கிறேன். என் விருப்பமெல்லாம் ஒன்றுதான். கனகராஜ் சாரை நீ மணந்துகொண்டு மகிழ்ச்சியாக வாழ வேண்டும். அந்த நல்ல மனிதர் உனக்கு வாய்த்திருப்பது பூர்வ ஜென்ம பலன். என் பொருட்டு அவரையும் நீ தண்டிக்கிறாய்.

நீ எனக்கு அக்காவாகக் கிடைத்தது என் அதிருஷ்டம். என்னைப் பெற்றவர்களைவிட உன்னைத்தான் பெரிதாக நினைக்கிறேன். எனக்கு நீ கடன் பட்டிருப்பதாக நினைக்க வேண்டாம். என் இடத்தில் உன் உடன் பிறந்த தம்பி இருந்திருந்தால்கூட நான் செய்ததைத்தான் செய்திருப்பான். சிறு பிள்ளையிலிருந்து நீ என் மேல் கொட்டிய அன்பிற்கு நான் செய்தது எம்மாத்திரம். நான் பெரிய தியாகம் செய்துவிட்டதாகவும், அதற்குப் பிரதி உபகாரம் என்னும் பேரில் உன் வாழ்க்கையை அழித்துக்கொள்ள முயலுகிறாய். மறுபடியும் நான் உன்னைக் காண நேர்ந்தால் அந்த உத்தமரின் மனைவியாகச் சந்திக்க விரும்புவேனே ஒழிய, வெறும் அருணாவாக அல்ல. நான் எப்படியோ வாழ்ந்துகொள்வேன். என்னைத் தேடவேண்டாம்.'

உன் பிரியமுள்ள தம்பி, கண்ணன்.

அவள் விரல்களிலிருந்து கடிதம் நழுவியது. விழி ஓரங்களில் நீர் கரைதட்டின. மீண்டும் ஒரு முறை படித்துப் பார்த்தாள். நாள் முழுக்க வேலை செய்த களைப்பைகூட பொருட்படுத்தாமல் அவசர அவசரமாக வீட்டிற்குச் சென்று தம்பிக்கு நல்ல டிஃபன் பலகாரம் செய்துத்தர வேண்டுமென்று துள்ளும் கால்கள் இப்போது தள்ளாடியது. மனம் சோர்ந்து உடல் தளர்ந்து சற்று நேரம் அங்கேயே உட்கார்ந்துவிட்டாள். கனகராஜைப் போய் பார்க்க வேண்டும் போலிருந்தது அவளுக்கு.

அவன்தான் அவளுக்கு எல்லாம். வள்ளி ட்ரேடிங் அன் கோவில் கனகராஜைக் காணவில்லை. ஆபீஸ் பையன் அவளை வரவேற்று உட்காரச் செய்தான். கிழக்கு வீதி வரை சென்றவன் கொஞ்ச நேரத்தில் வந்துவிட்டான். அவனைக் கண்டதும் முகம் பிரகாசமாயிற்று.

வீட்டுக்குக் கிளம்ப வேண்டிய நேரந்தான். ஆபீஸில் சொல்லிவிட்டு வெளியே வந்தான். எங்கே போகலாமென சில வினாடிகள் யோசித்தான். கோயிலுக்குப் போகலாமென்று தெற்கு கோபுரவாசல் வழியே இருவரும் நுழைந்தனர். கதிரவன் மறைந்துகொண்டிருந்தான். மஞ்சள் ஒளியில் கோபுரக் கலசங்கள் பளபளத்தன. கோபுர மாடங்களில் புறாக்கள் படபடத்து ஓசை எழுப்பிப் எழுந்து பறந்தன. கிழக்குக் கோபுர பிம்பம் பொற்றாமரைக் குளத்து நீரில் அழகாகப் பிரதிபலித்தது. நாதஸ்வர மேளச் சத்தம் கோயில் மதிற் சுவரில் எதிரொலித்துக் காற்றில் கலந்தது.

இந்துசெல்லா

குளத்தில் இறங்கி கை கால்களை சுத்தம் செய்துகொண்டு அன்னை மீனாட்சி தேவி சன்னதிக்குச் சென்றனர். அவனோடு ஒட்டி நின்று கொண்டாள். மனமுறுகி விழி மூடி அன்னையைப் பிரார்த்தித்தாள். சிவன் சன்னதிக்கும் சென்று வணங்கிய பின் வெளியே வந்தவர்கள் ஆயிரங்கால் மண்டபத்தில் வந்தமர்ந்தனர். அதுவரை பொதுவாகப் பேசிக்கொண்டு வந்தவள் கண்ணன் கடிதத்தைப் பற்றிச் சொல்ல வில்லை. கனகராஜ் கைக் கடிகாரத்தைப் பார்த்தான். மணி ஆறரை என்று காட்டியது.

அவர்கள் பக்கத்தில் சற்று தள்ளி அமர்ந்திருந்த தம்பதிகள் சிரித் துப் பேசிக் கொண்டிருந்தனர். வயது முதிர்ந்த ஒரு தம்பதி, அந்தப் பெண்மணியின் முகத்தில் அப்படியொரு களை. அருணாவைப் பார்த்து முறுவலித்தாள். அழைத்து பூ, பிரசாதம் கொடுத்தவள் அன் போடு அருணாவின் தோளைத்தொட்டு சந்தோஷப்பட்டாள். பூவைத் தலையில் சூட்டியபடி வந்தவளின் முகம் முன்பைவிட இன்னும் பிரகாசமாய் ஜொலித்தது. இருள் பூமியை முழுதாகத் தன் ஆட்சிக் குள் கொண்டுவந்துவிட்டது. மண்டபத் தூண் நிழலில் சிறுவர்கள் கூச்சலிட்டு ஒளிந்து விளையாடினர். பையிலிருந்து கடிதத்தை எடுத்து நீட்டினாள். என்னவென்று கேட்டபடி வாங்கிப் படித்தவன் நீண்ட பெருமூச்சு விட்டான்.

“உங்க முடிவென்ன?”

எடுத்த எடுப்பில் அவள் கேட்ட கேள்விக்கு என்ன கூறுவதென குழம்பினான். “உன்னோட முடிவு என்னாவோ அதா எம்முடிவும்.” அமைதியாகச் சொன்னான்.

“முடிவு எதுவானாலும் ஒங்களுக்குப் பாதகமில்லியே?”

அருணா! எனக்கு என்ன பாதகம், உன் மேல் எனக்குள்ளது தூய்மையான அன்பும் பாசமும்தானே ஒழிய, உன் இளமையை அனுபவிக்கவேண்டும், உன் அழகை ரசித்து, ஆனந்தமாய்க் களித் திருக்க வேண்டுமென்ற ஆசை எனக்கில்லை. ஆண் பெண் உறவை புணர்ச்சி என்கிற ஒன்றுதான் பல ஆயிரம் வருடங்களாய், பிணைத்து வைத்திருக்கிறது. அது அந்த அளவிலேயே நிறுத்தப் படாமல், ஆதாரச் சுருதியாய் அன்பையும் பாசத்தையும் பரஸ்பரம் ஒருவருக் கொருவர் பரிமாறிக்கொள்ளக்கூடிய உன்னதச் செயல்பாடே மானுட வாழ்வியல் தத்துவத்தின் முக்கிய அம்சம். உன்னுடைய உடல் எனக்கு வேண்டாம் உள்ளத்தைக் கொடு அது போதும்!

அவனது நீண்ட விளக்கத்தில் லயித்துப்போனாள். அவனை இமைக் காமல் சில வினாடிகள் பார்த்துக்கொண்டிருந்தாள். “ஒங்களத் தவிர

இந்த உலகத்தில எனக்கு எதுவும் சாசுவதம் இல்லீங்க...” மனதின் அடித்தளத்திலிருந்து வந்தது வார்த்தைகள்.

தேவதை போன்ற அந்த அழகுச் சிலையை அன்பொழுகப் பார்த்தான். சற்றுமுன் தரிசித்த மீனாட்சி தேவி அலங்கார பூஷிதையாய் அருகில் அமர்ந்திருப்பது போன்ற பிரம்மை. அவன் உள்ளுணர்வு சிலிர்த்தது.

“அருணா! நீ எங்கூட சேந்திருந்தாலும் சரி என்னிய விட்டு வெகு தூரத்தில வாழ்ந்தாலும் சரி, சுருதி பேதமில்லாத ஒரு ஜீவ கானத்துக்கு நம்ம ரெண்டு பேரும் ராகமும் தாளமுமா இருக்கணும்...!”

மெல்ல அவன் கையைத் தன் கையோடு சேர்த்து இணைத்தபடி,

“ரெண்டு பேரும் ராகமும் தாளமுமா எப்பவும் இணைஞ்சிருப்போங்க...”

மெதுவாக அவன் காதில் கிசுகிசுத்தாள். கோயில் மணியோசை டாண் டாண் என்று ஒலித்தது...

“வாரணம் ஆயிரம் சூழ வலம் செய்து

நாரணன் நம்பி நடக்கின்றான் எதிரில்...!”

ஆண்டாள் பாசுரம் எங்கோ மெலிதாக ஒலித்தது.

அந்தக் காலை நேரத்திலே ஆண்டாள்புரம் கணேஷ் தெருவாசிகள் சுறுசுறுப்பாகிவிட்டார்கள். தெரு முனை அரச மரத்துக் காக்கைகள் சிறகடித்துப் பறந்து வட்டமடித்தன. நகராட்சித் தண்ணீர் குழாய் அடியில் பெண்டீர் குடத்துடன் குழுமி விட்டனர். பால்காரனின் அழைப்பு மணி ஓசை கேட்டது.

தினசரி செய்தித்தாளைச் சுமந்து வந்த சிறுவன் ஒரு பேப்பரை எடுத்து வராந்தாவில் வீசிவிட்டுச் சென்றான். வீட்டிலிருந்து வெளிவந்த கனகராஜ் பேப்பரை எடுத்துப் பிரித்துப் படிக்க ஆரம்பித்தான்.

தலையில் சுற்றியிருந்த ஈரத் துண்டை அவிழ்த்து நீண்ட கூந்தலை துவட்டியபடி வெளி வந்த அருணா, அடுக்களைக்கு சென்று காஃபி கலந்துகொண்டு வந்து கனகராஜின் முன்பு நின்றாள். நீர்த் திவலைகள் முத்து முத்தாய் முகத்திலும், நெற்றியிலும் பளபளத்தன. முகட்டில் செந்தூரம், நீண்டு வளைந்த கரிய புருவங்களுக்கிடையே தீட்டிய திலகமும் சேர்ந்து அவள் அழகிற்கு அழகூட்டின. ஈரமான சுருண்ட முடிக் கற்றைகள் இரு கன்னத்தையும் தொட்டு வளைந்து ஒரு பக்கத் தோள் வழியே மார்பில் புரண்டு துவண்டன. புன்முறுவலாய்ப் பூக்க ஆரம்பித்த வதனம் தாமரையாய் விரிந்து பிரகாசிக்க, தெய்வீகச்

சிற்பமாய், ஜீவனுள்ள ஓவியமாய் நின்றவளைச் சில வினாடிகள் கண்களால் ஸ்பரிசித்துக் கொண்டிருந்தான். அவளின் விழிகளும் இமைக்க மறந்து அவனையே விழுங்கிக்கொண்டிருந்தன.

அவனுக்கென்று இனி தனி வீடில்லை. அவளிருக்குமிடமே அவனுக்குச் சொர்க்கம். சர்வமும் அவள்தான். அவளுக்கும் அப்படித்தான்.

விரலில் கணையாழியில்லை, பாதத்தில் மெட்டியில்லை, மார்பில் மாங்கல்யமில்லை, கழுத்துக்கு மாலையில்லை, கொட்டுமேளமில்லை, வேத மந்திரமில்லை, வாழைமரத் தோரணமில்லை, சுற்றி நிற்கும் சொந்தமில்லை, வந்திருந்து வாழ்த்த வையத்தாரில்லை, வானோரும் வந்தாரில்லை! இவைகள் அனைத்தும் இல்லையெனினும் இருப்பவைகளே...!

இருவரின் இதயத் துடிப்புகள் ஒரு ஜீவ ஸ்வரத்தின் ஒத்த தாளத்தில் ஒலிக்க, ஒரு புதிய விடியலின் நவீன யுகத்தில், மானுடத்தின் புதிய நாகரீகத்தின் அடையாளமானார்கள்.

சுமார் ஒரு வருடம் கடந்திருக்கும். கண்ணன் மகிழ்ச்சியோடு ஒரு நாள் வீட்டிற்குள் நுழைந்தான். கூடத்தில் உட்கார்ந்திருந்த ஏழுமாதக் கர்ப்பிணி அருணா அவனைக் கண்ட சந்தோஷத்தில் கண்ணா... எனக் கூவியபடி எழுந்தாள். ஓடி வந்து அவளைக் கட்டிப்பிடித்துக் கண்ணன் அழுதான்.

"அக்காவை விட்டுட்டுபோவ உனக்கு எப்புடிய்யா மனசு வந்துச்சு." அழுதபடியே கேட்க என்னிய மன்னிச்சுடுக்கா... என்று கன்னத்தில் வழிந்தோடும் நீரைத் துடைத்தபடி கூறினான். தங்களை ஆசுவாசப் படுத்திக்கொள்ள இருவருக்கும் வெகு நேரமாயிற்று.

அருணாவை மீண்டும் சந்திக்கும்போது கனகராஜியின் மனைவியாகவே பார்ப்பேன் எனும் சங்கல்பம் நிறைவேறியதில் கண்ணனுக்கு ரொம்பவே மகிழ்ச்சி. அவர்கள் இருவரும் தம்பதிகளாக வாழ்கிறார்கள் என்பது அவனுக்கு எப்போதோ தெரியும். சற்று நேரத்தில் அமுதா தன் மகன் முத்துபாண்டியுடன் வந்தாள். இவள் ஏன் வந்திருக்கிறாள் என்ற குழப்பத்துடன் அவளை அருணா வரவேற்றாள். கண்ணனைப் பார்த்ததும் அமுதாவின் முகத்தில் தோன்றிய பிரகாசத்தைக் கண்ணுற்றாள். சட்டென்று கண்ணன், அமுதாவின் மகனை அருகிலழைத்து அணைத்தது வியப்பில் ஆழ்த்திற்று. கண்ணனையும் அமுதாவையும் மாறிமாறிப் பார்த்தாள்.

ஒரு வருடத்திற்கு முன்பு கண்ணன் கடிதம் எழுதி வைத்துவிட்டு வீட்டைவிட்டுச் சென்றது அமுதாவுடன் சேர்ந்து நடத்திய நாடகமாகும். இவ்வளவு காலமாகக் கண்ணன் அருப்புக்கோட்டையில்தான்

இருந்தான். அமுதாஉட்பட காப்பகத்திலுள்ள பெண்களிடம் எட்டியே பழகிவந்தவன், அருணா கனகராஜ் இருவரையும் இணைந்து வாழ வைக்கக்கூடிய முயற்சியில் அமுதாவுடன் பழக வேண்டியது தவிர்க்க முடியாததாயிற்று. காப்பகத்திலுள்ள ஃபோன் வழியாக அவ்வப் போது அமுதாவிடம் தகவல்களை அறிந்துகொள்வான். இருவருக்கு மான டெலிஃபோன் உரையாடல் மெல்ல அவர்களின் இதயத்தில் அன்பைத் தூவித் துளிர்விட ஏதுவாக இருந்தது. தினமும் ஒரு முறை யாவது பேசிக்கொள்ளாவிட்டால் தலை வெடித்துவிடும்.

வெளியே சென்றிருந்த கனகராஜ் வீட்டினுள் நுழையும்போது கண் ணனைக் கண்டதும் மகிழ்ச்சி அடைந்தான். வாஞ்சையோடு தோளைப் பற்றி நலம் விசாரித்தான். தன்பொருட்டு அவன் வீட்டைவிட்டுச் சென்றானே என்கிற பழி உணர்விலிருந்து கனகராஜ் விடுபட்டான். அனைத்து விவரங்களையும் அருணா சொல்லக் கேட்டவன்,

“ரெண்டும் ஊமைக மாதிரி இருந்துகிட்டு என்னா ஜோலி செஞ் சிருக்குக பார்த்தியா அருணா...”

“ஆமாங்க இந்த அமுதாவ நம்பவே கூடாதுங்க.. உன்னிய என்னா செய்யிற பாருடி...” அருகில் இருந்தவளின் முதுகில் செல்லமாகத் தட்டினாள்.

கண்ணனுக்கும் அமுதாவுக்கும் இடையில் நிலவுகின்ற அன்பைப்பற்றி அன்று இரவு வெகு நேரம் இருவரும் ஆலோசித்தனர். ஒரு வாழ்க்கை கெட்டு இன்னொரு வாழ்க்கைக்குள் நுழைய வேண்டியவள். மேலும் கையில் பிள்ளையோடு இருப்பவள். கண்ணன் அவளுக்கு நல்ல கணவனாக இருப்பதோடு அவள் பிள்ளைக்கும் சிறந்த தகப்பனாய் வாழ்ந்து காட்ட வேண்டும்.

“ரெண்டு பேரும் மகிழ்ச்சியா வாழ்வாங்கேங்கிற நம்பிக்கை எனக்கு இருக்கு அருணா... நீ தூங்கு..” அவளை அமைதிப்படுத்திவிட்டு கனகராஜ் தூங்க முயன்றபோது நேரம் இரவு 12.30.

கண்ணன், அமுதா இருவரின் விருப்பத்தை நேரடியாக அறிந்த பின் ஒரு நாள் காலை நேரம் நால்வரும் சிறுவன் முத்துபாண்டியுடன் அமுதாவின் பெற்றோரைச் சந்திக்கச் சென்றனர். காலை உறக்கத்தி லிருந்து முழுவதுமாக மீளாத அமுதாவின் தாய், காலடி சத்தம்கேட்டு அரைகுறையாய்த் தளர்ந்திருந்த புடவையைச் சரிசெய்துக்கொண்டு வெளியே வந்தாள். அலங்கோலமாய்க் கிடந்த தலைமுடியை அள்ளிமுடிந்தபடி வந்திருப்பவர்கள் யாரென்று அறிய முயன்றாள். கனகராஜ் அறிமுகப்படுத்திகொண்டதோடு அமுதா கண்ணனைப் பற்றியும் பொறுமையாக விளக்கினான்.

அதுவரை பெற்ற மகளை நேரெடுத்துப் பார்க்காதவள், மகளையும் பேரனையும் கை நீட்டி, “என்னிய பெத்த ஆத்தி..” அலறியவாறு இருவரையும் கட்டிப்பிடித்துக் கதறினாள். அத்தனை நாட்களாக நெஞ்சுக் கூட்டுக்குள் தேங்கிருந்த வேதனையும் துக்கமும் அந்த அழுகையில் கரைந்தன.

தனக்கு நல்லதொரு வாழ்க்கையை ஏற்படுத்தித் தந்ததோடு இந்த ஜென்மத்தில் தன் முகத்தில் விழிக்கமாட்டேன் என்று சங்கல்பம் ஏற்றிருந்த தாயிடம் தன்னைக் கொண்டுவந்து சேர்த்த கனகராஜ், அருணா இருவரின் பாதத்தில் விழுந்து அமுதா அழுதாள். காதலன் கைவிட்ட நிலையில் வயிற்றில் பிள்ளையோடு அனாதையாக நின்ற என்னை இவர்கள் ஆதரிக்காமலிருந்திருந்தால் என் பிணம் எங்கோ குளத்திலோ ரயில் தண்டவாளத்திலோ கிடந்திருக்கும் என்று அமுதா நன்றி மிகுதியோடு அவர்களைப் பார்த்தபோது, சமுதாயத்தில் இவளைப்போல் இன்னும் எத்தனை அமுதாக்களோ என்ற கேள்விக்குக் கனகராஜும் அருணாவும் பதில் தேடிக்கொண்டிருந்தனர்.